மண்ணின் குரல்

வீர. வேலுச்சாமி படைப்புகள்

- சிறுகதைகள் • கவிதை
- கடிதங்கள் • சிறுவர்கதைகள்

தொகுப்பும் பதிப்பும்:
பா. செயப்பிரகாசம்

பரிசல் புத்தக நிலையம்
ப.எண். 41, புதிய எண். 71A, R.K. மடம் ரோடு
மயிலாப்பூர், சென்னை 600 004.
செல் நம்பர் : 93828 53646
மின்னஞ்சல் : parisalbooks@gmail.com

மண்ணின் குரல்
வீர. வேலுச்சாமி படைப்புகள்

தொகுப்பும் பதிப்பும் :
பா. செயப்பிரகாசம்

முதல் பதிப்பு : ஜூன் 2016

வெளியீடு : **பரிசல் புத்தக நிலையம்**
ப.எண். 41, புதிய எண். 71A, R.K. மடம் ரோடு
மயிலாப்பூர், சென்னை 600 004.
செல் நம்பர் : 93828 53646
மின்னஞ்சல் : parisalbooks@gmail.com

நூலாக்க விபரம்: 1/8 டெம்மி, 18.6 கி. மேப்லித்தோ, 296 பக்கங்கள்
அச்சுக்கோப்பு: டிரைகாம் கம்ப்யூட்டர்ஸ், சென்னை-47
அட்டை வடிவமைப்பு : கதிர்;
அச்சிட்டோர் : கேபிடல் இம்ப்ரஷன், சென்னை-14
விலை: ரூ. 250

Mannin Kural
Veera. Velusamy Padaippugal

Edited by
Paa. Jeyapirakasam

First Print : June 2016

Published by **Parisal Puthaga Nilayam**
Old No.41, New No.71A, R.K. Mutt Road
Mylapore, Chennai 600 004
Mobile : 9382853646 • email: parisalbooks@gmail.com

1x8 Demy Size, 18.6 Kg. Maplitho, 296 Pages
DTP by Tricom Computer, Chennai-47
Wrapper designed by Kathir
Printed at Capital Impression, Chennai-14

Price **Rs.250**

ISBN 978-81-924912-6-4

காணிக்கை

நோயுற்ற உடலால் வீட்டு, காட்டு வேலைகள் ஏதும் செய்ய முடியாத - எழுத்து வேலை மட்டும் தெரிந்த வீர. வேலுச்சாமியின் துணைவியாய் - குடும்பத்தை நிலைநிறுத்திய அசோதை அவர்களுக்கு.

யதார்த்தவியலுக்கு அன்னமிட்ட கை

பா. செயப்பிரகாசம்

சிறுகதை வெளியில் அறுபதுகளின் நடுவில் கரிசல் வட்டாரத்தின் மேற்கில் வித்தியாசமான ஒரு பூ விரிந்தது. சிறுகதைக் காடெல்லாம் மணந்தது. வாழ்வுப் பாலையில் வெக்கை தாங்காமல் வதங்கி உணங்கும் செடிகொடிகளின் பிரதிநிதியாக வெளிக்காட்டி, அவைகளின் ஊடாக, தான் வாழ்ந்ததைப் பேசியது. யதார்த்தவியல் என்ற இலக்கிய வகைமைக்கு கைநிறைய அன்னமிட்டது.

1970-களின் தொடக்கத்தில் வீர வேலுச்சாமியின் நிறங்கள் - சிறுகதைத் தொகுப்பினை அன்னம் வெளியீடாக கவிஞர் மீரா கொண்டு வந்தார். அதை வால் பிடித்தபடி, வேலுச்சாமி கேட்டுக் கேட்டுச் சேகரித்த ‘தமிழ்நாட்டுச் சிறுவர் கதைகள்’ வெளிவந்தது. அவருடைய படைப்புப் பயணம் ஏழெட்டு வருடங்களுக்குள்ளாகவே தடைப்பட்டது. சீக்காளியாகி, மருத்துவம் பார்த்து நோயைச் சீராட்டுவதிலே படைப்பு ஆற்றல் முடங்கிவிட்டது. திட்டமிட்ட விலகல் அல்ல; அது அவருக்கொரு விபத்து.

ஆசிரியர் பணி, அதன் தொடர்ச்சியாக அரசு மாணவர் விடுதிக் காப்பாளர்.

24 வயதில் அவருக்குக் காச நோய் வந்தது. 1960-களில், அந்த நோய்க்கு இன்று கண்டிருக்கிற மருத்துவ முன்னேற்றம் இல்லை. நோய் கொஞ்சம் கொஞ்சமாக முன்னேறி, அவருக்குள் வசமாகச் சம்மணம் போட்டு உட்கார்ந்தது. கி.ராஜநாராயணன் ஆலோசனையின் பேரில் நுரையீரல் மருத்துவ நிபுணர் கதிரேசன் மேற்பார்வையில் சென்னை ஓட்டேரி காசநோய் மருத்துவமனையில் சேர்ந்தார். அப்போது நானும், பூமணியும் சென்னை நகரவாசிகள். கிராமங்களில் இருந்து அப்போது தான் நகரத்துக்குள் குடியேற்றம் ஆகி இருந்தோம்.

மருத்துவமனைக்குப் போய் அவரைப் பார்த்துப் பேசி வந்தோம்.

“சிவனேன்னு வாத்தியார் தொழிலிலேயே இருந்திருக்கலாம். அதிலிருந்து விடுதி வார்டனா மாறி வந்ததுதான் தப்பாப் போச்சு. ராத்திரி பகலாத் தூக்கம் இல்லாம நோய் கூடிக்கிருச்சி” என்றார். இரவுத் தூக்கம் அத்தது. பதில்த் தூக்கம் பகலில் கிடையாது. இளைப்பும் தகையும் கூடுகட்டிக் கொண்டது.

படைப்புக் களத்தில் அவர் வீசிக் கொண்டிருந்த சிலம்பத்தை "நீ போட்ட சிலாவரிசை போதும்" என்று நோய் பறித்து வைத்துக் கொண்டது. நோய் அனுமதித்த அளவுக்கு வாசித்தார். கடைசி ஐந்தாறு மாதங்களில் கடன் கொடுத்த பொருளைப் போல் அதையும் நோய் வாங்கி வைத்துக்கொண்டது. "எல்லோருக்கும் சுமையாக இருந்து விட்டேன்" என்ற கவலையில் 67 வயதில் அவர் முடிவைத் தழுவிக் கொண்ட ஜூலை 1, 2004 அன்று ஒரு முழுநிலவு நாள்.

யதார்த்தவியலுக்கு அது ஒரு கறுப்பு நாள். யதார்த்த வகைமை என்ற இலக்கியச் சித்திரிப்புக்கு தலை வாரி, பொட்டுவைத்து, சிங்காரித்து, கூந்தலுள்ள சீமாட்டியாய் ஆக்கி அழகுசெய்தது இவர் வேலை; எல்லை மீறல் அற்ற சித்தரிப்பு; மனதைச் சுண்டியிழுக்கும் அளவான உச்சரிப்பு; நம்மோடு நேரடியாகப் பேசும் வாஞ்சனையான உரையாடல்.

-2-

1973-ல் தமிழ்நாடு அரசின் தலைமைச் செயலகத்தில் நான் மொழிபெயர்ப்பு அலுவலர். இப்போது கோட்டையில் உயர்ந்து நிற்கிற 'நாமக்கல் கவிஞர் மாளிகை' என்கிற பத்து மாடிக் கட்டிடம் அப்போது இல்லை. ராபெர்ட் கிளைவ் காலத்தில் கட்டப்பட்டு உளுத்து, உதிர்ந்து இடிமண்ணாகிப்போவது போலிருந்த ஒரு பழைய பீத்தக் கட்டிடம். அதற்கும் வயசாகிப் போனது. மாடியில் மொழி பெயர்ப்புத் துறை. நான் மொழிபெயர்ப்பு அலுவலர். மொச்சைக் கொட்டை சாப்பிட்ட வயிற்றில் நமைச்சல் பிச்சிப் பிடுங்குமே - அதுபோல் மேலிருக்கும் அதிகார வர்க்கத்தாலும் கீழே இருக்கும் பணியாளர்களாலும் முழு நேரச் சித்திரவதை; திடலின் தென்மேற்கு மூலையில் அதேபோல் ஒரு பாழடைந்த கட்டிடத்தில்தான் கணக்கு கருவூலத்துறையில் கந்தர்வன் எழுத்தராக, கணக்கராக.

ஒரு பறவைபோல் மென்னெஞ்சம் கொண்டவனாயிருந்தேன். அது அரசுப் பணிக்கு தோதுபடவில்லை: ஒரு பறவையை அதன் கூட்டிலிருந்து விரட்டி, இன்னொரு இனப் பறவைக் கூட்டில் அடைக்க முடியுமா? அரசு அதிகாரத்தில் அதெல்லாம் சாத்தியம்: செய்தித்துறை அலுவலராக இருந்தவனை மொழிபெயர்ப்புத் துறைக்கு விரட்டியிருந்தார்கள் . அந்த நேரத்தில் இரண்டு பாம்புகள் எனக்கு மேல் அதிகாரிகளாக இருந்தன. ஒரு புழுவைப் படாதபாடு படுத்தியபோது, முதலமைச்சர் அலுவலகம் வரை நீதி தேடிச் சென்றும் கிட்டடவில்லை. முதலமைச்சர் அலுவலகம் வரை நிலவிய இயக்குநரின் சாதிச் சேர்க்கை இந்தப் புழுவை நசுக்கி கருமாந்தரம் பண்ணிற்று.

கூம்புச் சூறாவளிக்கு நடுவில் மாட்டிய செடிபோல், முறுக்கி எடுக்கப்படுகையில், மயிலிறகாய் நீவினார் கருவூலத்துறையில் உதவியாளராகப் பணியாற்றிய நாகலிங்கம் என்ற கந்தர்வன். கரூவூலப்பணி கடுமையான வேலை. அதற்குள் மாட்டுப்பட்டிருக்கிற போதும் கந்தர்வன் என்னைக் கண்டதும் எழுந்து வருவார். தேநீர் குடிக்க வெளியில் செல்வோம். அப்போது தான் அவர், "வீர. வேலுச்சாமியை வாசிச்சிருக்கீங்களா" என்று கேட்டார்.

அப்போது கந்தர்வன் எழுத்தைத் தொடங்கவில்லை. நான் எழுதத் தொடங்கியிருந்தேன்.

"மேகங்கள் நடுவே நீந்திப்போகிறது நிலா. மேகங்களுக்குள் பிடிபட்டும் அமுங்கியும் மறுபடி முங்கு நீச்சுக்காரன் தலை தூக்குகிற மாதிரி மேகத்தை ஒதுக்கிவிட்டு எட்டிப் பார்க்கிறதும் வேடிக்கையாயிருக்கு.

அதைப் பார்த்துக்கொண்டே இந்த நிலாக்காலத்திலேதான் எல்லம்மா தன்னை இழந்தாள் அப்பய்யாவுக்கு. அவள் கன்னிமை அழித்து, கைவிட்டு ஓடிப் போகிறான் அப்பய்யா. கர்ப்பவதியாகி, வெளிவந்த சிசு கொதிக்கிற 'அண்டா' தண்ணீரில் கொல்லப்படுகிறது. குழந்தை ஏக்கத்திலேயே கிணற்று நீரில் பாய்ந்த எல்லம்மா - கிணற்றுத் தண்ணியில் மிதந்த நிலாக் குழந்தையை அணைக்க கைவிரிக்கிறாள். அதே நிலா, குப்புறக்கிடந்த அந்த சடலத்தினடியில் ஒளிந்தும், வெளிப்பட்டும் கண்ணா மூச்சி விளையாடிக் கொண்டிருந்தது" என்று "ஒரு குடும்பத்தின் கதை" முடியும். சிலாகித்து சிலாகித்து கண்ணில் நீர்கோர்க்க நான் சொல்ல - கந்தர்வன் இன்னொரு கதையை விவரிக்க, இப்படியாக மாற்றி மாற்றி வீர. வேலுச்சாமி எங்களுக்குள் வந்த போனார்.

"ஏன் அழுதாள் மீனா?" - என்ற கதையில் கல்வி பற்றி, குறிப்பாக பள்ளிக்கூட கற்றுத்தருதல் பற்றி வீர.வேலுச்சாமி சொல்வார்

பதில் சொல்ல முடியாமல் திணறிய பிள்ளைகளை "பாவம் அந்தப் பிள்ளைகள்! முக்கால்வாசி நாட்கள் வாத்தியார் இல்லாத வகுப்பு...! பாசனப்பயிருக்கும் மானாவாரி வெள்ளாமைக்கும் வித்தியாசமில்லையா?"

நமது அரசுப் பள்ளிக் கூடங்கள் இப்படித்தான். வேளா வேளைக்குத் தண்ணீர் பாய்ந்து கொழுகொழுவென்று இருக்கும் பாசனப் பயிர் அல்ல. ஆனால் மானாவரிப் பயிர். நெத்தலும் குத்தலுமாய் வாடிவதங்கிக் கிடக்கும்.

விடுவார்களா நமது கல்விச் சீமான்கள்? அரசின் கையாலாகாத்தனம் தமக்கான வாய்க்கால் அமைத்திட போட்டுக் கொடுத்த 'பட்டாநிலம்' எனப் புரிந்துகொண்டார்கள்; பத்து கிராமங்களுள் ஒரு இடத்திற்கு ஒரு பள்ளி என்று ஆங்கிலப் பள்ளிகளைத் தொடங்கினார்கள். ஏகக் கொண்டாட்டமாகி இன்னைக்கு அவர்கள் காட்டில் மழை பெய்ய அரசுக் கல்வி சொங்கிப் போய் நிற்கிறது.

உண்மையை கலைநுட்பம் ஊடாடத் தருவதுதான் யதார்த்தம்.

"தரித்திரியத்தையும், இல்லாமையையும் வைத்துக் கதைகள் பின்னுவது லேசு அல்ல. வாசகனுக்குச் சலிக்காதபடி, நயம்பட, மனசில் உறைக்கும்படியாக எழுதுவது ரொம்பக் கஷ்டம். ஆனாலும் வேலுச்சாமி இதை நன்றாகச் செய்திருக்கிறார்"

அத்தனை பரிபூரண அம்சங்களையும் மனசில் நிறுத்தி கி. ராஜநாராயணன் எழுதியது "நிறங்கள்" தொகுப்பு அணிந்துரை.

என் வாழ்நாள்ப் பணியின் சாதனைகளாக எண்ணிப் பெருமிதம் கொண்டவை மூன்று.

ஒன்று - நாட்டாரியலின் தெக்கத்தி ஆத்மா என அடையாளப் படுத்தப்பட்ட அண்ணாச்சி எஸ்.எஸ்.போத்தையாவின் சேகரிப்புகளை இரு நூல்களாகக் கொண்டு வந்தது - அது 2014.

மற்றொன்று - ஈழவிடுதலைப் போராளி, கவிஞர் கி.பி. அரவிந்தன் பற்றி ஈழம், தமிழகம், புகழ்நாடுகள் என பலரிடமும் கட்டுரைகள் பெற்று, தொகுத்து "கி.பி.அரவிந்தன்: ஒரு கனவின் மீதி" என்னும் தொகுப்பு நூலைக் கொண்டுவந்தது - இது 2015.

மூன்றாவதாய் - என் காலத்தின் சக படைப்பாளியாய்த் திகழ்ந்த வீர. வேலுச்சாமி படைப்புக்கள் அத்தனையையும் தொகுத்து நூலாய்ப் பதிப்பித்தது - இது 2016.

கி.பி.அரவிந்தன் பற்றின நூலில் தொகுப்பாளர் உரையில் ஒரு இடம் வரும். "அவர் ஒருக்காலும் தன்பசி போக்கியவர் இல்லை. நான் இங்கு குறிப்பிடுவது 'கும்பிப்' பசி அல்ல; அந்தப் பசியும் பூமிப்பரப்பில் எங்கும் தலைகாட்டக்கூடாது என நனவுப் பயணம் மேற்கொண்டவர் அவர். ஆனால் அங்கீகாரம், புகழ் என்ற தன்பேர் பாடும் பேய்ப்பசிக்கு இலக்காகாமல் நடந்தது அவரது இலட்சியப் பயணம். இந்தத் தன்பசியை எப்படிப் போக்கிக் கொள்வது என அதே வேலையாய் அலமந்து திரியும் பலரை, அரசியல் உலகில், இலக்கிய வீதியில் , சமூகத் தொண்டில் கண்டுகொண்டிருக்கிறோம்.

தன்பேர் பாடும் பசி அவர் அறியாதது. தன் நாவை தனக்காக அசைக்காது, எழுதுகோலை தன்மோக உழவிட கிஞ்சித்தும் இடமளிக்காது வாழ்ந்தார்"

இந்த வாழ்நாள் ஒழுங்கு சக தோழனான வீர. வேலுச்சாமிக்கும் அப்படியே இருந்தது.

வேலுச்சாமி ஆசிரியத்தொழில் பார்த்த காலத்தின் வாத்திமார்கள் ரொம்ப தேறிவிட்டிருந்தார்கள். வாத்தியார் தொழிலோடு, கூடுதல் தொழில் ஏதாயினும் செய்து கொண்டிருந்தார்கள். விவசாயம் பார்ப்பது, வட்டிக்கு விடுவது, கடை வியாபாரம் என ஒவ்வொருவரும் ஒரு தொழில் கைவசம் வைத்திருந்தார்கள். உங்களுக்குத் தெரியுமா? எங்கள் ஊரில் ஒரு வாத்தியார் ஜோசியம் பார்ப்பார். ஜாதகம் குறித்துக் கொடுப்பார். இன்னொரு வாத்தியார் கலியாணத் தரகர். வட்டாரக் கல்வி அதிகாரிகளுக்கு கண்டதைக் கழியதை வாங்கிக் கொடுத்து வளைத்துப் போடுவது, அந்த நெருக்கத்தை மூலதனமாக்கி பாடம்சொல்லித் தராமல் ஊர் சுற்றுவது என இவர்கள் தொழில்த் தேர்ச்சி பெற்றிருந்தார்கள். வேலுச்சாமி இதெல்லாம் தெரியாத அப்பாவி. 'எஞ்சிவனேன்னு' உட்கார்ந்து வேலையைப் பார்த்துக் கொண்டு கிடப்பார். விடுதிக் காப்பாளர் ஆகிவிட்டபின், ரவ்வும் பகலும் விடுதியில் வாசம்; செப்புக்காசு கூட எடுக்காமல் விடுதிக் காப்பாளராய் பணியாற்றியவர் வீர. வேலுச்சாமி.

'நிறங்கள்' தொகுப்பில் இல்லாத, வேலுச்சாமியின் கையெழுத்திலிருந்து மேலும் சில சிறு கதைகளை பிரகாஷ் தேடி எடுத்துத் தந்தார். மட்டுமல்ல, ஒரே ஒரு கவிதை தேடியதில் கிடைத்தது. அதுபோல் அவர் எழுதிய சில கடித வகையறாக்கள்.

நிறங்கள் தொகுப்பில் இல்லாத முக்கியமான ஒரு கதை - "மீனா ஏன் அழுதாள்". இன்னும் 'பங்கீடுகள்' போன்ற சிலவும் புதியவை. 1981 நவம்பர் மாதத்தில் 'மனஓசை' என்னும் கலை இலக்கிய மாத இதழை நாங்கள் தொடங்கினோம். இதழின் பொறுப்பாசிரியராய் இயங்கினாலும், அரசுப் பணியாளனாய் இருந்ததால், நான் தலைமறைவுப் பொறுப்பாசிரியர். மனஓசை மூன்றாவது இதழில் 1982-சனவரியில் 'மீனா ஏன் அழுதாள்' என்ற கதை வெளியிடப்பட்டது.

கி. ராஜநாராயணனைப் பதிப்பாசிரியராய்க் கொண்டு, அகரம் பதிப்பகம் வெளியிட்ட "சிறுவர் கதைகள்" இத்தொகுப்பில் முழுமையாய் இடம் பெற்றுள்ளது. பிரகாஷ் தேடி எடுத்துத் தந்த மேலும் சிறுவர் கதைகள் சிலதைச் சேர்த்துள்ளேன். இதில் இரண்டு மூன்று கதைகள் முழுமையாய் இல்லாமல் பங்கரையாய் நிற்பதுதான்

மிச்சம். நம்மிடையில் வாழ்ந்து மறைந்த ஒரு படைப்பாளியின் எழுத்துக்களே பூரணமாய்க் கிடைக்கவில்லையென்கிறபோது, முந்தியகாலத்தின் ஓலைச்சுவடிகள் கந்தர்கூளமாகி சிதைந்து போனதைப் பற்றி ஆச்சரியப்பட ஒன்றுமில்லை.

வீர.வேலுச்சாமியும், சுப. கோ.நாராயணசாமியும் ஆரம்பத்தில் புதுக்கவிதைகள் எழுதிக் கொண்டிருந்தார்கள், 'எழுத்து' இதழில் என்று கி. ராஜநாராயணன் இந்நூலில் குறிப்பிடுகிறார். அப்போது எழுதின கவிதைகளெல்லாம் எங்கே மறைந்தனவோ தெரியவில்லை. கடைசியில் இது ஒன்னுதான் இருக்கு என்று ஒரு கவிதையை பிரகாஷ் எடுத்து அனுப்பினார்.

ஒரு ஆத்மாவைத் தெளிவாகப் படிக்க, தெரிந்து கொள்ள, கவிதை, சிறுகதை, புதினம், கட்டுரை, ஓவியம், இசை - என படைப்பாளியாய் வெளிப்பட்ட துறைப் பணிகளால் மட்டும் முழுமையாகப் புரிந்து கொள்ள இயலாது. ஒரு படைப்பு - அவர் அதுவாக இருந்த கணங்களையே காட்டும். ஆனால் படைப்புத்துறை சாராத கணங்கள்தான் ஒருவரது வாழ்வில் அதிகளவிலானவை. மற்ற நேரங்களில் அவர் எவ்வாறு இருந்தார் என்பது முக்கியமானது. அவரை முழுமையாகப் புரிந்துகொள்ள, மதிப்பிட இவை அடிப்படையாய் நின்று துணை செய்கின்றன. இதனடிப்படையில் வீர. வேலுச்சாமி மற்றவர்க்கு எழுதின கடிதங்கள், மற்றவர்கள் அவருக்கு எழுதினவையும் தொகுக்கப்பட்டுள்ளன.

இது போல் ஒரு தொகுப்பு கொண்டுவரவேண்டுமென்ற தனது விருப்பத்தை பரிசில் பதிப்பகத் தோழர் சிவ.செந்தில்நாதன் தெரிவித்தார். அதுவும் பரிசில் வெளியீடாக வரவெண்டுமென விரும்பினார். முதலில் நிறங்கள் தொகுப்பினைத்தான் மறுபதிப்பாக வெளியிடுவதாக நினைத்து இருந்தார். இப்போது வேலுச்சாமியின் வாழ்நாள் சாதனையும் (சில விடு பருத்தி இருந்தாலும்) கையில் கிடைத்து விட்டது. தூண்டுதலும் வெளியீடும் அவருடையன; தொகுத்தது நான் என ஆகிவிட்டது.

அப்பாவைப் போலவே உயர்ந்த உள்ளம் பிரகாஷுக்கு. பொறுமையாய், பொறுப்பாய் ஒவ்வொன்றையும் சேகரித்துக் கொடுத்தார். பிரகாஷுக்கும் குடும்பத்தினர் அனைவருக்கும் நன்றி சொல்லக் கடமைப்பட்டுள்ளேன். இந்நூல் வெளிவருவதில் மேன்மைகள் கிட்டுமாயின், அவை அனைத்தும் அவர்களுக்கே உரித்தாகும் என உரைப்பதில் எனக்குத் தயக்கமேதும் இல்லை.

❑

வாழ்க்கைக் குறிப்பு

வீர. வேலுச்சாமி

தந்தை	:	திரு. ச. வீராச்சாமி
தாய்	:	திருமதி .மாரியம்மாள்
பிறப்பு	:	15-08-1937
பிறந்த இடம்	:	பி. இராமச்சந்திரபுரம், திருவில்லிபுத்தூர் (அருகில்)
கல்வி	:	எஸ்.எஸ்.எல்.சி. (அன்றைய பள்ளி இறுதிப் படிப்பு)
மனைவி	:	திருமதி. அசோதை
குழந்தைகள்	:	வே. பிரகாஷ் வே. வசந்தகுமாரி வே. கல்பனா
மறைவு	:	01-07-2004

நிற்பவர்கள் : **பிரகாஷ், துணைவியார் சசிகலா, தங்கையர் கல்பனா, வசந்தா**
அமர்ந்திருப்பவர்கள் :
அசோதை, வீர. வேலுச்சாமி, கூப.கோ. நாராயணசாமி,
எழுத்தாளர் கி.ராஜநாராயணன், அவரது துணைவியார் கணவதி

வல்லிக்கண்ணன் அவர்களுடன்...
நிற்பவர்கள் இடமிருந்து :
எஸ்.எஸ். மணியன், வீர. வேலுச்சாமி, கூப.கோ. நாராயணசாமி, கோதையூர் மணியன்

வீர. வேலுச்சாமி அவர்களுக்கு மாலை அணிவிக்கிறார்
எஸ்.எஸ். மணியன்
உடன் கோதையூர் மணியன் மற்றும் சுப.கோ. நாராயணசாமி

வீர. வேலுச்சாமியின் மகன் வே. பிரகாஷ் – சசிகலா
திருமணத்தின்போது தனுஷ்கோடி ராமசாமி

வீர. வேலுச்சாமியின் மகன் வே. பிரகாஷ் - சசிகலா திருமணத்தில் இடமிருந்து
எழுத்தாளர் தனுஷ்கோடி ராமசாமி, வீர. வேலுச்சாமி,
சுப. கோ. நாராயணசாமி, மாதவன், பூ.ஆ. துரைராஜா,
சிவகாசி மாரியப்பன்

வீர. வேலுச்சாமியின் ஊரைச் சேர்ந்த
மருத்துவ எழுத்தாளர் டாக்டர் கு. கணேசன்.
இவர் 2015ஆம் ஆண்டுக்கான
'தேசிய அறிவியல் தொழில்நுட்ப தொடர்பியல்' விருது பெற்றுள்ளார்.

உள்ளே...

நினைவேந்தல்

1. கி.ராஜநாராயணன் 19
2. தீப. நடராஜன் 24
3. நகுலன் 25
4. பொன்னீலன் 29
5. பா. செயப்பிரகாசம் 30
6. தேவ. சித்திரபாரதி 35
7. ச. தமிழ்ச்செல்வன் 36
8. கழனியூரன் 43

சிறுகதைகள்

   கி.ரா. அணிந்துரை 55
1. ஏன் அழுதாள் மீனா? 57
2. ஒரு சைக்கிள் 64
3. கொழுந்துகள் 74
4. பால்ய சிநேகிதன் 83
5. கௌரவம் 94
6. கொடும்பாவி 99
7. ஒரு குடும்பத்தின் கதை 109
8. ஒரு ஃபைலின் முடிவு 120
9. நிறங்கள் 131
10. ஜெயிப்பு 145
11. வயிறும் மானமும் 152
12. மீட்சி 156
13. லட்சுமி ஓடிப்போகிறாள் 160
14. மொய் 169
15. இப்படியும் ஓர் உலகம் 177
16. பங்கீடுகள் 187

கவிதை

   காட்சிகள் 199

கடிதங்கள்	... ...	203

சிறுவர் கதைகள்

	கி. ரா. முன்னுரை	... ...	215
1.	செல்லாத செப்புக் காசும் சிட்டுக்குருவியும்	... ...	218
2.	குடிமகன் கவலை	... ...	221
3.	கண்ணன் தலைவலியும் பத்தினியர் பாததுளியும்	... ...	223
4.	ராஜா மகனுக்குக் கல்யணாம்	... ...	225
5.	செக்கு குட்டிபோடுமா?	... ...	227
6.	அண்ணனும் தம்பியும்	... ...	230
7.	மொச்சைக் கொட்டை	... ...	232
8.	இரு சகோதரர்கள்	... ...	234
9.	அவரவர் வேலை	... ...	237
10.	குசவன் வளர்த்த கடா	... ...	238
11.	புதையல்	... ...	241
12.	எனக்கும் ஒரு 'டோக்'	... ...	243
13.	பணியார மழை	... ...	247
14.	கொக்கும் களியும் கக்கு	... ...	251
15.	சுண்டைக்காயின் சாகசம்	... ...	257
16.	விறகு வெட்டியின் மகன்-1	... ...	261
17.	விறகு வெட்டியின் மகன்-2	... ...	265
18.	வாலு போச்சு கத்தி வந்தது டும்டும்	... ...	268
19.	புலியும் பூனையும்	... ...	272
20.	ஒரு கஞ்சனின் கதை	... ...	274
21.	நரியும் பூனையும்	... ...	279
22.	நாலுகால் பட்ட மன்னா!	... ...	281
23.	கிழவிக்கு வந்த கோபம்	... ...	283
24.	அக்காளும் தங்கையும்	... ...	284
25.	ஒரு எறும்பின் மரணம்	... ...	287
26.	பெருவிரல் குள்ளன்	... ...	291

நினைவேந்தல்

கி. ராஜநாராயணன்
புதுச்சேரி
0413-2251506

மண்ணினுள் ஓடும் ஜீவ நதி

மதியத் தூக்கம், ஓய்வுதரும் குளிர்ந்த மர நிழல் போல.

சில சமயம் அது நல்ல குளியல்போல அமையும். அன்று ஜூலை முதல்நாள்.

மதியம் ரெண்டே முக்கால் மணி அளவில் தூக்கத்தின் மத்தியில் பட்டென்று முழிப்பு வந்தது.

முழிப்பு வருவதுக்கும் தொலைபேசி மணி அலறுவதற்கும் சரியாக இருந்தது.

மணியின் அந்த நீளமான கேவல், வெளியூர் போலத் தெரியுதே என்று எடுத்தேன்.

வீர-வேலுசாமி காலமாகிவிட்டார் என்றது.

எப்பொ?

இப்பதான்

என்னது என்று கேட்ட கணவதியிடம் சொன்னேன்.

இன்னைக்குப் பவுர்ணமியில்லையா என்றாள்.

பவுர்ணமி ஆண்களுக்கும் அமாவாசை பெண்களுக்கும் என்று ஒரு நம்பிக்கை. இந்நாட்களை 'கனத்த நாட்கள்' என்பார்கள் நாட்டு வைத்தியர்கள்.

*

தனது மரணத்தை வேலுச்சாமி எப்பவோ நிச்சயித்துக் கொண்டார். நீண்ட மவுனத்துடன் காலனுக்காக காத்துக் கொண்டிருந்தார். துண்டைக் கட்டிக்கொண்டு குளிப்பதுக்கு தயாராகி விட்டது போலத் தெரியும் அது.

எனது நண்பர்களிலேயே அவர் வித்தியாசமானவர். அதிர்ந்து பேசமாட்டார். எதையும் பார்த்த உடனே கவனித்துவிடுவார். முண்டியடித்து கருத்துக்களைச் சொல்பவர் அல்ல. ரசனையுள்ள மனுசன். கொண்ட கருத்துக்களிலிருந்து அவரைப் பிரிக்க முடியாது. அவருடைய ஒரே ஒரு கருத்தை மட்டும் என்னால் உடைக்க முடிந்தது; கல்யாணமே வேண்டாம் என்று இருந்தவரை சம்மதிக்க வைத்தேன்.

என்னை அவர் முதல் முதலில் இடைசெவலுக்கு பார்க்க வந்தபோது தனது உயிர் நண்பனான சுப-கோ. நாராயணசாமியுடன் வந்தார். எங்கெ போனாலும் இவர்கள் ரெட்டையர்களாகவே வருவார்கள். அப்படிஒரு ஒட்டுதல் அவர்களுக்குள். கலை உலகத்தில், இலக்கியத்தில் சங்கீதத்தில் இப்படி பிரசித்திபெற்ற ரெட்டையர்கள் உண்டு.

ஆண்டு தவறாமல் திருக்குற்றாலம் ரசிகமணி விழாவுக்கு வருவார்கள். அந்த சந்திப்பு எங்களுக்கு - தீப.நடராஜனுக்கும் எனக்கும் - இணக்கமாக இருக்கும். பேச்சு சுவாரஸ்யத்தில் இரவுத் தூக்கம் என்று ஒன்று இருப்பதையே மறந்துபோவோம்.

வாழ்வில் எத்தனையோ இனிமையான இடங்கள், நாட்கள்; எங்களுக்கு அந்தக் குற்றாலமும் அங்கே நண்பர்களைக் கண்டு கொள்வதும், பேசி ஆனந்திப்பதும் இனி கிடைக்கமுடியாத நாட்கள்.

*

வீர. வேலுச்சாமியும் சுப.கோ.வும் ஆரம்பத்தில் புதுக் கவிதைகள் எழுதிக்கொண்டிருந்தார்கள் - "எழுத்து" இதழில். இருவரும் பள்ளி ஆசிரியர்கள் என்பதால் லீவுநாட்கள் எதேஷ்டம். முழுவருசப் பரீட்சை விடுமுறை நாட்களில் ஊர்கள் சுற்றிப் பார்க்கக் கிளம்பிவிடுவார்கள். அப்படி வந்தபோதுதான் இடைசெவலுக்கும் வந்தது.

எங்கள் நண்பர்கள் அனைவருக்கும் - அவர்களவர்களுக்குத் தக்கபடி - வேலைகள் - உத்தியோகங்கள் - என்று உண்டு. இந்தக் கி.ரா.வுக்கும் தீப.நடராஜனுக்கும் மட்டுந்தான் ஒருவேலையும் கிடையாது!

வாங்க வாங்க என்று விருந்தினர்களை வரவேற்க வேண்டியது; சாப்பிடுங்க சாப்பிடுங்க என்று விருந்தாடிகளை உபசரிக்க வேண்டியது. இவைதான் எங்கள் வேலையாக இருந்தது.

இப்போது நினைத்துப் பார்க்கிறபோது எப்படி இது நடந்தது என்று மலைப்பாக இருக்கிறது.

எங்கள் மண்ணில் விளைந்தன நவதானியங்கள் - அரிசி பருப்பு எள் - என்று தோட்டங்களும் தோப்புகளும் காய் கனிகள் கொடுத்தன. பசுக்கள் அட்டியில்லாமல் கலயம் கலயமாகப் பால் தந்தன. எங்கள் இல்லத்தரசிகள் ருசி ருசியாய் வகைவகையாய் முகம் கோணாமல்ப் பறிமாறி மகிழ்ந்தார்கள். ஒரு சொர்க்கலோகம் போல் அமைந்திருந்தன அந்நாட்கள். நண்பன் கு. அழகிரிசாமி. அடிக்கடி அவ்வையாரின "வெய்தாய் நறுவிதாய்" என்ற பாடலை உவமையாய் பாடிக் காட்டுவான்.

மண்ணோடு ஒட்டி அமைந்த அந்த வாழ்வியல் முறைமை கனவாகப் போய்விட்டது.

வயோதிகமும் ஒரு அகதி வாழ்க்கைதான் என்று தெரிகிறது இப்பொ.

*

சென்னாக்குளம் போய் தங்குவதே மனசுக்கு ஒரு இதம். வேலுச்சாமியின் கலியாணம் சிறீவில்லிபுத்தூர் திருவண்ணாமலை மேல் நடந்தது.

முதல்முதலில், அந்த நட்டுக்குத்தலான மலைப்பாதைமேல் நடந்தேறிப் போவதே பெரும்பாடாக இருந்தது எனக்கு. நேற்று நடந்தது போல் இருக்கிறது. இப்பொ ஒரு "பையனும்" இரண்டு "பெண் குழந்தை"களும்; அவர்களுக்கும் கல்யாணமாகி குழந்தை குட்டிகள் என்று ஆகிவிட்டது. சொடக்குப் போடுவதற்குள் மூன்று தலைமுறைகளைப் பார்த்தாகிவிட்டது!

பூர்வீகம் விவசாயக் குடும்பம்; இப்பொ குடும்பத்தோடு கரைச்சல் இல்லாத தொழில் இது. மழை, தண்ணீர் இல்லாத கரிசல்காட்டில் வாத்திமைத் தொழில் என்பது உத்தமமான ஜீவிதம்.

வேலுச்சாமி மனங்கொண்டிருந்தால் அதிகமாக எழுதி இருக்கலாம். எழுதிய மட்டும் அருமையான படைப்புகள். ("நிறங்கள்" தொகுதி) மற்றும் சிறுவர்களுக்கான நாட்டுப்புறக் கதைகள் "தமிழ்நாட்டு சிறுவர் நாடோடிக்கதைகள்" 1979-ல் (22 கதைகள் கொண்டது) வெளிவந்தது. இத்தொகுப்புக்கு நேரு விருது கிடைத்தது. இரண்டாவது பதிப்பு பதினாயிரம் படிகள் அச்சிடப்பட்டது.

இந்த இரு நூல்களும் வீர.வேலுச்சாமியின் பெயரைச் சொல்லிக் கொண்டே இருக்கும்.

அவர் குடும்பத்தில் வாழ்ந்து கொண்டிருந்தபோதும், பள்ளியில் பணிசெய்து கொண்டிருந்தபோதும் மனத்தளவில், “விட்டு விடுதலையாகி” ஒரு குடும்ப சன்யாசி போலத்தான் வாழ்ந்தார். அவருக்கு ஏற்பட்ட உடல்நோய் அவரை அப்படி மனத்தளவில் துண்டு படுத்திவிட்டது.

கடைசியாக நான் சென்னாக்குளம் போயிருந்தபோது, “உங்களோட நான் ஒரு படம் எடுத்துக்கிடணுமெ” என்று கேட்டுக் கொண்டார். சரி என்று தலை ஆட்டினேன். படங்கள் எடுத்துக் கொண்டபோது, கு. அழகிரிசாமிக்கோ எனக்கோ அவன் இருந்த காலத்தில் இப்படி ஒரு படம் எடுத்துக்கொள்ளனும் என்று தோன்றியதே இல்லை. இப்பொ நினைக்கும்போது அது இழப்பாக மனசை உறுத்திக்கொண்டே இருக்கிறது. வேலுச்சாமி அதைப் பூர்த்திசெய்து கொண்டார்.

*

தான் எனும் சுயம், ஆடம்பரம், ஓசை, சலசலப்பு, டாம்பீகம் என்று இருக்கும் இந்த உலகத்தில், தானுண்டு தனதுண்டு என்று வெகு அடக்கமாய் வாழ்ந்து முடித்த வீர.வேலுச்சாமியை நினைக்கிறபோது, பூமிக்குள் யாருக்கும் தெரியாமல் ஓடிக்கொண்டே இருக்கும் ஒரு ஜீவநதிதான் ஞாபகத்துக்கு வருகிறது.

கி.ரா.
9-7-2004

புதுவை - 8
05-07-2004

பாசமுள்ள மருமக்கள்

பிரகாஷ், வசந்தா, கல்பனா இவர்களுக்கு,

அப்பா காலமான துக்கச் செய்தியிலிருந்து நான் இன்னும் விடுபடவில்லை. என்நிலை இப்படி என்றால் உங்கள்நிலை எப்படி இருக்கும் என்று யூகிக்க முடிகிறது.

உங்களுக்கும் உங்கள் அம்மாவுக்கும் எப்படி ஆறுதல் சொல்ல என்று தெரியவில்லை.

உங்கள் வீட்டுத் தொலைபேசியின் எண்கள் மாறி இருப்பதை சுப.கோ.விடம் விசாரித்த பிறகுதான் தெரிந்துகொள்ள முடிந்தது.

தனது முடிவு பற்றி அப்பா தெரிந்தே இருந்தார்.

கல்யாணமே வேண்டாம் என்றுதான் இருந்தார்.

எங்கள் வற்புறுத்துதலின் பேரில்த்தான் செய்துகொண்டார்.

பிறகு என்னிடம் சொன்னார், செய்துகொண்டதுதான் சரி என்று.

அவர் வாழ்ந்தது நிறைந்த வாழ்க்கை; நிறைவோடு இருந்தார். உங்கள் அனைவருக்கும் ஒரு குறையும் வைக்கவில்லை.

தனது மனசின் ஒரு மூளையில் தனது உடன் பிறந்த தம்பியைப் பற்றி மட்டும் ஒரு வருத்தம் இருந்தது.

அவருக்குக் கிடைத்த மற்றொரு செல்வம் நல்ல நண்பர்கள். பாசம் பொழியும் அன்பர்கள். இவை பலருக்குக் கிடைக்காதவை.

எங்களால் தெற்கே வரமுடியும் என்று தோன்றவில்லை.

உடம்பு ரொம்பவும் தளர்ந்து போய்விட்டது.

உங்கள் அனைவருக்கும் எங்கள் பிரியங்களும் ஆசிகளும்.

கிரா மாமா
கணவதி அத்தை

தீப. நடராஜன் தென்காசி/08-07-2004

அருமை பிரகாஷ்,

உங்களுக்கு என்ன சொல்வது, எப்படிச் சொல்வது என்பது தெரியவில்லை.

நம்ப முடியவில்லை. நண்பர் வீர. வேலுச்சாமி ராமச்சந்திரபுரத்தில் இருக்கின்றார் என்றுதான் உள் மனசு சொல்கிறது.

நண்பர் கழனியூரன் சொன்னதும் எனக்கு ஒரு க்ஷணம் ஒன்றுமே ஓடவில்லை.

ராஜநாராயணனும் நானும் வாழ்வின் முடிவு யாருக்கு முதலிலோ என்று பேசிக் கொள்வோம். எழுதிக் கொள்வோம்.

வீர. வேலுச்சாமியை எங்கள் லிஸ்டில் சேர்த்துக் கொள்ளவில்லை. ஆனால் அவரை இறைவன் அழைத்துக் கொண்டு விட்டானே? ஏன்?

அப்பாவின் உயரமும், உயர்ந்த உள்ளமும், தெளிவான சிந்தனைகளும் அவர் நம்மிடையே இருக்கின்றார் என்பதை உறுதிப்படுத்தும்.

உங்கள் எல்லோருடனும் நானும் இருப்பதாகக் கொள்ள வேண்டும்.

அன்பன்,
தீப. நடராஜன்
08.07.2004

வீர. வேலுச்சாமி – 'நிறங்கள்'

நகுலன்

சமீபத்தில் நான் என் புத்தக அலமாரியிலிருந்து எடுத்து முதல் முறையாக வாசித்த புத்தகம் இது. முதல் அட்டையில் ஆசிரியரின் கையெழுத்து இருக்கிறது. தேதி 29.4.77 அகரம் வெளியீடு. அந்தக் காலத்தில் அப்பொழுது எனக்கு வயது 54. பல அலுவல்களுக்கிடையில் இப்புத்தகத்தைப் படிக்காமலேயே இருந்து விட்டேன். இப்பொழுது படிக்கையில் எனக்கு அது ஒரு தரமான படைப்பு என்பதில் யாதொரு சந்தேகமும் இல்லை. மொத்தம் 11 கதைகள். இக்கதைகள் தாமரை, ஞானரதம், முத்தாரம், குமுதம் என்ற பத்திரிகைகளில் பிரசுரமானவை.

இத் தொகுதிக்கு கி. ராஜநாராயணன் மிகவும் பொருத்தமான முன்னுரையை எழுதியிருக்கிறார். எது எப்படியானாலும் கரிசல் காட்டில் இலக்கியத்தைப் பற்றிய வரையில் நல்ல விளைச்சல் என்றே சொல்ல வேண்டும். கி. ராஜநாராயணனின் முகவுரையிலிருந்து சில முக்கியமான மேற்கோள்கள்.

1) ஆரம்பத்தில் வீர. வேலுச்சாமி புதுக்கவிதை எழுதுபவராக ஆனார். எதையும் நுட்பமாகப் பார்க்கும் பிறவி.

2) தரித்திரத்தையும் இல்லாமையையும் வைத்துக் கதைகள் பின்னுவது லேசு அல்ல. வாசகனுக்குச் சலிக்காதபடி நயம்பட மனசில் உரைக்கும்படி எழுதுவது ரொம்பக் கஷ்டம். ஆனாலும் வேலுச்சாமி இதை நன்றாகச் செய்திருக்கிறார்.

இத்தொகுதியின் தலைப்பு 'நிறங்கள்'. இக்கதைகள் முழுவதுமே இரு முக்கியமான அம்சங்கள் உடையவை. இவற்றில் இவைகளை ஒரு வட்டார நாவல் என்று கருதினால் கரிசல் நாட்டின் ஒரு கலாபூர்வமான படைப்பு என்று கணிக்கத் தோன்றுகிறது. இரண்டாவதாக அனைத்தும் ஒரு மையத்தை உடையவை. வறுமையில் தத்தளிக்கும் ஏழை மக்களின் வாழ்க்கையை வெவ்வேறு சாயல்களுடன் இங்கு காணலாம். எனவே நிறங்கள் என்ற தலைப்பு பல நுண்ணிய இழைகளைக் கொண்டது.

பொருளில்லாருக்கு இவ்வுலக இன்பங்கள் இல்லை என்பது வள்ளுவ வாக்கு. முதலில் ஒரு சமூகத்தில் பொருள் மிகுதியாகப் படைத்த வர்க்கத்தினர் அதிகார பலத்தால் சக மக்களை அவ்வாறு தொல்லைகளுக்கு உள்ளாக்குகிறார்கள் என்பதும், அப்படித் தொல்லைக்குட்பட்டவர்கள் எவ்வாறு இவைகளுக்கு ஈடு கொடுக்கிறார்கள் என்பதும் ஒரு மென்மையான மிகைப்படுத்தல்கூட இல்லாமல் இயற்கையாகவே காட்டப்படுகின்றன. இது ஆசிரியரின் நடையின் வெற்றி என்றே சொல்லவேண்டும்.

ஒரு கதையில் பணம் கொடுத்தால் வேலை கொடுக்கப்படும் (ஆனால் கட்சியில் உள்ளவர்களுக்கு) என்பது லலிதமாகச் சொல்லப்படுகிறது.

ஏழைக்குடும்பத்தில் பிறந்த பெண்களுக்கு அவர்கள் அழகே அவர்களுக்குப் பெரும் தொல்லையைத் தருகிறது. இது இங்கு வர்க்க பேதம் இல்லாமல் நடைபெறுகிறது. பொருள் படைத்த பூரியர் இத்தகைய பெண்களைப் பலாத்காரம் செய்கிறார்கள். இவைகளை ஊர் நடுவில் உரக்கச் சொல்லி ஒரு நெஞ்சமூத்தமுடைய கிழவி அந்தப் பெரிய மனிதர்களைத் தலைகுனியச் செய்கிறாள். அவளே கல்யாணமாகாமலே கர்ப்பமடைந்த ஏழைப் பெண்களைக் காப்பாற்ற கர்ப்பத்தைக் கலைக்கும் தொழிலில் ஈடுபடுகிறாள். இதிலும் அவள் மனிதத்தன்மை காணப்படுகிறது.

ஒரு கதையில் (லட்சுமி ஓடிப் போகிறாள் - ராஜநாராயண னுக்குப் பிடித்த கதை) லட்சுமி என்ற ஏழைப் பெண் இரவும் பகலுமாக தன் பணக்கார உறவினர் வீட்டில் வேலை செய்கிறாள். அந்த வீட்டில் சகல சௌகரியங்களுடன் வாழும் குழந்தைகளைப் பார்த்து தன் தம்பி கோந்து தன் தாயின் வற்றிய முலையை உறிஞ்சி வாழ்வதை நினைத்து தன் தம்பி கோந்து ஞாபகம் வர, தன் வீட்டிற்குப் போகிறாள். ஆனால் அவள் சம்பாத்தியமும் அவ்வேழைக் குடும்பத்திற்கு வேண்டியிருக்கிறது. அதனால் அவள் திரும்பி அந்தப் பணத்திற்காக அந்தப் பணக்காரக் குடும்பத்திற்கு விரட்டி அடிக்கப்படுகிறாள். திரும்பவும் வீடு செல்கிறாள். தம்பி கோந்து செத்து விட்டதால் மீண்டும் பணக்கார உறவினர் வீட்டிற்கு வேலை செய்யத் திரும்புகிறாள்.

இன்னொரு கதையில் 'மீட்சி' (எனக்குப் பிடித்த கதை) ஒரு பணக்காரன் சாவதும் ஒரு ஏழைப் பெண்ணுக்கு குழந்தை பிறப்பதும்

இரண்டுமே "சுமையின் அழுத்தத்திலிருந்து விடுபட்ட மீட்சி" என்று கூறப்படுகிறது. ஒரு பழைய எழுத்தாளர் சொன்னமாதிரி ஒரு பாதி உலகிற்கு, மறு பாதி எப்படி வாழ்கிறது என்று தெரிவதில்லை. இல்லாமையில் வணங்கும் மனித வாழ்வை வெவ்வேறு சாயல்களை நுட்பமாகவும் திறம்படவும் இக்கதைகள் சுட்டிக்காட்டுகின்றன.

இப்பொழுதெல்லாம் வட்டாரநாவல்கள் என்ற சொற்றொடர் அதிகமாகப் பேசப்பட்டு வருகிறது. இக் கதைகளில் கரிசல் காட்டுப் பிரதேசம், அதன் இயற்கை அழகு, அம்மக்களின் பேச்சு, சடங்குகள், ஏழைகளென்றாலும் அவர்களுக்குள்ள அழகுணர்ச்சி, இயற்கையாகவே விளைந்த ஒரு வாழ்க்கைத் தத்துவம் - எல்லாம் இணைந்து ஒரு அபூர்வச் சாயலுடன் காணப்படுகிறது.

அவர்கள் கரிசல் காட்டு மக்கள் கூழ்முட்டையிலிருந்து 'முட்டைகோசு' உருவாகிறது என்று நினைக்கிறார்கள். பிராமின்ஸ் கிராமின்ஸ் எனப்படுகிறார்கள். 'தலைக்கோழி' என்ற சொல்லும் காணப்படுகிறது. ஒரு கதையில் வரும் ஒரு ஜமீந்தார் வருஷத்திற்கு ஒருநாள் ஏழைகளுக்கு விருந்து கொடுக்கிறார். ஒரு கூலிக்காரன் ஒரு சொற்பத் தொகையைக் கடன் கேட்கக் கொடுக்க மறுக்கிறார். அடுத்த விருந்து தினத்தில் அவன் தன் நண்பர்களுடன் வர அவர் கோபப்பட அவன் சொல்கிறான், ''இவ்வளவு வருஷங்கள் வருஷத்திற்கு ஒரு முறை எங்களுக்கு உங்கள் கௌரவத்தைக் காப்பாற்றிக் கொள்ள பிச்சை கொடுத்தீர்கள். ஒரு அவசியத்தின் பொருட்டு சொற்பத் தொகையை கூடக் கடன் தர மறுத்தீர்கள். இனி எங்களுக்கு உங்கள் கௌரவப் பிச்சை தேவையில்லை. எப்படியாவது கஷ்டப்பட்டு எங்கள் வயிற்றுப்பாட்டைக் கவனித்துக் கொள்கிறோம்.''

இன்னொரு கதையில் கல்யாணமாகாமல் குழந்தை பெற்றவளின் குழந்தையை 'அந்த சிசு' பூமியில் தொடாதபடி பாய்ந்து பிடித்துக் கொண்டாள் ஒரு கிழவி. அருகில் கொதியாய் கொதித்துக் கொண்டிருந்த ஒரு அண்டா வெந்நீர் அந்தப் பாபத்தை ஏற்றுக் கொண்டது. கதை முடிவில் அதன் தாயார் கிணற்றில் வீழ்ந்து சாகிறாள்.

ஒரு கதையில் ஒரு பாப்பாத்தி தன் பசிக்கும் குழந்தைக்குப் பால் கேட்க, அகம்பாவம் பிடித்த அம்பட்டச்சி சுண்ணாம்புத் தண்ணீரை ஆத்திக் கொடுக்கிறாள். குழந்தை செத்துப் போகிறது.

இத்தகைய கதைகளைப் படிக்கும்பொழுது ரஷ்ய மேதை எழுத்தாளர்களின் ஞாபகம் வருவது இயல்பு.

கரிசல் நாட்டில் அதற்கென்று ஒரு இயற்கை எழில் உண்டு. லட்சுமி ஓடிப்போகிறாள் என்பதிலிருந்து ஒரு பகுதி. 'அவள் கொஞ்சம் வேகமாகவே நடக்கிறாள். இருட்டிவிட்டால் பூச்சி பொட்டு கிடக்கும். போனதரம் ஒரு பாம்பு கருவமரத்தில் சரசரவென்று ஏறியதைப் பார்த்தாள். தங்க நிறத்தில் மஞ்சள் வெயிலில் தகதகவென்று மின்னியது. அப்படியே சரடாப் பின்னிக் கழுத்தில் போட்டுக் கொள்ளலாம். அப்படி ஒரு ஜொலிப்பு' (ப.125) இன்னும் ஒரு மேற்கோள் ''நிறங்கள்'' என்ற கதையில் தரித்திரியம் பிடித்த தன் ஊரில் கணக்கு மாத்திரம் பிடிபடும் ஆறுமுகம், கிறுக்கன் என்று அறியப்படுபவன் சொல்கிறான் ''என்ன செய்யறே?'' என்பதற்கு ''சைபருக்கு மதிப்பு கணக்கு பிடிக்கேன்... பார்'' என்கிறான் (ப.34).

இக்கதைகள் மனிதனுக்கும் சமூகத்திற்கும் உள்ள தொடர்பை மையமாகக் கெகண்டிருந்தாலும், நடை நேர்த்தியால் மனித மனதின் வக்ர நிலைகளை நுட்பமாகச் சித்தரிப்பதினால் திரும்பத் திரும்பப் படிக்க வேண்டியது. பலரும் படித்திருப்பார்கள்; இனியும் படிப்பார்கள்.

நவீன விருட்சம், டிசம்பர் 1993

பொன்னீலன்
மணிகட்டிப் பொட்டல்
நாகர்கோவில்

நாள் 08.07.04

அன்புமிக்க வே. பிரகாஷ்,

    வணக்கம். தங்கள் அருமைத் தந்தையார் வீர. வேலுச்சாமி அவர்கள் மறைவு எனக்கு மிகுந்த வருத்தத்தை தருகிறது. ஒரு எழுத்தாளர் என்ற முறையிலும் நண்பர் என்ற முறையிலும் எனக்கு அவரோடு நெருங்கிய தொடர்பு உண்டு. சிரிக்க சிரிக்கப் பழகும் அவருடைய பண்பு அவருடைய எளிமை என்னைக் கவரும். தாமரையிலும் ஆனந்தவிகடனிலும் அருமையான சிறுகதை எழுதியவர் அவர். மண் மணம் கமழும் அந்தக் கதைகள் அவருக்கு பெரும்புகழை ஈட்டித்தந்தன. தமிழ்நாடு கலை இலக்கியப் பெருமன்ற அமைப்பிலும் ஆர்வம் காட்டினார் அவர். அதன் கதையரங்குகளில் பல கதைகள் அரங்கேற்றினார்.

    அவர் மறைவு எங்களுக்கெல்லாம் பெரும் இழப்பு. தங்களுக்கும் குடும்பத்தினருக்கும் என் ஆழ்ந்த இரங்கலை தெரிவித்துக் கொள்கிறேன்.

                                              அன்புடன்,
                                              பொன்னீலன்

பா. செயப்பிரகாசம் சென்னை

8.7.04

அன்புள்ள பிரகாஷ்,

அப்பா காலமாகிவிட்டார்.

கி.ரா. சொல்லித்தான் தெரிந்தது. நான்கு நாட்களாய் தொலைபேசியில் முயற்சி செய்தேன். "எல்லா வழித்தடங்களும் சுறுசுறுப்பாக இருக்கின்றன" என்ற பதிலே வந்தது. தொயந்தடியாய் என்ன கோளாறு என்று தெரியவில்லை.

பிறகுதான் 'நீத்தார்நினைவு' பத்திரிகை கிடைத்தது.

கி.ரா. கடிதத்தில் எழுதியிருந்தார், "கிட்டத்தட்ட எல்லாமே உதிர்ந்துகொண்டு வருகிறது என்றுதான் சொல்ல வேண்டும். நாமும் எப்போ 'பொத்'தென்று உதிர்ந்து விழப் போகிறோமோ தெரியல"

நேற்று கந்தர்வன்; கொஞ்சம் முன்னால் கவிஞர் மீரா, இன்று அப்பா.

இப்போதுதான் எழுதியது போலிருக்கிறது கந்தர்வனைப் பற்றி. மரணக் குறிப்பு எழுதி கணையாழி இதழில் வெளியாகி, முழுசாய் ஒரு மாசம்கூட முடியவில்லை.

"வீர. வேலுச்சாமியை வாசித்திருக்கிறீர்களா? அற்புதமான கலைஞன். யதார்த்தம்னா என்னாங்கறத அவர்ட்டதான் தெரிஞ்சிக்கிறனும்'' என்றார். அவர்தான் அப்பாவைப் பற்றி முதலில் என்னிடம் சொன்னவர். பிறகு தான் வீர. வேலுச்சாமியை தாமரை இதழ் மூலம் கிரகிக்க ஆரம்பித்தேன்.

எழுதிய எழுத்தின் பச்சை காயாமலிருக்கிறபோதே, இன்னொரு விடைபெறலா? மாயம் போல் இருக்கிறது.

கனவுகளில் சிரிக்கிறோம்; கனவுகளில் தலைகீழாய் மிதக்கிறோம். அபூர்வங்களை கோர்த்துக் கோர்த்து கனவுகளில் தொடுத்துக் கொள்கிறோம். யதார்த்தத்தில் விரும்பின யாவும் கனவுகளில் மெய்ப்படுகின்றன.

இப்போது இரத்தக் காட்டேரி 'டிராகுலா' இரு கடைவாய்ப் பற்களிலும் இரத்தம் வழிய, சுற்றிச் சுற்றி வேட்டையாடுகிறது. ஆகாய

மார்க்கமாய் பறந்து போகும் பறவையாய் அமைதியாய் நடந்து போகும் மக்களை ஒரு அக்னிக் கணை இரண்டு துண்டமாக்கிப் பிளந்து வீசுகிறது. சித்திரபுத்திரன் எமலோகத்தில் கணக்குப் புத்தகம் எடுத்து வராமலே - பாவபுண்ணியப் பட்டியல் வாசிக்காமலே - கழுவிலேற்றி, தீக்குண்டத்தில் தள்ளுகிற குரூரம் அரங்கேறுகிறது.

இப்போது நமது கனவுகள் குளிர்ச்சியாக இல்லை.

ஒரு கட்டத்தில், புதிது புதிதாய் என்ன வருமென்று அறிய முடியாத குரூரங்கள் கொண்ட நவீன உலகில் வாழ்ந்தவர் அப்பா. விடுதிக் காப்பாளராகப் பணியாற்றிய காலம் அது. அப்போது சேர்த்துக் கொண்டவைதாம் நிம்மதியற்ற பகலும், வெக்கையடிக்கும் கனவுகளுடனான இரவும்; அப்போது சேர்த்துக் கொண்டவைதான் இந்த நோயும் நொம்பலமும். கி.ரா. பரிந்துரை செய்து மருத்துவர் கதிரேசன் ஆலோசனையின் பேரில் சென்னை வந்து, ஓட்டேரி சானட்டோரியத்தில் காசநோய் மருத்துவமனையில் அப்பா சேர்ந்திருந்தார். பூமணியும் நானும் போய்ப்பார்த்துப் பேசிக் கொண்டிருந்தோம். பூமணியும் நானும் அப்போது சென்னைவாசிகள் ஆகிவிட்டோம்.

நோய் அப்படியே தங்கிக்கொண்டு, அப்பாவின் எழுத்தை துரத்திவிட்டது.

எழுதுவது லேசுப்பட்ட காரியமல்ல. எந்த நேரத்தில் எந்தக்கனி கையில் வந்து விழும், எது கை நழுவிப் போகும் என்று சொல்ல முடியாது. தூக்கத்தில்கூட அதே சிந்தனையாய்ப் புரள வேண்டி யிருக்கும். திடீரென்று மின்னல் மாதிரி ஒரு நல்ல குறிப்புத் தோன்றும். சங்கடம் பாராமல் எழுந்து குறித்துக் கொள்ள வேண்டியிருக்கும். ‘என்ன சித்தப்பிரமை பிடிச்சமாதிரி’ என்று பக்கத்திலுள்ளவர்கள் பார்ப்பார்கள். நினைவில் வைத்திருப்பது தவறி, மறதிக் கடலின் ஆழத்தில் மூழ்கி, மூழ்கி அது தேடினாலும் கிடைக்காது.

ஒரு கணத்தில் நமக்குள் வெடித்து நம்மை உலுக்கிய ஒரு சொல், ஒரு உவமை, ஒரு விவரணை, ஒரு காட்சி கை வசப்பட்டது போல் ஒரு செண்டிப்பு அடித்து, பிறகு எங்கேயோ போய் ஒளிந்து கொள்ளும். ரத்தினக்கல் கிடைத்து தொலைத்து விட்டதுக்குச் சமமாய் இழப்பின் வலி அமுக்கும்; இந்த வலியோடுதான் அப்பாவின் எழுத்துப் பயணமும் நடந்திருக்கும். ஏழெட்டு வருசங்களுக்குள் மளமளவென்று எழுதி, வெற்றியின் உயரத்தில் ஏறி ஏறிப் போனார்.

தமிழுக்கு அப்போதுதான் புதிதாய் அறிமுகப்பட்டிருந்த யதார்த்தச் சித்தரிப்புக் கலையின் மர்மத்தைப் புரிந்து கையிலெடுத்தார். கலைத்துவம் கெடாமல் அதில் பல வர்மப்பிடிகள் போடத் தெரிந்திருந்தது அப்பாவுக்கு.

நிறங்கள் சிறுகதைத் தொகுதி எழுபதில் வந்தது. அத்தோடு தமிழ்நாட்டு கிராமியக் கதைகள். அகரம் வெளியீடாக வந்தது.

நிறங்கள் தொகுப்பு உன்னிப்பாய் கவனம் பெற்றது. இப்போது இலக்கிய வட்டாரத்தின் கவனம் வேறொரு திசையில் திரும்பிவிட்டது.

மௌனி கதைகள் ஒரு தொகுதிதான் காணக் கிடைத்தது. அவர் ஆயுளில் எழுதியது அவ்வளவுதான். கதைகளாக ஆக்கித் தராமல் வாழ்வை அவருடைய பார்வையில் தத்துவ விசாரணை செய்த மௌனி ஜெபம் எழுத்துலகில் இன்னும் ஓய்ந்த பாடில்லை.

அகமனக் குதறல்களை கொட்டிய எழுத்துக்கள் போற்றப் படுகின்றன. இம்மாதிரியே இலக்கிய உலகில் அதற்கொரு மறுவாசனை தந்து கொண்டிருக்கிறார்கள்.

ஆனால் நிறங்கள் கதைகளின் தகுதியை முன்னிட்டு மறுபடி மறுபடி இவர்கள் ஏன் பேசுவதில்லை?

அவர்கள் நிறத்தைக் காட்டுகிறார்கள் என்றுதான் சொல்ல வேண்டும். வாழ்க்கையை, அதன் சுயானுபவத்தை நிதரிசனமாக வைக்கிற எந்தப் படைப்பையும் பேசாமல் விடுகிற மௌனம்.

இதுதான் இலக்கிய வனாந்தரம். எந்தக் கருத்தியலையும் கைப்படுத்தாமல், கலைத்துவ உச்சாடனை செய்யும் இலக்கிய முனிகளின் வனாந்தரம் அது. திட்டமிட்ட மௌனம் என்பது புறக்கணிப்பு.

உங்கள் ஊருக்கு, ஏழெட்டு வருசம் முந்தி நானும், சங்கரன் கோவில் நண்பர் செயராமனும் வந்திருந்தோம். மதியச் சாப்பாட்டுக்குப்பின், அப்பா ஊர் சுற்றிக்காட்ட கூட்டிப் போனார். ஊரின் ஊடாகவும் ஊரைச் சுற்றிலும் பாத்தி போட்டது போல் வேப்ப மரங்கள். வேப்பந் தோப்புகளால் இயற்கையைக் கொண்டாடியிருந் தார்கள் உங்கள் ஊர் மக்கள்.

சுத்தமான ஆளாய், பிரியமும் பாசமும் கொண்ட மனிதராய் பின்னணியில் அப்பா சேர்த்துக் கொண்ட பிரபல்யங்கள் நிறைய.

உங்களுக்கு, வசந்தாவுக்கு, கல்பனாவுக்கு ஒரு நல்ல அப்பா.

அம்மாவுக்குப் பிரியமுள்ள கணவர்.

எங்களுக்கு அறிவார்த்தமான, ஈரமான நண்பர்.

எல்லோரும் இழந்துவிட்டோம்.

யதார்த்தவியல் என்ற இலக்கிய நவீனப் பிரிவுக்கு கை நிறைய அன்னமிட்ட ஒருவரை சிறுகதை உலகம் இழந்துவிட்டது.

குடும்பத்தைச் சுமந்து செல்வது - ஒழுங்கமைவு செய்வது - உறவுகளை, நட்பைக் காப்பது - அப்பா கவனமாக இருந்தார்; அந்தக் கவனத்தை நீங்கள் கைகளில் எடுத்துக்கொள்ள வேண்டும். அதோடு இன்னொரு அபூர்வமான பொருள் உங்கள் கைவசமிருக்கிறது. உங்களிடம் இலக்கியம் செய்வதற்கான நல்ல தெறிப்பு இருக்கிறது. சிறு கங்கு. ஊதி, ஊதி கனலாக்குங்கள்.

சரியான தொலைபேசி எண்ணை எழுதுங்கள். அவசியம் ஊர் வருவேன். உங்களை, வசந்தாவை, கல்பனாவை, அம்மாவைப் பார்த்துப் போக.

ஆறு, ஆறு என்று சொன்னால், ஆறுமா உங்கள் அனைவரின் மனசும்?

பிரியமுள்ள மாமா,
பா. செயப்பிரகாசம்
8.7.04

சென்னை
10.8.04

அன்புள்ள பிரகாஷ்,

படித்துறை, தீராநதி - ஆகிய இதழ்கள் தங்களுக்கு வந்திருக்கும்; அனுப்பியதாகத் தெரிவித்தார்கள். கி.ரா.வும் நானும் கழனியூரனும் அப்பாவுக்கு - நினைவாய்ச் செய்ய வேண்டிய கடமையை ஓரளவு நிறைவேற்றியுள்ளோம். புத்தகம் பேசுது - இதழில் சிறிய அளவில் வெளியிட்டார்கள். தங்களுக்கு அனுப்புமாறு தெரிவித்தேன். த.மு.எ.ச. சென்னைக்கிளை நடத்தும் கூட்டாஞ்சோறு காலாண்டிதழில் அப்பாவைப் பற்றிய குறிப்போடு, ஒரு கதையையும் வெளியிடுவதாகக் கூறினார்கள். புகைப்படமும், நிறங்கள் தொகுப்பும் கொடுத்தேன். காலாண்டிதழ் என்பதால் இன்னும் இருமாதம் ஆகும்.

ஈழம் - மலையகத்திலிருந்து நந்தலாலா இதழ், திருகோண மலையிலிருந்து சுட்டும் விழி இதழ் - ஆகியவைகளிலும், கண்டியிலிருந்து வரும் கொழுந்து இதழிலும் வெளியிட ஏற்பாடு செய்து வருகிறேன். புகைப்படங்கள் மூன்று அனுப்புங்கள். ஏற்கனவே வெளிவந்த நேர்காணல் ஏதாவது உள்ளதா? படித்துறையில் வந்த 'பங்கீடு' கதை நிறங்கள் தொகுப்பில் இல்லை. இப்படி தொகுப்பில் வெளிவராத கதைகள் எத்தனை உள்ளன? மீண்டும் ஒரு தொகுப்பு கொண்டு வரலாம்.

நட்புடன் மாமா
பா. செயப்பிரகாசம்

DR **ABBAS IBRAAHIM**, M.A., B.GL., M.L.I.S., D.UNIU, Ph.D.

16-7-2004

அன்புள்ள வீரவேல் பிரகாஷ்,

உங்கள் பெயருக்குள் கூட அகப்பட்டிருக்கும் வீரவேல் எங்கும் போய்விட முடியாது.

வீர. வேலுச்சாமி உடம்பு பஞ்ச பூதங்களில் ஐக்கியமாகி விட்ட செய்தியறிந்தேன். குடும்பத்தினர் அனைவருக்கும் இது இழப்புத்தான். வீர. வேலுச்சாமியின் இயல்போடு மட்டுமே உறவுள்ள இலக்கியவாதிகள் அனைவருக்கும் இது ஒரு இழப்பே அல்ல. எங்களைப் பார்த்து குடும்பத்தினர்களும் தேற்றிக்கொள்ள வேண்டியதுதான்.

சுப.கோ. நாராயணசாமியிடம் சொல்லி வீர. வேலுச்சாமியின் பிரசுரமாகாத எழுத்துக்கள் ஏதும் இருந்தால் அவற்றையும் பிரசுரிக்க ஆவன செய்யுங்கள்.

உங்கள் குடும்பத்தினர்களின் பிரச்சனைகள் ஏதும் நீங்களாக தீர்த்துக் கொள்ள முடியாததாக இருப்பின், அதுபற்றி எப்போது வேண்டுமானாலும் என்னைத் தொடர்பு கொள்ளலாம்.

"வீர வேல்" என்று நான் கொடுத்துள்ள அடை மொழியையும் உங்கள் பெயரோடு சேர்த்து எழுதினால்தான் உங்களை எனக்கு நினைவுக்கு வரும்.

ஊர்ப்பக்கம் வரும்போது நேரில் வருவேன்.

அன்புள்ள
டாக்டர் **அப்பாஸ் இப்ராஹிம்**
(தேவ. சித்ர பாரதி, ஆசிரியர், (ஞானரதம்)

என் சக பயணிகள் : வீர. வேலுச்சாமி

ச. தமிழ்ச்செல்வன்

“தரித்திரியத்தையும் இல்லாமையையும் வைத்துக் கதைகள் பின்னுவது லேசு அல்ல. வாசகனுக்குச் சலிக்காதபடி நயம்பட மனசில் உறைக்கும்படியாக எழுதுவது ரொம்பக் கஷ்டம். ஆனாலும் வேலுச்சாமி இதை நன்றாகச் செய்திருக்கிறார்” என்கிற கி. ராஜநாராயணனின் முன்னுரை வரிகளோடு 1977 மார்ச்சில் வெளியான “நிறங்கள்” சிறுகதைத் தொகுப்பு (அன்னம் வெளியீடு, விலை ரூ.5) மட்டுமே இன்று எழுத்தாளர் வீர.வேலுச்சாமி நமக்கு விட்டுச்சென்ற புத்தகமாக - சொத்தாக - கிடைத்திருக்கிறது. இத்தொகுப்பில் உள்ள 12 சிறுகதைகளில் 7 கதைகள் தாமரையில் வந்தவை. ஒன்று ஞானரதத்திலும் குமுதத்தில் ஒன்றும் முத்தாரத்தில் ஒன்றுமாக வெளியாகியுள்ளன. இரண்டு கதைகள் நேரடியாகத் தொகுப்பில் சேர்க்கப்பட்டவை. அதற்கப்புறம் அவர் கதைகள் ஏதும் எழுதவில்லை என்று அவர் மீது மிகவும் அன்புகொண்டவரான தோழர் பா. செயப்பிரகாசம் நேர்ப்பேச்சில் குறிப்பிட்டார். பிரசுரமாகாத சில கட்டுரைகள் மட்டும் வீட்டில் இருப்பதாக வீர.வேலுச்சாமியின் புதல்வர் பிரகாஷ் கூறினார்.

2004-இல் வீர. வேலுச்சாமி மறைந்தார். வாழ்நாள் முழுவதும் அவரை வாட்டிய காசநோய் அவரை எடுத்துச்சென்றது. அவருடைய எழுத்தை அதற்கு முன்பே அது பறித்திருந்தது. அவருடைய நோய் காரணமாகத்தான் அப்பா தொடர்ந்து கதை எழுதவில்லை என்பது பிரகாஷின் கூற்று. விசையுறு பந்தினைப்போல் உள்ளம் வேண்டியபடி செல்லும் உடல் கிடைத்துள்ள நம்மாலேயே தொடர்ந்து கதை எழுத முடியவில்லையே, அவர் அத்தனை உபாதைகளுக்கு நடுவே எப்படி எழுதியிருக்க முடியும் என்று நினைத்துப் பார்க்கிறேன். (நல்லா இருக்கும் உடம்பை தாமாகவே ரூம் போட்டுக் கெடுத்துக் கொண்டிருக்கும் என் சக எழுத்தாள நண்பர்கள் பற்றிய கவலை இவ்விடத்தில் வந்து சேர்வதைத் தவிர்க்க முடியவில்லை.)

தாமரை இதழின் ஆசிரியராக தோழர் தி.க. சிவசங்கரன் பொறுப்பேற்று நடத்திய 1965-க்கும் 1972-க்கும் இடையிலான காலம் தமிழ்ச் சிறுகதை வரலாற்றில் பொன்னெழுத்துக்களால் பொறிக்கப்பட

வேண்டிய காலம் என்று இலக்கிய உலகில் எல்லோரும் குறிப்பிடுவார்கள். இன்று தமிழின் மிகச்சறந்த சிறுகதையாளர்களாக எல்லோராலும் அங்கீகரிக்கப்படும் பிரபஞ்சன், வண்ணநிலவன், பூமணி, கந்தர்வன், பா. செயப்பிரகாசம், லிங்கன், தனுஷ்கோடி ராமசாமி போன்ற பலரும் மலர்ந்து மணம் பரப்பியது அன்றைய தாமரை இதழில்தான். வீர. வேலுச்சாமியும் தாமரையில் அந்தக் காலகட்டத்தில் பிறந்த ஓர் படைப்பாளிதான். அவரது 'ஒரு சைக்கிள்' கதை தாமரையில் மே-1966இல் வெளியாகியுள்ளது. கடைசியாக பிப்-1971 தாமரையில் அவரது 'நிறங்கள்' கதை வெளியாகியுள்ளது. சரியாக அவர் தி.க.சி. காலத்துத் தாமரைப் படைப்பாளி என்றே குறிப்பிடலாம்.

கரிசல் எழுத்தாளர்கள் என்று கி.ரா. திரட்டிய படைவரிசையில் தனித்துவமிக்க ஒரு படைப்பாளியாக மின்னியவர் வீர. வேலுச்சாமி. அவரது இயல்பான மொழிநடையும் வித்தியாசமான கரிசல்காட்டு உவமானங்களும் அவர் எடுத்தாண்ட பிரச்சனைகளும் அவரை அசலான நுட்பமான - படைப்பாளியாக இனம் காட்டின. அவருடைய 'கொழுந்துகள்' கதையும் 'லட்சுமி ஓடிப்போகிறாள்' கதையும் அக்கதைகள் வந்த நாட்களில் எல்லோராலும் கொண்டாடப்பட்ட கதைகள் ஆகும்.

"முன் வாசலில் நெரிக்கும் கூட்டத்தின் ஓரமாகக் கடவு கிடைக்குமா என்று ஆராய்ந்தாள் லட்சுமி. வாசலில் கால்களையும் கைகளையும் அகன்று பரப்பி, மோதும் கூட்டத்தைத் தள்ளிக் கொண்டிருந்தார் தவிட்டு நாயக்கர். லட்சுமி சுவர் ஓரமாக ஒட்டி ஊர்ந்து மெதுவாக முன்னேறி நாயக்கர் கால் கவட்டு வழியாகப் பாய்ந்து விட்டாள் உள்ளே. சிறிதும் எதிர்பார்க்காத பிரமிப்பில் திகைத்துவிட்டு ஆத்திரத்தோடு கூப்பாடு போட்டார், "எந்த சிறுக்கி புள்ளே அது... சின்னசாதிக் களுதெ..." அவர் உள்பக்கம் திரும்பியதுதான் தாமதம், கூட்டம் உள்ளே நுழைந்துவிட்டது."

'கொழுந்துகள்' கதையின் துவக்கம் இது. இவ்வளவு களேபரமும் எதுக்கு என்றால் சோத்துக்குத்தான். கிராமத்தில் நடக்கும் கல்யாண விருந்தில் சாப்பிடக் காத்திருந்து பாய்ந்த கூட்டம்தான். பஞ்சகாலத்தில் கல்யாணச் சாப்பாடென்றால் லட்சுமி, ராமசாமி போன்ற குழந்தைகளுக்குச் சொல்லவா வேண்டும். ஆனால் அந்த வீட்டுக் கல்யாணத்துக்கு லட்சுமியின் அம்மா கொண்டம்மாவுக்கு

அழைப்பில்லை. ஆகவே அங்கே சாப்பிடப் போகக்கூடாது என்று லட்சுமிக்குப் படிச்சுப் படிச்சுச் சொல்லிவிட்டுப் போயிருந்தாள். ஆனால் முதல் பந்தியில் சாப்பிட்ட ராசு 'உருளைக்கிழங்கு, வாழைக்கா, முட்டைக்கோசு, அப்பளம், பாயாசம்...' என்று பட்டியல் வாசித்து லட்சுமியைக் கிளப்பிவிட்டுப் போனான். அவளுக்கு அம்மா சொன்னது மறந்து போனது. தவிர அவள் முட்டைக்கோசே சாப்பிட்டதில்லை, "அப்படி ஒரு வெஞ்சனமா?... அதென்ன முட்டைக்கோசு... முட்டையிலெ செய்வாகளோ?..."

இலை போட்டு இலையில் சோறும் விழுந்து சாம்பாரும் ஊற்றியான நேரத்தில் அவளுடைய அம்மா அவளைத் தேடிக்கொண்டு வந்து அவளை இழுத்துக் கொண்டுபோய் நாட்டுப் பருத்திமாரால் வெளுக்கிறாள்.

குடும்ப கௌரவம், அழையாத வீட்டுக்கு சாப்பிடப் போகக் கூடாது என்பதெல்லாம் லட்சுமிக்குப் புரியவில்லை. ராத்திரி ரொம்ப நேரம் கழித்து அழுதுகொண்டு படுத்திருக்கும் தகப்பனில்லாப் பிள்ளையான லட்சுமியைத் தாய் இழுத்து அணைத்துக்கொண்டு பேசும் இடம் காவியம்தான்.

"அங்கேயெல்லாம் போயி நாம சோறு திங்கலாமா"

"ஏன் போனா என்னவாம்"

"போனாக்க நம்மளை மத்தவங்க எளப்பமா நினைப்பாங்க... கொண்டம்மா மகளைப்பாரு... சோத்துக்கு ஆலாப்பறக்கிறா என்பாங்க... உங்க அப்பா இருந்தப்போ நாம எப்படி இருந்தோம் தெரியுமா?..."

"ராமசாமி மட்டும் போனான்...?"

"அவுங்க போகலாம்... மத்தவங்க ஒண்ணும் சொல்ல மாட்டாங்க... அய்யோ பாவம்... கூலிக்காரங்க... என்ன உண்டும்... அப்படிம்பாங்க... அவங்களுக்கு... நாம அப்படியில்லே... நமக்குக் காடு கரை இருக்கு..."

"ராசு போனான்..."

"அவங்க பணக்காரங்க... அவங்களே வூட்டுக்குப் போயி அழைப்பாங்க... சாப்பிட வாங்கன்னு... நம்மளை யாரு கூப்பிட்டாங்க...?"

“போம்மா...நீ... ஏமாத்துறே... நாமளும் ஏழைங்கதாம்... ராமசாமி வீட்டிலேயும் மூணு நேரமும் கம்மங்கஞ்சி... நம்ம வீட்டிலேயும் அப்படித்தான்... அவங்கம்மா காலையிலே வேலைக்குப் போயிட்டு ராத்திரிதான் வாரா... நீயுந்தான் என்னவாம்... இருட்லேதானே வாரே புஞ்சையிலே இருந்து... போம்மா... நீ... மோசம்...”

“இருந்தாலும்... இருந்தாலும்... நமக்கு காடு கரை இருக்கு... நமக்கு மட்டும் வெளஞ்சா இப்படியா இருப்போம்... நீயும் தம்பியும் பெரிசா வந்து உழைச்சு சம்பாதிச்சு நம்ம கிணத்தைத் தோண்டி இஞ்சின் வச்சி...”

லட்சுமி சிணுங்கினாள். “போம்மா... ராமசாமியெல்லாம் போயிச் சாப்புட்டான்... என்னெ மட்டும் நீ...”

கொண்டம்மாவால் பெரியவர்களின் உலகத்துக் குடும்பக் கௌரவத்தையும் ஏழ்மையிலும் அதை விட்டுக்கொடுக்கக்கூடாது என்கிற தர்மத்தையும் குழந்தைகளின் உலகத்துக்குள் கொண்டு சேர்க்க முடியவில்லை. அந்தப் போராட்டம்தான் கொழுந்துகள் கதை.

‘லட்சுமி ஓடிப்போகிறாள்’ கதையும் வறுமையின் இல்லாமையின் இன்னொரு முகத்தைக் காட்டும் கதைதான். கிராமத்தில் விளைச்சலும் இல்லை; சாப்பாட்டுக்கு வழியும் இல்லை என்றான போது பக்கத்து நகரத்தில் வீட்டு வேலைக்கு அனுப்பப்படும் லட்சுமி என்கிற பெண்குழந்தை ஊருக்கு ஓடிஓடிப் போவதும் திரும்ப வறுமை துரத்த டவுனுக்கு மறுபடி ஓடுவதும்தான் கதை.

வீர. வேலுச்சாமி கதைகளின் மிகப்பெரிய பலமே அக்கதைகளின் கதாபாத்திரங்களின் வார்ப்பும் வர்ணிப்பும்தான். அழுத்தமான கோடுகளால் வரையப்பட்ட சித்திரங்களாக அவர்கள் கதைக்குள் வாழ்கிறார்கள். ‘ஒரு குடும்பத்தின் கதை’யில் வரும் எல்லம்மா என்கிற இளம்பெண். உழைப்பு உழைப்பு என்று உழைத்துக்கொண்டே இருப்பவள். மின்சாரம் இல்லாத அந்தக் காலத்து இரவுகளில் நிலா வெளிச்சத்திலும் வேலை பார்ப்பவள்.

“நிலா மீது பிரியப்பட்ட ஒரு காலமும் அவளுக்கு இருந்தது. சிறுமியாக இருந்தபோது கூடிக் கும்மாளம் அடித்தது இந்த நிலாக்காலத்தில் தான். பெரியவளான பிறகும் நிலா வெளிச்சம் அவளுக்கு ஆனை பலம் கொடுக்க... கம்பந்தட்டை அறுத்துக் கட்டுவதிலிருந்து மார் பிடுங்கிச் சேர்ப்பது வரை ‘தண்ணீர் குடித்த

மாதிரி' அவளுக்கு. ஒரு மூடை வரகை எடுத்துப்போட்டு உட்கார்ந்து திரிகையைப் பிடித்தால் பொட்டும் அரிசியும் வேறாக்கி விட்டுத்தான் எழுவாள்.

நிலா வீணில் காய அவளுக்குப் பிடிக்காது. வேலையேதும் இல்லாவிட்டாலும் கட்டிலில் படுத்துக்கொண்டு வானத்தில் மேகப் படலங்கள், பூச்சுகள், ரேகைகள், தப்பி மினுக்கும் நட்சத்திரங்கள் இவைகளைப் பார்த்து மனசில் கூடுகட்டி..."

நிலா கிராமத்து உழைப்பாளி மகளுக்கு என்னவாக அர்த்தமாகிறது என்பதன் அற்புதமான படப்பிடிப்பாக வரும் இவ்வரிகள்.

அவருடைய ஒவ்வொரு கதையிலும் வருகிற குழந்தைகள் வாசக மனதைக் கரையச் செய்பவர்களாக இருக்கிறார்கள். குழந்தை உலகத்தை கு. அழகிரிசாமியைப் போல அப்படியே நமக்குப் படைத்துக்காட்டிய படைப்பாளி வீர. வேலுச்சாமி. 'ஒரு சைக்கிள்' கதையில் வரும் துரைராஜு (இக்கதையைப் படித்தால் அரசாங்கத்தின் இலவச சைக்கிள் திட்டத்தை நாம் வேறு கோணத்தில் வரவேற்போம்), கொழுந்துகள் கதையின் லட்சுமி, ராமசாமி, ராசு, 'பால்ய சினேகிதன்' கதையில் வரும் சங்கையா, கௌரவம் கதையில் வரும் ஒரு கால் சூம்பிய அய்யலு, 'வயிறும் மானமும்' கதையில் வரும் சிறுவன், 'லட்சுமி ஓடிப்போகிறாள்' கதையில் வரும் லட்சுமி, கோயிந்து, பேபி என எத்தனை எத்தனை அற்புதமான அசலான குழந்தைகளை நம்மிடம் விட்டுச்சென்றிருக்கிறார் வீர. வேலுச்சாமி.

பலகதைகளில் ஆண்கள் இல்லாத வீடுகளை நிலை நிறுத்தப் போராடும் பெண்களே மையமாக நிற்கிறார்கள். வலுவான தாட்டிகமான பெண்களைப் படைத்தவர் வீர. வேலுச்சாமி. உண்மையில் அவருடைய மகன் பிரகாஷ் சொல்வதைப்போல நோயுற்ற உடம்பால் காடு மற்றும் வீட்டு வேலைகள் ஏதும் செய்ய முடியாத வீர. வேலுச்சாமியின் குடும்பத்தை நிலைநிறுத்தியவர் அவரது துணைவியாரான அசோதை அவர்கள் தான். அசோதையின் வெவ்வேறு பரிமாணங்கள்தாம் அவருடைய கதைப் பெண்கள் போலும்.

அவருடைய 'ஜெயிப்பு' கதையில் வரும் கிட்டா கதாபாத்திரம் குறிப்பிட்டுச் சொல்லப்பட வேண்டிய ஒன்று. வயதானாலும் காம இச்சை தீராத கதாபாத்திரம். ஊருக்குள் பொல்லம் பொத்த வருகிற

குறவர் முத்தனின் இளம் பொண்டாட்டி மீது இச்சை கொண்டு அவள் பின்னால் அலையும் அவர் அவளிடம் மூக்கு உடைபட்டு வீட்டுக்குத் திரும்புகிறார். உறங்கிக் கொண்டிருக்கும் தன் சம்சாரத்திடம் தன் கைவரிசையைக் காட்டுகிறார்.

“படுத்திருந்தவள் ஆக்ரோஷமாக எழுந்து சீறினாள்.

“ச்சீ..த்தூ...ஓமக்குக் கொஞ்சமாச்சும் புத்தி இருக்கா... பாலியம் திரும்புறதா நெனப்போ... புத்தி கெட்ட மனுஷன். இங்கே மனுசி வேகாத வெயில்ல காட்டிலே கெடந்துட்டு... ராவுலே எங்கன விழுந்து சாவோம்னு கிடக்க... வெள்ளாட்டு... ஓமக்கு வெள்ளாட்டு... வெட்டித்தீனி தின்னுட்டு வெடலைக கூட சாமம் மட்டும் கும்மாளம் போட்டுட்டு இங்கனே வந்து ஊத்தர்யமா பண்றீரு...”

கிட்டா அவமானத்தால் குன்றிப் போனார்.

“மெள்ள... மெள்ளப்பேசு... ராத்திரி நேரம்... பக்கத்திலே வீடுக இருக்கு...” என்று அடக்கி அமர்த்திவிட்டு “நா... இப்ப என்ன சொன்னே...”

“யோவ்... பேசாமப் படுக்கிறீரா... சத்தம் போட்டு ஊரைக் கூட்டவா...என்ன... ஒம்மக் கட்டிகிட்ட நாளிலிருந்து இந்த எழவா...”

அவளை ஓங்கிப் பலமெல்லாம் சேர்த்து பெண்சாதியை நாலு மிதி மிதித்துவிட்டு அவர் உறங்குவதோடு கதை முடியும். என்ன மனுஷன். என்னா மனுஷி. என்ன மாதிரியான ஓர் உறவு.

‘நிறங்கள்’ ஒரே ஒரு தொகுப்பால் மட்டுமே நம் உள்ளமெல்லாம் கொள்ளை கொண்ட வீர. வேலுச்சாமி இன்று இல்லை. அவரது தொகுப்பும் இப்போது எங்கும் கிடைக்காது. அன்னம் அல்லது யாரேனும் அத்தொகுப்பை மீண்டும் கொண்டுவரவேண்டும். இளம் வாசகர்களிடம் அவரைக் கொண்டு சேர்க்க வேண்டும்.

விருதுநகர் மாவட்டம் ஸ்ரீவில்லிபுத்தூர் அருகிலுள்ள பி. ராமச்சந்திரபுத்தில் பிறந்து அன்றைய பத்தாம் வகுப்பை முடித்து அரசாங்கத்தில் ஆதிதிராவிட மாணவர் விடுதிக்காப்பாளராக நீண்ட காலமும், ஆசிரியராகச் சில ஆண்டுகளும் பணியாற்றித் தன் 67-ஆவது வயதில் மறைந்த அவருக்கு பிரகாஷ், வசந்தகுமாரி (ஆசிரியை), கல்பனா (நூலகர்) ஆகிய மூன்று குழந்தைகள். சமீபத்தில் சர்ச்சைக்குள்ளான கம்மாப்பட்டி ஊராட்சிப் பள்ளியில் பிரகாஷ் தலைமை ஆசிரியராகப் பணியாற்றுகிறார்.

"அப்பா எப்போதும் எங்களைப் பார்க்கிலும் விடுதி மாணவர்களைத்தான் பெத்த பிள்ளைகள் போலப் பார்ப்பார். பக்கத்தில்தான் வேலை என்றாலும் இரவுகளில் வீட்டுக்கு வர மாட்டார். விடுதியிலேயே தங்கி அவர்களுக்குப் பாடம் நடத்துவார்" என்று நெகிழ்ச்சியுடன் குறிப்பிடுகிறார்.

"கொழுந்துகள் கதையில் வரும் லட்சுமியைப் போலத்தான் கம்மாப்பட்டியில் வாழும் பெண்கள் அத்தனை பேரும் என்கிறார்" பிரகாஷ். "காட்டு நாயக்கர்களான அக்கிராம மக்கள் பெண்களை, பெண் குழந்தைகளை மட்டும் வீட்டில் சமைத்த உணவைத்தவிர வேறு எதையும் சாப்பிட அனுமதிப்பதில்லை. அப்படி ஒரு நம்பிக்கை சார்ந்த பண்பாடு அவர்களிடம் உள்ளது. அவ்வூர்ப் பெண்கள் யாரும் இன்றுவரை வடை, பஜ்ஜி என எந்தப் பலகாரமும் சாப்பிட்டதில்லை சார்" என ஆழ்ந்து வருத்தப்படுகிறார். வீர. வேலுச்சாமியின் மனம் பிரகாஷிடம் தொடர்கிறதாக நான் பார்க்கிறேன்.

❏

நெய்க்கரிசல்

கழனியூரன்

படைப்பு என்பது உலகம் தழுவியது தான். எந்தப் படைப்பிற்கும் இனம், மொழி என்ற பாகுபாடு கிடையாது என்றாலும் மொழிக்கு மொழி, இனத்திற்கு இனம், படைப்புகளின் மணமும், குணமும் மாறுபடுகிறது. ஆப்பிரிக்காவில் ஒரு எழுத்தாளன் எழுதுவதும் இந்தியாவில் இன்னொரு எழுத்தாளன் எழுதுவதும் உலக மக்களுக்கான படைப்பிலக்கியமே என்றாலும் அப்படைப்புகள் படைக்கப்படும் களங்கள், அனுபவங்கள், பண்பாட்டுக் கூறுகள் மாறுபடுகின்றன.

பனிப்பிரதேசத்தில் வாழ்கின்ற மிருகங்களின், பறவைகளின் தகவமைப்பிற்கும் பாலைவனத்தில் வாழ்கின்ற மிருகங்கள், பறவைகளின் தகவமைப்பிற்கும் வேறுபாடுகள் இருப்பதைப் போலவே, அவ்விரு இடங்களிலும் வாழ்கின்ற மக்களின் பண்பாட்டுக் கலாச்சார கூறுகளிலும் மிகுந்த வேறுபாடுகள் காணக் கிடக்கின்றன. அதுபோல்தான் காவிரி நதிக்கரையில் வாழ்கின்ற எழுத்தாளர்களின் படைப்புகளுக்கும் கரிசல் காடான வானம் பார்த்த பூமியில் வாழ்கின்ற எழுத்தாளர்கள் எழுதும் படைப்புகளுக்கும் வேறுபாடுகள் இருக்கத்தான் செய்கின்றன.

போர்க்களத்தை சந்தித்த யுத்தபூமியில் இருந்து தீவிரமான இலக்கியப் படைப்புகள் உருவாவதும் ஒருவித உளவியல் கூறுதான். இலங்கைத் தமிழ் எழுத்தாளர்களின் படைப்புகளும் ஆப்பிரிக்க நாட்டு எழுத்தாளர்களின் படைப்புக்களும் வளமை மிகுந்ததாகத் திகழ்வது இதனால்தான்.

வாழ்வாதார வக்கற்ற கரிசல் பூமியில் தோன்றிய எழுத்தாளர்களின் படைப்புக்கள் பலவும் இலக்கியத்தரத்துடன் விளங்குவதற்கு அப்பகுதியின் இயற்கை அமைப்பும் அம்மக்களின் வாழ்வுப் போராட்டமும் முக்கியக் காரணம் என்று கருதுகிறேன். ஏழ்மை, இல்லாமை, வறுமை, இவையில்லா வாழ்வு, அதன் கனவுகளே கரிசல்மக்களின் வாழ்வியலாக உள்ளது.

கு. அழகிரிசாமியும், கி.ராவும் ஒரே ஊர்க்காரர்கள். இருவரும்

ஒரே தெருவில் பக்கத்துப் பக்கத்து வீடுகளில் வசித்து வந்தார்கள். இருவரும் நண்பர்கள். கு. அழகிரிசாமியுடன் சேர்ந்து சமகாலத்தில் கி.ரா வும் பேனா பிடித்தவர்தான். கி.ராவை இலக்கிய உலகம் 'கரிசல் எழுத்தின் முன்னத்தி ஏர்' என்று கொண்டாடினாலும் கி.ராவே தன் வாயால், 'கு. அழகிரிசாமிதான் தனக்கு முன்பே கரிசல் எழுத்தை ஆரம்பித்தவர்' என்று கூறுகிறார்.

கு. அழகிரிசாமி தொழில் நிமித்தம் வெளியூர்களுக்குச் செல்ல வேண்டிய நிர்ப்பந்தம் ஏற்படுகிறது. கி.ரா இடைசெவலிலேயே இருந்துகொண்டு கதைகள் எழுதத் துவங்குகிறார் 'கரிசல் எழுத்து' என்று கரிசல் காட்டு எழுத்தாளர்கள் எழுதியவற்றை கி.ரா தான் முதன் முதலில் வகைப்படுத்துகிறார்.

கி.ரா, தான் ஒரு எழுத்தாளராக வளர்ந்து கொண்டு வரும் போதே தன் பகுதியில் எழுதிக் கொண்டிருக்கும் புதிய, இளம் எழுத்தாளர்களை எல்லாம் எழுதத் தூண்டுகிறார். அவர்களில் சிலருக்கு எழுத்துத்துறையில் வழிகாட்டியாகவும் திகழ்கிறார். பூமணி, பா. செயப்பிரகாசம், எஸ்.எஸ்.போத்தையா, சூரங்குடி ஆ. முத்தானந்தம் போன்ற எழுத்தாளர்களுக்கு கி.ராவின் படைப்புகள் ஆதர்சமாக விளங்குகின்றன.

கி.ரா. நாவல்கள், சிறுகதைகள் படைப்பது, கட்டுரைகள் எழுதுவது என்று நின்றுவிடாமல் நாட்டுப்புறக் கதைகளைச் சேகரிப்பது, வழக்குச் சொற்களைத் திரட்டுவது போன்ற பணிகளையும் செய்யத் துவங்குகிறார். அப்போது எஸ்.எஸ். போத்தையா, சூரங்குடி ஆ. முத்தானந்தம், வீர. வேலுச்சாமி, சுப.கோ. நாராயணசாமி போன்றோர் கி.ராவின் சேகரிப்புகளுக்கு துணை செய்ய முன்வருகிறார்கள். கி.ரா. நாட்டுப்புறக் கதைகள் சேகரிப்புப் பணியோடு படைப்பிலக்கியப் பணிகளிலும் ஈடுபடும்படி அவர்களைத் தூண்டுகிறார்.

வீர. வேலுச்சாமி இன்றைய விருதுநகர் மாவட்டத்தில் உள்ள பி. ராமச்சந்திரபுரம் ஊராட்சியைச் சேர்ந்த சென்னாகுளம் என்ற குக்கிராமத்தைச் சேர்ந்தவர். அருகில் உள்ள ஒரு அரசு உயர்நிலைப் பள்ளியில் விடுதிக் காப்பாளராகப் (வார்டனாக) பணி செய்து கொண்டிருந்தார்.

கி.ராவின் கடிதங்களைச் சேகரிக்க என்று கி.ராவின் நண்பர்களை எல்லாம் சந்திக்க ஒரு பயணத்தை மேற்கொண்ட போது,

ஒரு நாள் வீர. வேலுச்சாமி அவர்களையும் அவரின் இல்லத்திற்கே சென்று சந்தித்தேன். ஓரிரு நாட்கள் அவரோடு தங்கி இருந்து பழகும் வாய்ப்பும் கிடைத்தது. அதன் பின் எங்கள் நட்பு நெருக்கமானது. அவர் புதல்வரின் வேலை வாய்ப்பு விசயமாக பலமுறை அவரின் ஊருக்குச் செல்ல வேண்டிய வாய்ப்புகள் கிடைத்தது.

வீர. வேலுச்சாமி நான் பழகியவரை மிகவும் அமைதியான, எளிமையான மனிதர். அவர் கதர்வேட்டியையும், கதர் சட்டையையும் விரும்பி அணிந்தார். பேசுவது கூட மிக மெதுவாகப் பேசுவார். 'ஆஸ்த்மா' நோயால் அப்போது அவதிப்பட்டுக் கொண்டிருந்தார். 'தூசி' ஒவ்வாமை (டஸ்ட் அலர்ஜி) அவருக்கு அதிகமாக இருந்தது

கி. ராஜநாராயணன் 'நானும் எனது நண்பர்களும்' என்ற நூலில் வீர. வேலுச்சாமி பற்றிக் கூறும்போது, "எனது நண்பர்களில் வீர, வேலுச்சாமி வித்தியாசமானவர். அதிர்ந்து பேசமாட்டார்; பார்த்த உடனயே எதையும் கண்டுகொள்வார். முண்டியடித்துக் கொண்டு கருத்துக்களைச் சொல்பவர் அல்ல அவர். நல்ல ரசனை உள்ள மனுஷன், கொண்ட கருத்துகளில் இருந்து அவரைப் பிரிக்க முடியாது.

வீர.வேலுச்சாமி மனங்கொண்டிருந்தால் அதிகமாக எழுதி இருக்கலாம். எழுதிய மட்டுக்கும் அருமையான சிறுகதைகள் கொண்ட 'நிறங்கள்' என்ற நூலையும் மற்றும் சிறுவர்களுக்கான நாட்டுப்புறக் கதைகள் கொண்ட ஒரு அருமையான தொகுப்பையும் கொண்டு வந்திருக்கிறார். இவை இரண்டும் வீர. வேலுச்சாமியின் பெயர் சொல்லிக் கொண்டிருக்கும்.

தனது மரணத்தை அவர் எப்பவோ நிச்சயித்துக்கொண்டு விட்டார். நீண்ட ஒரு மவுனத்துடன், காலனுக்காகக் காத்துக் கொண்டிருந்தார். இடுப்பில் துண்டைக் கட்டிக் கொண்டு குளிப்பதற்குத் தயாராகி விட்டது போலத் தெரியும் எனக்கு அது.

சுயம், ஆடம்பரம், ஓசை சலசலப்பு, டாம்பீகம் என்று இருக்கும் இந்த உலகத்தில் தானுண்டு தனதுண்டு என்று வெகு அடக்கமாய் வாழ்ந்து கொண்டிருந்த வேலுச்சாமியை நினைக்கிற போது, பூமிக்குள் யாருக்கும் தெரியாமல் ஓடிக் கொண்டிருக்கும் ஒரு ஜீவ நதிதான் ஞாபகத்திற்கு வருகிறது" என்கிறார்.

நட்பைப் பேணுவதில் மிகுந்த அக்கறை கொண்டவர். இது

என் அனுபவம் மட்டுமேயல்ல. அனைவரது கனிப்பும் அதுதான் எனத் துணிந்து சொல்வேன்.

வீர. வேலுச்சாமி தன் வாழ்நாள் முழுவதும் முயன்று ஒரே ஒரு சிறுகதைத் தொகுப்பைத் தான் வெளியிட்டிருக்கிறார். யானை ஒரே ஒரு குட்டி போட்டது போல.

'ஒரு சைக்கிள்' என்ற முதல் கதையில் வருகிற துரைராஜு என்ற சிறுவனின் பாத்திரப் படைப்பு வாயிலாக வீர. வேலுச்சாமி நடந்தே பள்ளிக்கூடத்திற்குச் செல்லும் சிறுவர்களின் அனுபவத்தை 'பாதையில் நடப்பதற்கு எவ்வளவு குசியாக இருந்தது துரைராஜுவுக்கு; ரயில் டக்குகள் மாதிரி நெட்டையும் குட்டையும் கலந்த வரிசையாகப் பையன்கள் நடந்து கொண்டே விடுகதைகள், நாட்டுக் கதைகள், சினிமாப் பேர் விளையாட்டு... இப்படி மனோரம்மியமான பொழுது போக்கில் தூரமே தெரியாது. கோபாலபுரத்துக்கும் சாத்தூருக்கும் இடைப்பட்ட நாலு மைலும் நாலு பர்லாங்குக்குச் சமம், அவர்களுக்கு' என்று விவரிக்கிறார்.

'பால்ய சிநேகிதன்' என்ற கதையிலும் கிராமத்துச் சிறுவர்களின் அனுபவங்களைப் படம் பிடித்துக் காட்டுகிறார்.

'கோடை லீவு வந்து விட்டால் ரெண்டு பேரும் வேட்டைக்குப் போவோம். நீண்ட சோளத்தட்டை நுனியில் பொடீ புளிச்ச நாரினாலோ, மாட்டுவால் ரோமத்தாலோ முடியப்பட்ட கண்ணியுடன் புறப்பட்டு விடுவோம். ஓடைக்கரை முள் மரங்களில் கைப்பருமனில் கரட்டாண்டி தலையைத் தலையை ஆட்டிக் கொண்டிருக்கும். சங்கையா மெல்ல கண்ணியை நீட்டுவான். புளிச்ச நார்க் கண்ணியாயிருந்தால் வித்தியாசம் தெரியாமலிருக்க அதில் பச்சையிலைச் சாறு தடவப்பட்டிருக்கும்.

கண்ணி வளையம் தலையில் மாட்டியும் மாட்டாமலும் இருக்கும் போதே வெடுக்கென்று இழுத்து விடுவான். அவ்வளவு தான் கண் முழி பிதுங்க கழுத்துச் சுருக்கில் சோளத்தட்டை நுனியில் தொங்கலாடும் ஓணான். ஒரே நாளில் பத்து இருபது என்று பிடித்து எல்லாவற்றையும் மொத்தமாக ஓடவிட்டு கல்லால் அடிப்பான்.' என்றும்,

'கருவேல மரங்களில் பொன்வண்டு பிடிக்கவும் புறாமுட்டை எடுக்கவும் மத்தியான வெயிலில் எத்தனை நாட்கள்

அலைந்திருப்போம்' என்றும் பதிவு செய்கிறார்.

'லட்சுமி ஓடிப்போகிறாள்' என்ற கதையில் 'அம்மாவுக்கு வேலை கிடைக்காத போது லட்சுமி கூடையைத் தூக்கிக் கொண்டு சானம் பொறக்கப் போவாள்; மாட்டுக்கார பையன்களோடு. மதியம் தோப்பிலே மாடுகளை அமர்த்தி விட்டு விளையாடுவார்கள். கம்மாயில் குதித்து விளையாடலாம். லட்சுமி குதிப்பாள். அவளுக்கு நீச்சு தெரியும். ஆண் பிள்ளைகளுக்கு சமமா முங்கி நீச்சலடிப்பாள். மரத்துக்குமரம் தாவி 'கம்பளி' விளையாடுவார்கள்.

கோடை மழை பெய்ததும் காளான் பெறக்கலாம். காளான் குழம்பு லட்சுமிக்கு ரொம்பப் பிடிக்கும். வடகாட்டுக்குப் போனால் நிமிசத்திலே மடி நிறைந்துவிடும். வழியில் கருவ மரத்தில் பொன்வண்டு கிடைத்தால் பிடிப்பாள். அதற்காக மடியில் காலித்தீப்பெட்டியை வைத்திருக்கிறாள். கோயிந்துக்கு விளையாட்டுக் காட்டலாம். சோடியாகக் கிடைத்தால் நல்லது. கருவேலங் கொளுந்து போட்டு மூடினால் தின்று விட்டு முட்டை வைக்கும்' என்று கரிசல்காட்டுச் சிறுமிகளின் வாழ்வியலைப் படம் பிடித்துக் காட்டுகிறார்.

கிராமத்து வாழ்க்கை சார்ந்த படைப்பு என்றால் அதில் புராண மரபுச் செய்திகளும் கட்டாயம் இடம் பெற்றிருக்கும். 'லட்சுமி ஓடிப்போகிறாள்' என்ற கதையில் அவளின் சொந்த ஊருக்கும் அவள் வேலை செய்யும் ஊருக்கும் இடையில் இருக்கிற குருமலையைப் பற்றிக் குறிப்பிடும் போது, 'இதோ இந்த மலை மட்டும் நடுவே இல்லை என்றால் ரொம்ப ரொம்ப பக்கம். மலையைச் சுத்தி கண்மாயில் இறங்கி ஏறினால் ஊர் வந்து விடும். என்ன செய்வது ராமருக்கும் ராவணனுக்கும் சண்டை நடக்காமலிருந்தால் இந்த மலை இங்கே இருந்திருக்காது. சண்டையிலே விழுந்த லட்சுமணருக்காக அனுமான் கொண்டு வந்த சஞ்சீவி மலையை வீசியெறியும் போது விழுந்த துண்டு மலை இது.

இந்த மலை மீது ஏறியிருக்கிறாள் லட்சுமி. மேலே அனுமார் அடித்த வால் தடம். ராமர்பாதம் வைத்த இடமெல்லாம் அவளுக்குத் தெரியும்' என்று புராண மரபுச் செய்தியையும் கதையோட்டத்தோடு பதிவு செய்கிறார். இராமாயணக்கதையில் வருகிற பல சம்பவங்கள் தமிழகம் எங்கும் நடந்ததாக அந்தந்தப் பகுதி மக்கள் சில கதைகளை உண்டாக்கி உலவ விட்டிருக்கிறார்கள்.

'ஓணான் ராத்திரியிலே பேயாக மாறிவிடும்' என்ற கிராமத்துச் சிறார்களின் நம்பிக்கையையயும் ஒரு இடத்திலே மிகக் கவனமாகப் பதிவு செய்கிறார்.

'கொல்லாசாரி ஒருத்தன் கோழி கூப்பிடுகிற நேரத்தில் உலை போட்டுத் தனியாக வேலை செய்து கொண்டிருந்தான். உலையில் கங்குகளைப் போட்டு விட்டு துருத்தியை ஊதுவதற்காகத் திரும்பினால், துருத்தி தானாக ஊதிக் கொண்டிருக்கிறது. ஆள் ஒருத்தருமில்லை. உலைக்கு காற்று வருகிறது. ஓ... இது பேய் செய்கிற வேலைதான்' என்று தெரிந்து கொண்ட ஆசாரி தன் பாட்டுக்கு இரும்பைக் காயவைத்துத் தட்டிக் கொண்டேயிருந்தான். வேலை முடிஞ்சதும் சூட்டுக் கோலைச் சிவக்கச்சிவக்க காயவைத்து திரும்பிப் பாராமல் அந்த இடத்தில் நாலு இழுவை இழுத்தான். 'வீச்... வீச்... வீச்...' மூணு சத்தம் பிறகு ஒண்ணையும் காணோம். விடிந்ததும் பார்த்தால் அந்த இடத்தில் ஒரு பெரிய கரட்டாண்டி செத்துக் கிடக்கிறது. அதன் முதுகில் சூட்டுக்கோல் தடம் என்று, 'ஓணான் ராத்திரியில் பேயாக மாறி உலவும்' என்ற நம்பிக்கைக்குப் பின்னால் உள்ள நாட்டார் கதையை விவரிக்கிறார்.

கரிசல் காட்டில் நாலைந்து வருசத்துக்கு மழை இல்லை என்றால் 'மழைக்கஞ்சி எடுப்பது' என்ற நிகழ்வை நடத்துவார்கள். சிறுவர்கள் வீடு விடாகச் சென்று பாத்திரங்களில் கஞ்சி வாங்கிக் கொண்டு வருவார்கள். அதை ஊர் மந்தையில் ஒரு பெரிய பானையில் ஊற்றுவார்கள். இளவட்டப் பிள்ளைகள் ஊர் மக்களிடம் இருந்து வாங்கப்பட்ட கஞ்சியை ஒரு பெரிய பானையில் ஊற்றிக் கலக்குவார்கள். பிறகு அந்தக் கஞ்சியை ஏழை பாளைகளுக்கு ஊர் மந்தையில் வைத்து விநியோகிப்பார்கள். அப்போது கொடும்பாவி ஒன்றைச் செய்து தெருத்தெருவாக இழுத்துக் கொண்டு போய் கடைசியில் ஊர் மந்தையில் வைத்து கொடும்பாவிக்கு தீயிடுவார்கள். கொடும்பாவிக்குத் தீயிடும்முன் வயதான பெண்கள் கொடும்பாவியைச் சுற்றிச்சுற்றி வந்து மாரடித்து ஒப்புச் சொல்லிப் பாட்டு பாடியபடி அழுவார்கள். இப்படிச் செய்தால் மழை பெய்யும் என்பது அம்மக்களின் நம்பிக்கை. இந்தப் பழக்கத்தை வீர. வேலுச்சாமி 'கொடும்பாவி' என்ற கதையில் பதிவு செய்துள்ளார்.

'நிறங்கள்' என்ற சிறுகதையில், 'பொன்னுசாமிக்கு இது முதல் தடவையல்ல. இதற்கு முந்தியும் இரண்டு தடவை பஸ் பிரயாணம் செய்திருக்கிறான். சங்கரன் கோயில் ஆடித்தவசுக்கு ஒரு தரமும்

துட்டி விசாரிப்புக்காக கழுகுமலைக்கு ஒரு தடவையுமாக இருந்ததாலும் மதுரை அம்புட்டு தூரம் பஸ்லில் போகிறது இப்போ தான். பஸ்ஸில் ஓர சீட்டில் இடம் பிடித்து உடம்பை நெளித்து நீட்டி அலுப்பாறிக் கொண்டவன் திடுக்கென்று சட்டைப் பையைத் தொட்டுப் பார்த்தான். உட்பாக்கெட்டில் 'அது' பத்திரமாக இருந்தது.

சுற்றும் முற்றும் பார்த்தான். அவனுக்கென்னவோ எல்லோரும் அவனையே பார்க்கிற மாதிரியாகவும் மேலும் சேப்படிக்காரன்கள் பருந்து மாதிரி தன்னையே சுற்றிச் சுற்றி வருவது போலவும் தோன்றியது.

வெளிபாக்கெட்டில் இருந்த மூணு ஐந்து ரூபாய் நோட்டுக்களையும் உட்பாக்கெட்டில் இருந்த அதோடு திணித்தான். இன்னும் சந்தேகம்தான். இடுப்பில் கையை விட்டு 'அண்ணாக் கயிற்றில்' கோர்த்திருந்த ஊக்கை கழற்றி உள்பாக்கெட் வாயைப் பின் செய்த பிறகுதான் அவன் மனசு நிம்மதியடைந்தது'

கிராமத்து மனிதன் ஒருவனின் எச்சரிக்கை உணர்வை மிக அழகாக பொன்னுசாமி என்ற பாத்திரப்படைப்பின் மூலம் படம் பிடித்துக் காட்டுகிறார். போக்குவரத்து வசதியில்லாத அந்தக்காலகட்டத்தின் நிலையையும் மறைமுகமாக நமக்குக் காட்டி விடுகிறார். பொன்னுசாமி என்ற கிராமத்து இளைஞனின் வெள்ளாந்தியான மனசை நம்மால் தரிசிக்க முடிகிறது.

'கரட்டாண்டியைக் கொன்னவன் காரை வீடு கட்டுவான்;
சில்லானைக் கொன்னவன் சீரழி;ஞ்சி போவான்'

என்ற சொலவடையையும்,

'தோத்தோ நாயே   தொட்டியக் குடி நாயே
வாவா நாயே   வண்ணாக்குடி நாயேக்''

என்ற சிறுவர் கிராமியப் பாடலையும்

'சாஞ்ச மலையோரம்   சாமை யள்ளி வாரமின்னே

நம்முடைய வாசலிலே   சங்குச் சத்தம் கேக்குதய்யா....

உருண்ட மலையோரம் - நான் உழுந்து அள்ளி வாரமின்னே

நம்முடைய வாசலிலே   உருமிச் சத்தம் கேட்குதைய்யா'

போன்ற ஒப்பாரிப் பாடல்களையும் கதையோட்டத்தில் ரசனையோடு பதியனிட்டுள்ளார்.

‘கன்னங்கரேலென்று கரிசல் பூமி தாகமெடுத்த பூமித் தாய் அலமோதி முகங்கருத்து சொட்டுத் தண்ணீருக்கு ஆயிரமாயிரம் வாய்களைப் பிளந்து கொண்டு காத்திருப்பதைப் போல வெடிப்புகள் ஓடிக்கிடந்தது. கானல் அலை அலையாகக் கிளம்பியது. வெக்கையும் வேகரிப்பும் வறுத்தெடுக்க வம்புக்கு அடித்த மாதிரி வெயில் மண்டையைப் பிளந்தது. மரம் செடிகள் எல்லாம் சோர்ந்து மங்கின. கால்நடைகளில் பேர் பாதிக்குமேல் ‘வெப்பு’ தாக்கி சலஞ்சலமா கழித்து கொண்டிருந்தன. ஆட்டுக் கிடைக்காரர்கள் செம்மறி ஆடுகளை வத்றாப்பு மலைக் காடுகளுக்கு ஓட்டிக் கொண்டு போய் ஐந்து மாதங்களாகி விட்டன. குடி தண்ணீருக்கே வகையில்லாத போது மேச்சலுக்கு எங்கே போவது?’ என்று மழை பெய்யாமல் கரிசல் வறண்டுகிடப்பதை மிச்சமில்லாமல் சொல்லிவிடுகிறார். வேலுச்சாமி படைத்துள்ள எல்லாக் கதைகளிலும் கரிசலின் வெக்கையே தலை தூக்கி நிற்கிறது. ஏழ்மை, பசி, ஆற்றாமை, போன்றவற்றை உணர்ச்சி பொங்க அதே சமயம் கலையம்சம் குறையாமல் எழுதுகிறார். கரிசல் மண் மீது உள்ள மோகத்தை, ‘இப்பவே ஓடிப்போய் என் கிராமத்து மண்ணை மிதிச்சுப் புரளணும்னு ஆசை துளும்புகிறது’ என்றும் ‘அப்படியே அள்ளி வாயில் போட்டுக் கொள்ளலாம் போலிருந்தது, சரியான நெய்க்கரிசல்’ என்று பதிவிடுகிறார்.

'இன்னும் தலைக் கோழி கூவவில்லை மேகங்களை ஏமாற்றி நிலா ஓடி ஓடி நழுவ, மேகங்கள் மாறி மாறித் தழுவ நல்ல விளையாட்டுத் தான். சிறிசும், பெரிசும்மாய் ஆனை குதிரை, மீன், செதிலரிந்த பலகைகளாய் பல மேகங்கள் நடுவே நீந்திப் போகிற நிலா. பிடிபட்டு அமுக்கியும் மறுபடியும் முங்கு நீச்சுக்காரன் தலை தூக்குகிற மாதிரி மேகத்தை ஒதுக்கிவிட்டு நிலவு எட்டிப் பார்க்கிறதும் ‘ஒரு குடும்பத்தின் கதை’யில் வெள்ளாந்தியான கன்னிப்பெண் ஒருத்தி எப்படியோ ஒரு நாள் ஒரு இளைஞனுக்கு தன்னைப் பறிகொடுத்து விடுகிறாள். கர்ப்பத்தை எத்தனை நாளைக்குதான் மறைக்க முடியும்? குடும்பத்தினருக்கு அவமானமாகி விடுமே என்ற பயம். பத்துமாதம் வரை பெண்ணை வெளியூருக்கு அனுப்பி விடுகிறார்கள். ஒருநாள் அப்பெண் பிரசவ வேதனையால் துடிக்கிறாள். வேலுச்சாமி எழுதுகிறார்.

“அம்மா... மூர்க்கமாக அவள் கதறி கை, காலை உதைத்து எழும்ப முயற்சிக்கையில் அந்த சிசு பூமியைத் தொடாத படி பாய்ந்து

பிடித்துக் கொண்டாள் ஒரு கிழவி. அருகில் கொதியாய் கொதித்துக் கொண்டிருந்த ஒரு அண்டா வெந்நீர் அந்தப் பாபத்தை... ஏற்றுக் கொண்டது''

வாசகனை உருக வைக்கிற எழுத்து இது. எனவேதான் இந்த நூலுக்கு முகப்புரை எழுதிய கரிசல் இலக்கிய வேந்தர் கி. ராஜநாரயாணன், "இதோ என் பூமியில் வாழ்கிற மக்களைப் பற்றிய மற்றொரு கதைத்தொகுப்பு. இது வரை இத்தொகுதி வெளிவராமல் இருந்ததினால் கரிசல் இலக்கியத்தின் சிறுகதை தொகுப்பு பூர்த்தியாகாமல் இருந்தது. இப்போது என் மனம் நிறைந்தது. .... தரித்திரியத்தையும் இல்லாமையையும் வைத்துக் கதைகள் பின்னுவது லேசு அல்ல. வாசகனுக்குச் சலிக்காதபடி நயம்பட மனசில் உறைக்கும் படியாக எழுதுவது ரொம்பக் கஷ்டம். ஆனாலும் வேலுச்சாமி இதை நன்றாகச் செய்திருக்கிறார்'' என்று சான்றளிப்பு செய்கிறார்.

சமூக அக்கறையுடன் படைக்கப்பட்ட கதைகள் இவை. என்றாலும் இலக்கியத்தரத்துடன் கதைகளைப் படைத்து உலவ விட்டிருக்கிறார். இவர் கதைகள் யாவும் முற்போக்கு சிந்தனை யுடையவைதான் ஆனால் அதில் பிரச்சார வாசமே இல்லை. எனவே தான் நாம் வீர. வேலுச்சாமியின் எழுத்தைக் கொண்டாட வேண்டியதிருக்கிறது.

சிறுகதை இலக்கியத்திற்கு மட்டுமன்றி, இவர் தொகுத்து நூலாக வெளிவந்த 'சிறுவர் நாடோடிக் கதைகள்' என்ற நூல் பல பதிப்புகளைக் கண்டுள்ளது.

வீர. வேலுச்சாமி பெருவாரியாக எழுதவில்லை. தன்னளவில் இயன்றபடி எளிமையாக கரிசல் இலக்கிய உலகுக்குச் சேவை புரிந்து சென்றிருக்கிறார் எனக் கருதுகிறேன். கரிசல் இலக்கியத்துக்கு மட்டுமல்ல, தமிழ்ச் சிறுகதைப் படைப்பிலக்கியத்துக்கு அவரின் பங்களிப்பை, ஒரு தொகுதிதான் என்றாலும் அவ்வளவு எளிதில் புறந்தள்ளி விட முடியாது.

❑

சிறுகதைகள்

கி. ராஜநாராயணன்
இடைசெவல்

15.3.77

அறிமுகம்

இதோ என் பூமியில் வாழ்கிற மக்களைப் பற்றிய மற்றொரு கதைத் தொகுதி.

இதுவரை இத்தொகுதி வெளிவராமல் இருந்ததினால் கரிசல் இலக்கியத்தின் சிறுகதைகள் தொகுப்பு பூர்த்தியாகாமல் இருந்தது. இப்போது என் மனம் நிறைந்தது.

ஆரம்பத்தில் வீர். வேலுச்சாமி புதுக்கவிதை எழுதுபவராக வந்து, பிறகு கதை எழுதுபவராக ஆனார். இவருடைய கதைகள் இலக்கண சுத்தமாக இருக்கும். ஒரு படைப்பைப் பற்றிய இவருடைய பார்வை, கருத்து, கவனத்தில் கொள்ள வேண்டிய ஒன்று எனக்கு. எதையும் நுட்பமாகப் பார்க்கும் பிறவி.

"லட்சுமி ஓடிப்போகிறாள்" என்ற இவருடைய கதை எனக்கு ரொம்ப ரொம்ப பிடிக்கும். கை எழுத்துப் பிரதியில் இருக்கும்போதே பலதடவை படித்திருக்கிறேன். அவர் வாசித்தும் கேட்டிருக்கிறேன். நமக்குப் பிடித்த நல்ல கதைகளை அந்த எழுத்தாளர்களையே வாசிக்கச் சொல்லிக் கேட்பது ஒரு சுகானுபவம்.

இவருக்கு என்று ஒரு அழகிய நடை உண்டு. நபர்களை வர்ணிப்பதில் எங்களிலிருந்து வேறுபடுவார். யௌவனம் மிகுந்த ஒரு கிராமியப் பெண்ணை வர்ணிக்கும்போது -

'கட்டுக் குலையாது வெட்டுப்படாது அலங்காரமாக நிற்கும் இளவேம்பு'

என்று சொல்லுவார். பெண்ணை இப்படி ஒரு மரத்துக்கு உவமையாகச் சொல்லுவதைப் படிக்கும்போது மெய் மறந்து போவோம்.

கரிசல்க் காட்டில் மரங்கள் அபூர்வம்; சிலவகை மரங்களே உண்டு. காட்டில் தனித்து நிற்கும் வேப்பமரம் பார்க்கவே அழகாக இருக்கும் எங்களுக்கு. மரத்தை தூரத்திலிருந்து பார்ப்பது, கிட்டே

சென்று பார்ப்பது, சுற்றிப் பார்ப்பது, அருகே உட்கார்ந்து அண்ணாந்து பார்ப்பது, நிழலில் படுத்துக்கொண்டு பார்த்துக்கொண்டே இருப்பது; இதுவெல்லாம் எங்களுக்கு அனுபவங்கள்.

(மற்றவர்களுக்குச் சிரிப்புகள்)

இதை எல்லாம் விட தண்ணீர்!

கரிசல்க் காட்டு விவசாயியை நினைத்துத்தான் சாதகப் புள்ளை கற்பனை செய்தார்கள் போலிருக்கிறது. நேரில் மட்டுமில்லை, படத்தில் தண்ணீரைப் பார்த்தாலும் கூட ஆனந்தம் வந்துவிடும் எங்களுக்கு!

கங்கை நேரடியாக பூமியில் இறங்கினால் தாங்காது என்று ஜடாதரன், கங்கையைத் தலையில் தாங்குவதாக ஒரு பெரிய்ய படம் ரவிவர்மாவோ யாரோ எழுதினது. பக்கத்தில் பகீரதன் நின்று கொண்டிருக்கிறான். உமாதேவி ரிஷபத்தின் மேல் ஒரு கையைப் போட்டுக்கொண்டு அண்ணாந்து கங்கை பூமியை நோக்கிப் பாய்ந்து இறங்குவதைப் பார்த்துக் கொண்டிருக்கிறாள். எனது சின்ன வயசில் இந்தப் படத்தைப் பலமுறை சென்று பார்த்திருக்கிறேன்.

"கொடும் பாவி" கதையில் வரும் மழைக்கஞ்சி எடுக்கிறது இன்னும் வருஷம் தவறாமல் எங்கள் கரிசல் கிராமங்களில் நடந்து கொண்டுதான் வருகிறது. இது மழையை வருவிக்கும் ஒரு நிகழ்ச்சி. பர்மாவில், மழைபோதும் என்று நினைத்துவிட்டால் நிறுத்துவதற்கு மழையை வழியனுப்பும் சடங்கு ஒன்று செய்வார்களாம். இதை சொல்லிச் சொல்லி - இந்த மழை இல்லாக் காட்டில் - எங்கள் பெரியவர்கள் வியப்படைவார்கள்!

மழையை மேளதாளத்தோடு அழைத்துக்கொண்டு வருவதும் மாலை போட்டு வழியனுப்பி வைப்பதும் எத்தகைய அற்புதமான விஷயங்கள்?

தரித்திரியத்தையும் இல்லாமையையும் வைத்துக் கதைகள் பின்னுவது லேசு அல்ல. வாசகனுக்குச் சலிக்காதபடி நயம்பட மனசில் உறைக்கும்படியாக எழுதுவது ரொம்பக் கஷ்டம். ஆனாலும் வேலுச்சாமி இதை நன்றாகச் செய்திருக்கிறார்.

கி. ராஜநாராயணன்

"ராஜபவனம்"
இடைசெவல் - 627 716

1. ஏன் அழுதாள் மீனா?

"வ...ணக்...கம்... அய்...யா!"

பிள்ளைகள் நீட்டி முழக்கிய வணக்கத்தை கையசைப்புடன் ஒத்துக்கொண்டு ஆசனத்தில் அமர்ந்தார் ராஜசேகரன்.

மேஜை மீது தாறுமாறாகக் கிடந்த மதிய உணவுப் பதிவேடுகளை வரிசைப்படுத்தி அடுக்கிவிட்டு தமது வழக்கமான 'ராஜபார்வை'யை வகுப்பு முழுவதும் படர விட்டார்.

"என்ன பாடம்...?"

"கணக்கு, சார்" ஒருவன் சொல்லி முடிக்கு முன் பல குரல்கள் வகுப்பின் முத்திசைகளிலிருந்தும் அதை மறுத்தன.

"இல்லே சார்... ஆங்கிலம்... ஆங்கிலம் சார்!"

"இங்கிலீசு... பத்தாம் பாடம் கேள்வி பதில் சார்...."

"ஆமாசார்.... காலையிலேகூடச் சொன்னீக சார்.... நல்லாப் படிச்சுட்டு வரச்சொல்லி..."

மூலைக்கொருவராகக் கத்தினார்கள். கேள்விகளுக்கு பதில் சொல்லத் தயாராக இருந்த பையன்கள் குதித்துக் கொண்டிருந்தனர். மற்றவர்கள் முகங்கள் தெரியாத்தனம் படிய வாடி இருந்தன.

அது ராஜசேகரன் வகுப்பு இல்லை. நாலாம் வகுப்புத்தான் அவருடையது. வாரத்தில் மூணு நாட்கள் ஐந்தாம் வகுப்பையும் சேர்த்து இவர்தான் பார்க்கவேண்டியிருந்தது. தலைமையாசிரியரான ஐந்தாம் வகுப்பு சாருக்கு பல சோலிகள், அதிலே ஒரு சோலிதான் பள்ளிக்கு வருவதும் பாடம் சொல்லிக் கொடுப்பதும்! ராஜசேகரனுக்கு இது ஆத்திரத்தையும் அருவறுப்பையும் கொடுத்த போதிலும் மோஸ்ட் ஜூனியரான அவரால் என்ன செய்ய முடியும்?

"யெஸ்...சில்ரன்! கம்...டு...த லெசன்..."

பிள்ளைகள் நிமிர்ந்து உட்கார்ந்தனர் ஆவலுடன். புதுசார்

நடத்துகிற இங்கிலீஷ் பாடம் அவர்களுக்கு சினிமா மாதிரி. எல்லாமும் இங்கிலீஷ் தான். தப்பித் தவறி ஒரு வார்த்தை கூட தமிழ் வராது. அந்த வகுப்பில் அவர் நடிப்பும் சைகையும் ஆட்டமும் பாட்டமும் அசல் சினிமா தோத்துவிடும்.

அதிலும் இப்போ நடத்துகிற பாடம் 'பட்டர்ஃபிளை' (வண்ணத்துப்பூச்சி) மீனாங்கிற பொண்ணு வண்ணத்துப்பூச்சியைப் பிடிக்கப் போய் அது உயரப் பறக்க, கிடைக்காமல் அவள் அழுகிறாள். வண்ணத்துப்பூச்சி அதன் பிறப்பு வளர்ப்பை அவளிடம் சொல்கிறது.

தொண்டையைக் கனைத்துக் கொண்டார் ராஜசேகரன்.

"கமலா ஸ்டேண்ட் அப்!... ஒய் டிட் மீனா... கிரை? (ஏன் மீனா அழுதாள்)"

கமலா எழுந்தாள். முகம் எட்டு கோணலாக விழிகள் ரெண்டும் கோழி முட்டை வடிவமாக மாறிவிட்டன.

"நெக்ஸ்ட்....!"

"மீனா கிரை... கிரை... கிரை.... ...."

"நெக்ஸ்ட்... செல்லம்மா! ஒய் டிட் மீனா கிரை...?"

செல்லம்மா நட்ட மரம் போல ஆடாமல் அசையாமல் நின்றாள்.

ராஜசேகரனுக்கும் தெரியும், இந்த கேள்விக்கு பதில் சொல்லக்கூடிய மாணவர்கள் யார் யார் என்பது. அவர்களிடம் லேசில் கேட்க மாட்டார் அவர் என்பது தெரிந்திருந்தும் நாலைந்து பையன்கள் "சார்... சார்... நான்.... சார்" என்று கையை உயர்த்திக்கொண்டு பெஞ்சில் நிலைகொள்ளாமல் தவித்தனர்.

ராஜசேகரன் கண்கள் மூன்று பக்கமும் சுழல மூலையில் அமர்ந்திருந்த மாணவியை எழுப்பினார்.

அவள் மெல்ல எழுந்து "மீனா... மீனா... கிரை, கிரை... கிரைடு.... த பட்டர்ஃபிளை..." தொண்டையில் விக்கிக் கொண்ட வார்த்தைகளை வெளிக்கொணர முடியாமல் திணறினாள்.

அடுத்தவள் எல்லாம் தெரிந்தவள்போல சாவகாசமாக நீட்டி ஆரம்பித்தாள்;

“மீ...னா... கி...ரைய்...டு.... மீ....னா....”

ஊ...ஹூம்! ரயில் எஞ்சின் படுத்துக்கொண்டது! பாவம், அந்தப் பிள்ளைகள்! முக்கால்வாசி நாட்கள் வாத்தியார் இல்லாத வகுப்பு...! பாசனப்` பயிருக்கும் மானாவாரி வெள்ளாமைக்கும் வித்தியாச மில்லையா? பாசனப் பயிர் வரிசை வரிசையாக வேளாவேளைக்கு தண்ணீர் பாய்ந்து கொழு கொழு வென்று இருக்கும். மானாவாரி மகசூல் நெத்தலும் குத்தலுமாய் வாடி வதங்கி பெரும்பாலான கிராமத்துப் பள்ளிக்கூடங்களின் லட்சணமே இப்படித்தான்.

ராஜசேகரன் விடுவதாயில்லை. ஒவ்வொருத்தனாக எழுப்பிக் கேட்டுக்கொண்டே இருந்தார்.

எப்பவும் சரியாக பதில் சொல்லும் முதல் வரிசைப் பையன் டக்கென்று எழுந்தான்.

“த.... பட்டர்ஃபிளை... ஃப்ளோ....” அவன் சொல்லி முடிக்குமுன் வகுப்பின் கடகோடியில் ஒரு குரல் எழுந்தது.

“சா.....ர்! நாலாப்பு மீனா அழறா சார்.... வராண்டாவில”

“ஆமா... சார்... அப்பவே பிடிச்சு அழுதுக்கிட்டேயிருக்கா சார்...”

வராண்டாவில் விசும்பல் சத்தம் ராஜசேகரனுக்கும் கேட்டது.

“கூப்பிடுடா அவளை... ஓய்... டிட் திஸ் மீனா கிரை?” என்று வேடிக்கையாகக் கேட்டு, கண்களைச் சிமிட்டினார்.

ஆசிரியரின் கிண்டலைப் புரிந்து கொண்ட மாணவர்கள் சிரிக்க, மற்றவர்களும் தொடர்ந்தனர். சிரிப்பு அலையாக எழுந்து ஓய்ந்தது.

“சார்... அவ வரமாட்டேங்குறா சார்...” என்று ஒருவன் வராண்டாவிலே இருந்து கூவினான்.

“ஏய்... மீனா... வர்றயா இல்லையா? டேய் ரெண்டு பேர் போய் இழுத்துட்டு வாங்கடே...”

· இதை எதிர்பார்த்துப் பாய்வதற்கு தயார் நிலையில் இரு பையன்கள் எழுந்தனர். அதற்கு அவசியமில்லாமல் மீனா வந்து விட்டாள்.

சாயம் போன சீட்டிப் பாவாடைக்குச் சற்றும் பொருந்தாத தொள தொளத்த மேல் சட்டையை முன்னும் பின்னும் ஊக்குகளைக் கொண்டு இறுக்கி மாட்டியிருந்தாள். கழுத்துக்குக் கீழே துருத்திய எலும்பு முடிச்சுகள். கன்னத்தில் கிள்ளுவதற்குக் கூட சதையைக் காணோம். குழந்தைப் பிராயத்துக்கே சொந்தமான ஒளி வீசும் கண்கள் அந்த உடம்புக்கும் முகத்துக்கும் அந்நியப் பட்டிருந்தன.

அவளுடன் உரசியபடி ஒழுகின மூக்கைச் சட்டையில் தேய்த்துக்கொண்டு ஒட்டுண்ணி மாதிரி நின்று கொண்டிருந்தான் நாலு வயசுப்பையன்.

"சார்... சார்... அஞ்சாப்பு கோபாலு மதிய உணவு போடுறபோது அடிச்சான்... சார்" இதைச் சொல்லும் போதும் அவளுக்கு அழுகை பொங்கியது.

"கோபால் எங்கே?"- வகுப்பைப் பார்த்தார் ராஜசேகரன்.

"அவன் தினம் மதியச் சாப்பாட்டுக்குப் பெறவு வரமாட்டான் சார்" வகுப்பு முழுவதும் ஏக குரலில் கத்தியது.

மதிய உணவுக்குப் பிறகு வராத பலபேர்களில் கோபாலும் ஒருவன் என்பது ராஜசேகரனுக்கு இப்போதுதான் ஞாபகம் வந்தது.

ஒரு மாணவ சிகாமணி கோபால் சார்பில் சம்மன் இல்லாமலே ஆஜராகி விளக்கம் தந்தான்!

"சார்... இவ... மதிய உணவின்போது சோத்தைக் கீழே கொட்டிட்டா சார்... அதான் கோவாலு அடிச்சான்... சார், அஞ்சாப்பு சாரு மதிய உணவைக் கீழே போட்றவங்களை அடிக்கச் சொன்னாரு... சார்"

ராஜசேகரன் மீனாவைப் பார்த்தார். "ஏன் சோத்தைக் கீழே போட்டே"

"ஹும்... நா வேணும்னு போடலை சார்... கை சுட்டிருச்சு சார்... சூடு பொறுக்காம"

"சூடா இருந்தா... தட்டுலே தானே வாங்குறே. ஆறின பெறகு தின்ன வேண்டியது தானே...?"

மீனா பதில் சொல்வதற்குள் பல பேர் முந்திக் கொண்டார்கள்.

"சார்... அவகிட்டே தட்டு இல்லே சார்... கொண்டு வரமாட்டா சார்... பூவரச இலைதான் சார் கொண்டு வருவா"

மீனா பயந்து நடுங்கிக் கொண்டே அதை மறுத்தாள்.

"இல்லே... சார்... முந்தியெல்லாம் நான் தட்டுதான் சார் கொண்டு வருவேன்... இப்ப தான்..." என்று தேய்ந்த குரலில் தயங்கினாள்.

"ஏன்... என்ன ஆச்சு உன் தட்டு?"

மீனா மௌனம் சாதித்தாள்.

"தொலைஞ்சு போச்சா...?" ராஜசேகரன் கனிவுடன் அவளுடைய மெலிந்த தோளைப் பற்றினார்.

மீனா அழ ஆரம்பித்தாள். விம்மல்கள் வெடிக்க கழுத்து நரம்புகள் துடித்து துடித்து அடங்கின. உடம்பு குலுங்க பெரிய மனுஷி போல முகத்தை இரு கைகளாலும் மூடிக்கொண்டு தேம்பினாள்.

நடுவரிசையிலிருந்து ஒரு பையன் எழுந்தான்.

"சார்... மீனாவோட அம்மா அவுக வீட்டிலே இருக்கிற எல்லாப் பாத்திரத்தையும் விலைக்கு போட்டு அரிசி வாங்கிடுச்சு சார்... எங்க வீடு அவுக வீட்டுக்குப் பக்கத்திலேதான் சார்..."

"சார்... மீனாவோட அப்பாவுக்கு இப்ப வேலை இல்லே சார்..."

அழுகையினால் அதம்பின கன்னங்களில் கண்ணீர்த் தடயங்களுடன் லேசாக வீங்கியது போலத் தெரிந்தது. பிரமை பிடித்தவள் போல அசையாமல் நின்று கொண்டிருந்தாள் மீனா.

விசாரணையைத் தொடர்வதா வேண்டாமா என்று தயங்கிய ராஜசேகரன் அவளையே மௌனமாகப் பார்த்தார்.

"இல்லே சார்... எங்கப்பாவும் மில்லு வேலைதான் பார்த்திச்சு சார்... ஆறுமாசம் ஆனதும் வெலக்கிடுவாங்க சார். இப்ப ஆறு மாசம் ஆச்சு... வெலக்கிட்டாங்க... இன்னும் ஒரு மாசம் கழிச்சு வேலைக்கு எடுத்துக்குவாங்க சார்... அப்ப தெனம் ஏழு ரூவா சம்பளம் கொடுப்பாக சார்... அப்போ நாங்க தட்டு, டம்பளர் எல்லாம் வாங்கிடுவோம் சார்..."

"உங்கப்பாவை ஏன் ஆறு மாதத்துலே வேலையை விட்டுப் போகச் சொல்றாங்க..."

"எனக்குத் தெரியும் சார்... அது!" வகுப்பில் பெரிய பையனாக இருந்த கருப்பசாமி கூவினான்.

"ஆறு மாசத்துக்கு மேலே போனா பெர்மனண்ட் ஆக்கணுமாம் சார் - தீபாவளி போனசு கேப்பாங்களாம் சார்... அதனாலே அந்த மில்லிலே ஆறு மாசத்துக்கு மேலே வேலை பார்க்க விடமாட்டாங்க சார்... எங்க அப்பா அங்க தான் சார் வேலை பார்த்தது.... இப்போ கடை வச்சிருக்கு சார்..."

"மீனாவோட அம்மாவுக்கு சீக்கு... சார்... பாவம் படுத்தே கிடக்கும் சார்..." ஒரு மாணவி அனுதாபத்துடன் கூறினாள்.

மீனாவின் கண்கள் மறுபடியும் பொங்கின.

"எங்கப்பா... மில் வேலை இல்லைன்னாக்கூட வெறகு வெட்டப் போகும் சார்... அதோ... அந்த மலையிலேருந்து சைக்கிள்லே கொண்டு வரும் சார்" மீனாவின் சின்ன விரல்கள் தொலைவில் படர்ந்து உயர்ந்த மேற்கு மலைத் தொடரைச் சுட்டின.

"இப்போ... இவ அப்பாகிட்டே சைக்கிள்... இல்லே சார்... வார வட்டிக்காரன் கிட்டே பணம் வாங்கியிருக்கு. பணம் கட்டலைன்னு அவன் சைக்கிளைப் பிடுங்கிக்கிட்டான் சார்.... பாவம் மீனாவோட அம்மா அன்னிக்குப் பூரா ரொம்ப அழுதது சார்..." மீனாவின் பக்கத்து வீட்டுவாசியான மாணவி தொடுத்துக் கூறினாள்.

"பாவம் சார்... மீனா மத்தியானம் சாப்பிடலை சார்... சோறு கீழே விழுந்ததும் கமலாவோட நாய் லபக்குன்னு விழுங்கிருச்சு சார்... பாவம்... அவ தம்பிகூட சாப்பிடலை சார்..."

பாடம் தவிர மற்ற விஷயங்களில் இயற்கையாக உள்ள ஆர்வத்தில் ஆளுக்கொரு தகவலாக வீசிக்கொண்டிருந்தனர்.

மீனா தலைகுனிந்து நின்றதால் கன்னத்தில் வடியாமல் தரையில் சொட்டின கண்ணீர் முத்துக்கள்.

டாண்... டாண்... டாண்! ரெண்டாவது பீரியடு முடிந்து ஐந்து நிமிட இடைவேளைக்கு மணியடித்ததும் வகுப்பு காலியாகிவிட்டது.

அடுத்தது விளையாட்டுப் பீரியடு அல்லவா?

மீனா வெளியே போக ஆசிரியர் அனுமதி வேண்டிய பார்வையுடன் மேஜையைப் பிடித்தபடி தயங்கி நின்றாள். ராஜசேகரன் இதையெல்லாம் கவனிக்கவில்லை. கலங்கிய உள்ளத்துடன் பேயடித்தவர் மாதிரி எதிர்ச் சுவரை வெறித்துப் பார்த்தார்.

வழக்கம்போல டீக்கடைக்காரன் அனுப்பி வைத்த ரொட்டியும் டீயும் மேஜைக்கு வந்தது. அதை எடுத்து மீனாவுடன் ஒட்டிக் கொண்டிருந்த சின்னப் பையனிடம் கொடுத்துவிட்டு, மேலும் இரண்டு ரொட்டி வரவழைத்து மீனாவுக்கு கொடுத்தார்.

மீனாவுக்கு நாலாப்பு வாத்தியார் ரொட்டி வாங்கிக்கொடுப்பதை வேடிக்கை பார்க்க ஜன்னலில் கூடிவிட்டனர் குழந்தைகள்.

ஒரு மாணவன் வாசலில் நின்று கொண்டு ராஜசேகரன் தலைக்கு மேலே இருந்த சுவர்க்கடிகாரததைக் கூர்மையாகப் பார்த்துக் கொண்டேயிருந்தான். அவன் கையில் மணியடிக்கும் கம்பி தயாராக இருந்தது.

"நாலேகால்...!"

வினாடியைக்கூட வீணாக்காமல் மணியை நோக்கி ஓடினான் அவன்.

"கிணுங் கிணுங்... டாண்... டாண்!"

கிணுகிணுப்பு சத்தம் ஓய்வதற்குள் கூடுதிறந்த குஞ்சுகளாய்ப் பறந்தோடினர் குழந்தைகள்.

அந்தக் கூட்டத்தில் பைக் கட்டைத் தோளில் போட்டுக் கொண்டு போகிற மீனாவையே பார்த்துக் கொண்டிருந்தார் ராஜசேகரன்.

ஒய்... டிட் மீனா கிரை?

ஏன் அழுதாள், மீனா?

இன்று பதில் சொல்லாத மாணவர்கள் இந்தக் கேள்விக்கு நாளை சரியாகப் பதில் சொல்லிவிடலாம்!

டிசம்பர் 1981, மனஓசை

2. ஒரு சைக்கிள்

ரங்கம்மாவுக்கு ஒன்றுமே ஓடவில்லை.

தரையில் சிந்திக்கிடந்த வரகஞ் சோற்றுப் பருக்கைகளையும் மண்பானை ஓட்டுச் சில்களையும் பார்க்கப் பார்க்க அவள் நெஞ்சில் குமுறியது கோபமா, துக்கமா? இரண்டுக்குமிடையில் மனம் பிசைபட்டு மூக்கு நுனி சிவந்து துறு துறுத்தது. காதுகள் அடைக்க வாய்க்குள் முந்தானையைத் திணித்துக் கொண்டு கண்ணீர் விட்டாள்.

பத்து வருஷங்களுக்குமுன் தன்னையும் ஒரே மகனையும் நிர்க்கதியாக்கி விட்டுப்போன புருஷனை நினைத்துக் கொண்டாள்.

காலையில் சாப்பிடாமல் மத்தியானச் சோற்றையும் எடுத்துக் கொள்ளாமல் பள்ளிக்கூடம் போய் விட்ட துரைராஜுவை நினைக்கும்போது அழுகை மௌன நிலையை மீறியது.

அதே நேரத்தில் புல்பத்தின வரப்புகளில் வேகுவேகென்று தோளில் பைக்கட்டுடன் நடந்து கொண்டிருந்த துரைராஜு வழி நெடுக விசித்து விசித்து அழுது கொண்டே போனான். எதிரே ஆட்கள் யாராவது தட்டுப்படும் போது மட்டும் உதடுகள் துடி துடிக்க விம்மலை அடக்கிக் கொள்வான். அவன் மனதிலோ வெறுப்பும் கசப்புமாகப் பல நினைவுகள்.

காலையில்தான் எவ்வளவு மடத்தனமாக நடந்து கொண்டான். பாவம், அம்மா சாப்பிட்டாளோ என்னமோ; எப்படிச் சாப்பிட்டிருக்க முடியும்? பானையோடு உடைத் தாயிற்றே! கையையும் காலையும் உதைத்துக் கொண்டு ஆபாசமான வசவுகளைக் கொட்டும் போதெல்லாம் சோத்துப் பானையைக் காலால் எத்தும் போது கூட ஒரு வார்த்தை கோபித்துப் பேசினாளா?

“எலே... அம்பது ரூவாய்க்கு திடுதிப்புன்னு நான் எங்கே போவேன்? பத்து நாள் போட்டும். யாருகிட்டேயும் வாங்கித்தாறேன்”.

திருப்பித் திருப்பி இதையே சொன்னாள். எப்படி? கெஞ்சிக் கதறி மன்னிப்புக் கேட்கிற மாதரி. ஏண்டா என் வயத்திலே பொறந்தே என்கிற தொனிப்போடு.

64 ❑ பா.செயப்பிரகாசம்

பொழுது மேலே போய்க் கொண்டிருந்தது.

ஒத்தப் பனை வந்தாச்சு, மணி எட்டரை இருக்குமா? இருக்கும். நிழல் குத்துக்கல்லுக்கு வந்துட்டதே.

இந்நேரம் கோபால், ராமசாமி, பழனியப்பன் எல்லாரும் பள்ளிக் கூடத்தில் இருப்பார்கள்.

அவர்களுக்கென்ன, சைக்கிள் இருக்கிறது. ஜம்மென்று போகலாம்; வரலாம்.

"ஹூம் ....!"

நடக்க நடக்க மாளாது நீண்ட பாதையைப் பார்த்துப் பெரு மூச்சு விட்டான், துரைராஜு. போனமாசம் வரைக்கும் இந்தப் பாதையில் நடப்பதற்கு எவ்வளவு குஷியாக இருந்தது துரைராஜுவுக்கு! ரயில் டக்குகள் மாதிரி நெட்டையும் குட்டையும் கலந்த வரிசையாகப் பையன்கள் நடந்து கொண்டே விடுகதைகள், நாட்டுக் கதைகள், சினிமாப் பேர்விளையாட்டு..... இப்படி மனோரம்மியமான பொழுது போக்கில் தூரமே தெரியாது. கோபாலபுரத்துக்கும் சாத்தூருக்கும் இடைப்பட்ட நாலு மைலும் நாலு பர்லாங்குக்குச் சமம் அவர்களுக்கு. விதி வசத்தால் பாதையோரங்களில் அமைந்த துவரங் காடுகளுக்குச் சொந்தக்காரன் தலையில் கையை வைத்துக் கொள்ளவேண்டியது தான்! சரஞ்சரமாக கோர்த்திருந்த காய்கள் இலை, பூ, பிஞ்சுகளோடு உருவப்பட்டு அமங்கிலியைப் போல குச்சி குச்சியாய் வெறுஞ் செடிதான் நிற்கும், புஞ்சைக்காரன் காவல் கட்டுதிட்டம் எல்லாம் பசங்களிடம் செல்லாது எப்படியும் புகுந்து விடுவார்கள். பேச்சுப் பராக்கிலேயே சரட்டென்று இழுத்து கால்சட்டைப் பையில் நிரப்பிக் கொள்வார்கள்.

துரைராஜுவுக்கு முழங்கால் வலி நமட்டி எடுத்தது. தூரத்தில் மரக் கூட்டத்தின் மத்தியில் தலைநிமிர்த்தித் தெரிந்த பெரிய கட்டிடங்களைக் குறி வைத்து குறுக்குப் பாதையில் ஓட்ட மெடுத்தான். முதல் மணிக்குப் பிறகு கைப்பிரம்புடனும் 'கறார்' பார்வையுடனும் வாசலைக் காத்துக் கொள்ளும் ஹெட் மாஸ்டர் உருவம் மனசில் நிழலாடி அவனை வேகப்படுத்தியது.

நீண்ட யோசனைக்குப் பிறகு ரங்கம்மா சேலையை உதறிச் சுற்றிக் கொண்டு பெருமாள் செட்டியார் கடையை நோக்கி நடந்தாள்.

மரப்பொந்து மாதிரி அமைந்த கடை வாசலுக்கு வெளியே தலையை நீட்டினார் செட்டியார்.

“அண்ணாச்சி ஒங்களாலே ஒரு காரியம் ஆகணும்”.

“என்னம்மா... என்ன வெசேஷம்? கையிலே கூட கால்துட்டு இல்லையே.. துட்டுப் பிரிச்சல் இல்லாம சந்தைக்குக் கூடப் போகலை. சாவஞ் செத்த பயக... கடன் வாங்குறபோது இருக்கிற அறிவு கொடுக்கிறதுக்கு கெடையா... மானங்கெட்ட களுதெக.....”

இவள் ஏதோ கைமாத்துக் கேட்க வந்திருப்பதாக எண்ணி வெளாசினார் செட்டியார்.

“பய சைக்கிள் வேணும்னு ஒத்தக் காலாலே நிண்ணு முரண்டு பிடிக்கிறான். திடும்னு அம்பது ரூவாய்க்கு எங்கே போறது....”

“ம்.... அப்படியா.... பய பெரிய பத்துப் படிக்கிறான்லே..... உன்பாடு யோகம்தான். நாளைக்கே வேலையிலே சேந்துட்டான்னா ராசாத்தி கணக்கா உக்காந்து திங்கலாம்....” என்று ஒரு அவுட்டுச் சிரிப்பு சிரித்தார். அந்தச் சிரிப்பிலே மூணாம் பாரத்தில் மூணு தடவை கர்ணம் போட்டு படிப்பை நிறுத்தி ஊர் சுத்திக் கொண்டிருக்கும் தன் மகனைப் பற்றிய வருத்தம் ‘தொக்கி’ நின்றது.

“போன வருசமே கேட்டீக... நான் தான் முடியாதுண்ணுட்டேன். துரை பிழைச்சுக் கிடந்து சம்பாரிச்சா வாங்கிக் கிடட்டும். நீங்க அதெ எழுதிக்கிங்க....”

தன் வீட்டருகே இருந்த ரங்கம்மாவுக்குச் சொந்தமான பத்து செண்ட் நிலத்தின்மீது ரொம்ப நாட்களாகவே கண்வைத்திருந்த செட்டியாருக்கு எச்சில் ஊறியது.

‘பேஷ்! வகையாக மாட்டிக் கொண்டாளே!’

கொஞ்ச நேரம் முகத்தை யோசனை செய்கிறபாவனையில் வைத்துக் கொண்டார்.

“ம்....ம்... ரூவா கைவசம் இல்லையே....”

“உங்களுக்குக் கூடவா.... இடஞ்சல்? நீங்க மனசு வச்சா.....”

“ஆமா.... எனக்கொரு யோசனை.... என் சைக்கிளைக் கூட

வித்துடனும்னு வெல சொல்லிக் கிட்டிருந்கேன். அறுபதுவரை கேட்டாக. வண்டி நல்ல ஸ்டாங்கு. லோடு அடிச்சதில்லே. அறுபதாப் போட்டு மேக் கொண்டு பத்து ரூவா நீ கொடுத்திரு. நெலம் எழுத்துக் கூலி எம்பொறமாப் போகட்டும்.... என்ன...?"

ரங்கம்மாயோசித்தாள். இந்த பேரத்தில் தான் ஏமாற்றப்படுகிறோமோ என்ற சந்தேகம் ஒருகணம் தலை தூக்கியது. அடுத்த நிமிஷம் என்ன நினைத்தாளோ "சரிக்குச் சரியாப் போகட்டும். வேறே பேச்சு வேண்டாம். நீங்க மருமவனுக்கு பத்துருவா தள்ளிக் கொடுத்ததா நெனைச்சுக்குங்க" என்று முடித்தாள்.

செட்டியாரும் 'அரை' மனசோடு ஒத்துக் கொண்டார். பாவம்; அவருக்கு லாபத்தில் நட்டம் பத்து ரூபாய்! நிலம் நூறு ரூபாய் பெறும்; சைக்கிள் நாற்பதுகூடப் பெறாது. ஒரு கல்லில் இரு மாங்காய் அடித்த ரகசியம் அப்பாவி ரங்கம்மாவுக்கு எப்படித் தெரியப் போகிறது?

பொழுது மங்கிய நேரத்தில் வீடுவந்து சேர்ந்த துரைராஜுக்கு சந்தோஷம் தாங்க முடியவில்லை.

சைக்கிள் பழசுதான். என்றாலும் ஹாண்டில்பார் பாலிஷ் கொஞ்சங்கூட மங்கவில்லை. மட்கார்டுகள் தான் பெயிண்ட் கலைந்து, நரைத்து வருகிற தலையைப்போல வெளுப்பு தெரிந்தது. மொத்தத்தில் வண்டி ஒன்றும் பார்வைக்கு அவ்வளவு மோசமில்லை.

கைவழிய தேங்காய் எண்ணெய் எடுத்துக் கொண்டு வந்து 'மழுக் மழுக்' கென்றிருந்த மட்கார்டுகளிலும் முக்கோண பார்களிலும் தடவித் துணியால் துடைத்தான். கருமை தட்டியிருந்த சக்கரங்கள் கூட எண்ணெய்ப் பூச்சால் சுற்றும்போது மின்னல் வெட்டியது.

பௌர்ணமி நிலா. சொல்லிவைத்தபடி அடுத்த தெருவிலிருந்து சீனியும் ராமசாமியும் வந்து விட்டார்கள்.

துரைராஜ் கவனமாகச் சைக்கிளை வெளியே உருட்டினான்.

"லே... பார்த்துப் பையங்போ... அப்பா... லே.... சீனி! நீதான் கவனமாப் புடுச்சி சொல்லித் தரணும்.... சின்னப்பய...." என்று எச்சரிக்கைக் குரலுமாய் வழியனுப்பினாள் ரங்கம்மா.

களத்து மேட்டில், சைக்கிளை சீனியும், ராமசாமியும் பிடித்துக் கொள்ள துரைராஜ் சீட்டில் ஏறினான். உட்காரும் போதே லம்பியது.

ரெண்டுபேரும் சைக்கிளை நகர்த்தினார்கள். அவன் பாதங்கள்

சுற்றின. உடல் எழுகோணமாக நெளிந்தது. வலப்புறமே கோணிய இடுப்பை நிமிர்த்த ஜெகஜ்ஜாலம் செய்த பார்த்தாலும் பலிக்க வில்லை. கழுத்து வளைந்து வளைந்து வலியெடுத்தது தான் மிச்சம்!

கிழக்கே பெரிய வெள்ளித் தாம்பாளம் போல சந்திரன் ஒளி வீசிக் கொண்டிருந்தான்.

“எலே.... அங்கிட்டு இங்கிட்டு பார்க்காம நிலாவையே பாருடா”

“ம்... தலையை வெட்டி நாய்க்குப் போடுவேன்.... நிமிரித்துடா தலையை... சீனி வெடுக்கென்று குடுமியைப் பிடித்து இழுக்க வலி தாங்க முடியாமல் துரையின் கண்கள் கலங்கின.

எலும்பு மூட்டு மூட்டாக விட்டுப் போய்விடும் போலிருக்கிறது. அடிக்கடி அவன் பயிற்சியை சோதிக்க எண்ணி அவனைத் தனியே தள்ளிவிட்டு ஒதுங்கிவிடுவார்கள். நாலைந்தடி தூரம் விர்ரென்று கிளம்பி மறுகணமே சரட்டென்று சரிந்து சைக்கிளோடு விழும்போது அடிபடுவது பாதமா, தொடையா, முழங்காலா, தோள்பட்டையா...? ம்! எல்லாம் சிராய்ப்புக்களின் எரிச்சல்.

மனசைத் திடப்படுத்தி அண்ணாந்து பார்த்துக்கொண்டு பெடலை மிதித்தான். சைக்கிள் தன்போக்கில் நகர்ந்தது. வளைந்து நெளிந்து நொடிக்கொரு வீழ்ச்சியிலிருந்து பிழைத்துக் கொண்டிருந்தது.

“பேஷ்! பேஷ்.... பய நல்லா ஓட்றானே... விடாதே!”

“அப்படித்தாண்டா ராசா... ஜோக்கா.. வந்திருச்சு!”

இருவரும் மனதாரப் பாராட்டி அவன் திறமையில் நம்பிக்கை வைத்து ஒதுங்கிவிட்டார்கள். மறுவினாடி, சைக்கிள் சட்டென்று சரிந்து வீழ, திடீர் வீழ்ச்சியில் மெய்மறந்த துரைராஜு சைக்கிளுக்கடியில் கிடந்தான். இடுப்பிலும் வலது காலிலும் கொழுத்த அடி.

துரைராஜ் ஓய்ந்துபோய் உட்கார்ந்து முழங்காலைக் கட்டிக்கொண்டு கோழித்தூக்கம் போட ஆரம்பித்தான்.

சீனியும் ராமசாமியும் தங்கள் கைவரிசைகளைக் காட்ட ஆரம்பித்தனர். சீனிக்கு சைக்கிள் விடத் தெரியும். ஆனால் ரெண்டு கைகளை விட்டுவிட்டு ஓட்டத் தெரியாது. எனவே ஹாண்டிலைப் பிடிக்காமல் ஓட்டப் பழகிக் கொண்டிருந்தான். ஏற்கனவே பல தடவை கீழே வீழ்ந்து நிலை தவறியிருந்த ஹாண்டிலை - முன் சக்கரத்தை

கால் கவட்டுக்குள் நுழைத்து - திருப்பி சரி செய்தான்.

ஏறி ரவுண்ட் அடிக்க ஆரம்பித்தான். பல தடவை விழுந்து எழுந்தான். சில சமயம் சைக்கிள் அலாக்காகத் தூக்கி எறியப்பட்டு லொட லொடத்தது.

தடுத்துச் சொல்லக்கூட முடியாத மயக்கச் சோர்வில் கிடந்தான் துரைராஜு.

காலையில் எழுந்திருக்கவே முடியவில்லை. கண்கள் பிசினாக ஒட்டி நெறுநெறுத்தன. ராத்திரி வீடு திரும்பி வந்து சேர்ந்தது எப்படி என்கிறது கூட நினைவு வரவில்லை. அவ்வளவு சோர்வு துரைக்கு.

முகத்தை ரெண்டு கைகளாலும் தேய்த்துக்கொண்டு எழுந்தான்.

முன் சக்கரம் போக்ஸ் கம்பிகள் நெரிந்து, முக்கோண வடிவில் சக்கரம் நசுங்கியிருந்தது.

ரூபாய் அகலத்துக்கு தோல் உரிந்து ‘பக்கு’ பத்தி விண் விண்ணென்று தெறித்த முழங்கால்களை அவன் கைகள் தடவிவிட்டன. கண்களிலிருந்து நீர் உகுந்தது.

தண்ணீர்ப் பானையோடு அப்போது தான் உள்ளே வந்த ரங்கம்மா ஒரு நிமிஷம் நின்று மகனையும் சைக்கிளையும் மாறிமாறிப் பார்த்துவிட்டு விசுக்கென்று தண்ணீரைக் கொட்டிவிட்டு வெளியே போய்விட்டாள்.

பழையபடி கரிசல் காட்டின் கரடு பத்திய வரப்புகளில் தனது தினப் பயணத்தை நடத்திக் கொண்டிருந்தான். துரைராஜு தூக்குச் சட்டியும், பைக்கட்டும் தோளில் தொங்கப் போட்டுக்கொண்டு நெடுந்தொலைவில் தெரியும் ஏதாவது ஒரு மரத்தையோ, கட்டிடத்தையோ குறிவைத்து நடையை துரிதப் படுத்துவான்.

தாயும் மகனும் சைக்கிள் பேச்சே எடுப்பதில்லை. என்றாலும் தனித்தனியே நினைத்து மறுகிக் கொள்ளாமலா இருப்பார்கள்?

தன்னந்தனியாகப் போய்க் கொண்டிருக்கும்போதே சைக்கிள் நினைப்பு வந்துவிடும். அவ்வளவுதான். கண் கண்ணீர் ஆறாகச் சொரிந்துகொண்டே இருக்கும். ஊருக்கு அருகே வந்துதான் துடைப்பான். முகமெல்லம் வீங்கிவிடும்

சக பறவைகளைப் பார்த்துச் சிறகொடிந்த பட்சி பொருமி பொருமிக் குமைவதைப் போல அவன் மனம் உளைந்து கொண்டிருந்தது. ம்........ அவன் ஊர்ப்பையன்களெல்லாம் எவ்வளவு ஜோராய் சைக்கிளில் பள்ளிக்கூடத்துக்கு வருகிறார்கள்!

இந்த வயிற்றெரிச்சல் காணாதென்று செட்டியார் வேறு இவர்களிடம் வாங்கிய நிலத்தில் முருங்கைக் கொப்புக்களை நட்டு, அவை தளதளவென்று சோலை மாதிரி இருந்தது!

ரொம்ப சந்தோஷமும் ரொம்ப துக்கமும் காலவேகத்தை துரிதப்படுத்திவிடும். மப்பும் மந்தாரமும் கவிந்த நாட்களில் நேரம் போவது தெரிவதில்லையல்லவா, அப்படித்தான் துரைராஜுவின் பள்ளி நாட்களில் ஆறு மாத காலம் கழித்து பரீட்சை சமீபித்துவிட்டது. அவன் எல்லாவற்றையும் மறந்துவிட்டு மும்முரமாகப் பாடங்களில் கவனம் செலுத்திக் கொண்டிருந்தான்.

இப்படி இருக்கிற சமயத்திலே, மூலையில் கிடந்த சைக்கிளுக்கு வினை பிடித்தது!

மாடுகளுக்கு லாடங் கட்டுகிற ஆசாரி ஒருத்தர் தாகத்துக்குத் தண்ணீர் கேட்டு வீட்டுக்குள் நுழைந்தார். அவர் புதுப் புது சூட்சுமமான வேலைகளைச் செய்து பேரெடுக்க ஆசைப்படுபவர். மூலையில் சாத்தியிருந்த சைக்கிளை நோட்டம் பார்த்தார்.

"என்ன தாயீ..... இதை இப்படிப் போட்டுட்டீக."

ரங்கம்மா என்ன பதில் சொல்லுவாள்.

"ச்சொ..... கெடக்கு....!" என்றாள் சலிப்போடு.

ஆசாரி விடுபவராயில்லை.

"ம்.... நல்ல வண்டி. கொஞ்சம் ரிப்பேர் பார்த்துட்டா ரொம்ப நாள் ஓடும்.... டயர் டீப்பெல்லாம் புதுசா இருக்கு...." அடுக்கிக் கொண்டே போனார்.

"ம்.... பய ஆசைப்பட்டு வாங்கி ஒரு நாள்கூட அதிலே ஏறக் கொடுத்து வைக்கலை. நெலத்தை வித்ததுதான் மிச்சம்...." பக்கத்தில் தளதளப்பாக வளர்ந்து கொண்டிருக்கும் முருங்கைகளைப் பார்த்துப் பெருமூச்சுவிட்டாள் ரங்கம்மா. தொடர்ந்து கொஞ்சங் கொஞ்சமாக

சைக்கிளின் சரித்திரமே அவள் வாயிலிருந்து வந்துவிட்டது. மகனின் ஆசாபங்கத்தையும் பரம்பரை நிலத்தின் இழப்பையும் அவளால் அடக்க முடியவில்லை.

ஆசாரி மூன்று ரூபாய்க்கூலிகேட்டான் அதைச்செம்மைப்படுத்த, ரங்கம்மா கூலியாக சின்ன நாழிக்கு எட்டு நாழி கம்பல்புல் கொடுப்பதாக ஒத்துக் கொண்டாள். அவளுக்கு எப்படியாவது மகன் ஆசை நிறைவேறினால் போதும்.

இரண்டு நாட்கள் கழித்து சைக்கிளோடு திரும்பினார் ஆசாரி. சைக்கிள் ரிப்பேர் செய்யப்பட்டு விட்டது என்பதை விட எப்படியோ சைக்கிளை உருளும்படி செய்து விட்டார் என்பது தான் பொருத்தம்.

துரையின் மனசில் பழையபடி ஆசை ஊற்றெடுத்தது. சைக்கிளைத் தடவிப் பார்த்தான். கொஞ்சம் ‘துருசு’ பிடித்திருந்தது. கவனியாமல் இருந்ததற்கு தலையில் கொட்டிக்கொண்டான்; நாக்கை கடித்தான். முதல் வேலையாக ஒரு கிண்ணம் தேங்காய் எண்ணெய் எடுத்துக் கொண்டு வந்து தேய்த்தான்.

நல்ல வேளை; நாளை பரீட்சை! பரீட்சைக்காவது சைக்கிள் சவாரிகிடைத்ததே. சந்தோஷத்தால் அவன் மனம் விரிந்தது. தூக்கமே பிடிக்கவில்லை. விடிந்தால், பரீட்சைக்கு ஜம்மென்று சைக்கிளிலேயே போகவிருக்கும் கோலத்தை மனசுக்குள் நிழலாட்டி பரவசப்பட்டுக் கொண்டிருந்தான்.

காலை எட்டு மணிக்கு எண்ணெய் முழுக்காட்டிப் பளபளத்த சைக்கிளை வாசலில் இறக்கினான். சக மாணவர்கள் ஆளொக்கொரு சைக்கிளைத் தள்ளிக்கொண்டுபின் தொடர ஊர்வலம் மாதிரி இருந்தது.

வெளுத்த சட்டை, விளக்கெண்ணெய் தடவி மழுக்கச் சீவிய தலை, கருப்புப் பொட்டுடன் நாணச் செம்மை படர்ந்த முகத்தோடு ‘ஷோக்’காக இருந்தான் துரைராஜு.

ஊரைத் தாண்டியதும் எல்லோரும் தத்தம் வண்டிகளில் ஏறினார்கள். துரை ஒரு காலை நடு அச்சில் இருத்தி நொண்டியடித்தான் பர்லாங்தூரம். பிறகு ‘தக்கிமுக்கி’ ஏறிவிட்டான்.

சைக்கிள் கிளம்பிவிட்டது. ஒரு அசாத்தியமான திடநம்பிக்கை அவன் உள்ளத்தின் உதறலைப்போக்கி அவனை சௌஜன்யப்

படுத்தியது. எனவே நடுக்கமில்லாமல் விறைப்பாக உட்கார்ந்து ஓட்டினான். சகபாடிகள் கொஞ்ச தூரம் முன்னால் போய்க்கொண்டிருந்தனர்.

உள்ளத்தில் உற்சாகம் பொங்கி ஆனந்தமான கற்பனைகள் வழிந்தன. கண்களும் மனமும் வெவ்வேறு லயிப்புக்களில் மூழ்கின.

எதிரில் பெரிய துணி மூட்டையுடன் ஒருவன் சைக்கிளில் வந்து கொண்டிருப்பது மிகவும் சமீபித்த பிறகுதான் தெரிந்தது. துணி மூட்டைக் காரனுக்கு வழிவிட்டு ஓரமாக ஒதுங்க முயன்றான் துரை. சனியன் பிடித்த ஹாண்பார் வலிப்பு வந்ததுபோல எதிர்த் திசையில் இழுத்துக் கொண்டே வந்தது.

துணி மூட்டைக்காரன் அழுத்தின வேகத்தில் மூட்டை துரையின் வலது புஜத்தை தட்டிவிட, இரண்டு வண்டிகளும் உறவாடிக் கலந்தன. துரையின் ஒருகால் இரண்டு வண்டிகளுக்கிடையில் சிக்கிக் கொண்டது.

துணி மூட்டைக்காரன் வைத வசவுகளைக் காது கொடுத்துக் கேட்க முடியாது. முரட்டுத்தனமாக சைக்கிளை இழுத்தான். காலில் மட்கார்டின் இழுப்பால் குதிரைச் சதை கிழிபட்டு ரத்தம் கசிந்தது.

அவன் சைக்கிளை எடுத்து நிறுத்தும்போது உயிரற்ற பாம்புபோல 'கொழக்' கென்று நழுவியது செயின்.

அறுந்துவிட்ட செயினை கல்லால் தட்டி இணைத்தான் ஒரு மாதிரியாக. இதற்கு அரை மணி நேரம் ஆகிவிட்டது.

கூட வந்த பையன்கள் திரும்பிக் கூட பார்க்கவில்லை. அவர்களுக்குப் பைத்தியமா, பரீட்சை எழுதப் போகிறவர்கள் ரோட்டில் ரிப்பேர் பார்த்துக்கொண்டு உட்கார முடியுமா? சிட்டாய்ப் பறந்து விட்டார்கள்.

மீண்டும் ஒரு பர்லாங் நொண்டி அடித்தான் துரை. நொண்டி அடிக்காமல் தான் ஏற முடியாதே! நாலைந்து மிதி வாங்கியிருக்கும், பழயபடி செயின் அறுந்து நழுவியது. மிதி வேகத்தில் அவன் நெஞ்சு ஹாண்டில் பாரில் மோதியது.

அவனுக்கு அழுகை அழுகையாய் வந்தது. ஆத்திரம் கொப்பளித்தது. பழையசைக்கிளைத் தலையில் கட்டிவிட்ட செட்டியார், பழகிக் கொடுக்க வந்து வண்டியை கெடுத்த சீனி, ரிப்பேர்

செய்த ஆசாரி, மோதிய துணி மூட்டைக்காரன், தனியாக விட்டுவிட்டு ஓடிவிட்ட பையன்கள், ஒரு நல்ல சைக்கிள் வாங்க வக்கில்லாமல் தன்னைப் பெத்துப் போட்ட தாய் - இவர்களையெல்லாம் மொத்தமாகத் தூக்கில் போடத் துடித்தது அவன் மனம்.

பொழுது உச்சிக்கு ஏறிக் கொண்டிருந்தது. ஓட்டமும் நடையுமாக சைக்கிளைத் தள்ளினான். பெடல் அடிக்கடி காலில் இடித்து ஏற்கனவே அடிபட்ட இடத்தில் ரணவேதனை உண்டு பண்ணியது.

பள்ளியை நெருங்கியதும் அங்கு நிலவிய நிசப்தத்தை உணர்ந்த மனம் பக்பக்கென்று அடித்துக் கொண்டது.

வாசலில் வழக்கம்போல தலையை ஆட்டிக்கொண்டு கைகளைப் பின்புறமாகக் கட்டியபடி நின்று கொண்டிருந்த தலைமையாசிரியரைக் கண்டதும் குலை நடுங்கியது.

"சார்......"!

"வாட்.... எஃபூல் யூ ஆர்! கவர்மெண்ட் எக்ஸாமினேஷன்.....! அக்கறை வேண்டாம் சோம்பேறிக் கழுதை.......! மணி என்ன? பத்தே முக்கால்! முக்கால் மணிநேரம் லேட்! உள்ளே விட முடியாது!....."

துரை பதறிப் போனான். "சார்...... சார்.... வரும்போது சைக்கிள் ரிப்பேராகி...." கெஞ்சிக் கதறினான்.

"மண்ணாங்கட்டி.... அரைமணி நேரங் கழித்து வந்தா உள்ளே விடக்கூடாது. ரூல்ஸ் அப்படி'..... முட்டாக் கழுதை....லைஃப் பையே தொலைச்சிக்கிட்டு நிற்கிறயே..." படக்கென்று உள்ளே போய் சூட்டுப் போட்ட ஆபிஸர் ஒருவரிடம் ஏதோ சொன்னார். பிறகு இருவரும் வெளியே வந்தனர்.

துரை கெஞ்சும் விழிகளோடு அவர்களைப் பார்த்தான்.

"நோ.... நோ .... ஐ டோண்ட் அலோவ் திஸ்.... கெட் அவுட்... "கெட் அவுட்!"

துரைராஜுவுக்குத் தலை சுற்றியது. கைநழுவி கீழே விழப் போகிற சைக்கிளைக் கூடப் பிடிக்காமல் நின்று கொண்டே இருந்தான்.

❑

3. கொழுந்துகள்

முன்வாசலில் நெரிக்கும் கூட்டத்தின் ஓரமாகக் கடல் கிடைக்குமா என்று ஆராய்ந்தாள் லட்சுமி.

வாசலில் கால்களையும் கைகளையும் அகன்று பரப்பி, மோதும் கூட்டத்தைத் தள்ளிக் கொண்டிருந்தார் தவிட்டு நாயக்கர். லட்சுமி சுவர் ஓரமாக ஒட்டி ஊர்ந்து மெதுவாக முன்னேறி நாயக்கர் கால் கவட்டு வழியாகப் பாய்ந்து விட்டாள் உள்ளே. சிறிதும் எதிர்பார்க்காத பிரமிப்பில் திகைத்து விட்டு ஆத்திரத்தோடு கூப்பாடு போட்டார் அவர்.

"எந்த சிறுக்கி புள்ளே அது... சின்னச்சாதிக்களுதெ...."

அவர் உள்பக்கம் திரும்பினதுதான் தாமதம். கூட்டம் உள்ளே பாய்ந்துவிட்டது. நெரிசலில் இடிபாடுகளில் சிக்கிக்கொண்ட தவிடு, ஆத்திரத்தோடு அகப்பட்டவர்கள் தலையில் முழங்கையால் இடித்துக் கொண்டே, "நாறப்பய மக்களா... பொடிக்களுதெகளா..... எச்சிக் கலைக்கு இப்படியா பறக்கும்?" என்று வசவுகளைப் பொழிந்து ஒதுங்கினார்.

லட்சுமிக்கு முந்தியே ராமசாமி ரெடியாக இடம் போட்டு உட்கார்ந்திருந்தான். முக்காலே மும்மாகாணி, சிறுபிள்ளைகள் தாம். ஒன்றின் மீது மற்றொன்றாக முழங்காலை ஏற்றி நெருங்கி உட்கார்ந்திருந்தனர். கண்களில் ஆவலும், ஏதோ காரிய சாதனை புரிந்த மின்னாப்பும் பொங்க 'கப்சிப்'பென்று பெரியவர்களுக்குப் பயந்து அடங்கியிருந்தனர்.

முதலில் இலை.

இலை போட்டதும் ராசாமி உடலை ஒரு அசைப்பு அசைத்து விட்டு, விறைப்பாக நிமிர்ந்து உட்கார்ந்து இலையைத் துடைத்தலைக் கவனித்த லட்சுமியும் அப்படியே செய்தாள். அவளுக்கு இடப்புறம் உட்கார்ந்திருந்த கீழத் தெருப் பையன் அடக்க முடியாத அவசரத்தோடு 'லட்சுமி.... முதப்பந்தியிலே சாப்ட்ட ராசு சொன்னான்; ...... உருளைக் கிழங்கு.... வாழைக்கா.... அப்பளம்... முட்டெக்கோஸ்.... பாயசம்....' என்று கிசு கிசுத்தான்.

"முட்டெக்கோசு இதுக்கு முந்தி நீ சாப்டிருக்கயா லட்சுமி?" அந்தப் பையன் ஆர்வத்தோடு கேட்டான்.

லட்சுமி முழித்தாள். 'அப்படி ஒரு வெஞ்சனமா? அதென்ன முட்டெக்கோசு..... முட்டெயிலே செய்வாகளோ?'

முட்டை சாப்பிட்டதுண்டு அவள். ஒரு தடவை அவர்கள் கோழி அடைகாத்ததில் பொரியாமல் தேங்கிவிட்ட கூ முட்டைகள் நான்கை அவள் தாயார் எண்ணெய் விட்டு பொரித்துக் கொடுத்திருகிறாள். கொஞ்சம் வீச்சம் இருந்தது என்றாலும் பரவாயில்லை.

தினமும் கருவாட்டு மிளகாயும் சூத்தெக் கத்தரிக்காயும் தின்பதற்கு இது எவ்வளவோ மேல்.

அந்தப் பையன் சொன்னதை அஞ்சல் செய்து விட்டு ராமசாமியிடம் கேட்டாள் லட்சுமி:

"நீ முட்டக்கோசு.... தின்னதுண்டுமா?"

ராமசாமிக்கும் தெரியாது போலும். அவளைச் சட்டை செய்யாமல், கால்சட்டையை லூசாக்கி விட்டுக்கொண்டிருந்தான்

பாத்திரம் பண்டங்கள் வந்தன. சாம்பார், காய்கறி மணம் நாசியைத் துளைத்துக் கிறங்கடித்தன. சிறுவர்கள் ஊறின எச்சியைக் கூட்டி தொண்டையை நனைத்துக் கொண்டே அனைவரும் ஏக்கத்தோடு பாத்திரங்களை வெறித்துப் பார்த்துக் கொண்டிருந்தனர்.

தவிட்டு நாயக்கர் பந்திக்கு மத்தியில் நின்று ஒருபார்வை பார்த்தார் சுற்றிலும். பிறகு பரிமாறக் காத்திருந்தவர்களில் இருவரை உள்ளே கூப்பிட்டுக் கொண்டு போனார்.

அவர் சொன்னது தெளிவாகக் கேட்டது.

"கோயிந்து...! எல்லாம் குட்டியும் குறுமானுமாயிருக்கு.... அந்த அப்பளக் கூடையையும் கோசுச் சட்டியையும் எடுத்துக் கொண்டு போய் உள்ளாறவை..... எதுக்குச் சொல்றேன்னா... இன்னொரு பந்தி வேறே இருக்கு... அசலூர்க்காரங்க ராத்திரி தங்கினாலும் தங்குவாங்க... இவுகளுக்கு அப்பளமும் முட்டகோசு மில்லேன்னா இறங்காதோ.... தினமும் தவறாம தின்னதுக!" என்று இளப்பமாகச் சொல்லிவிட்டு அவர்களைத் துரிதப்படுத்தினார்.

தவிட்டு நாயக்கர் சொல்படியே எண்ணெய் மினுமினுத்த அப்பளங்கள் அடுக்கிய மூங்கில் கூடையும், தாம்பாளம் போட்டு

மூடின பெரிய குத்துச்சாட்டியும், உள்ளே போய்விட்டன.

லட்சுமியிடம் குத்துச்சட்டியை காட்டினான் ராமசாமி. லட்சுமியும் வருத்தத்தோடு தலையை ஆட்டினாள், தான் புரிந்து கொண்டதை தெரிவிக்கும் வகையில்.

“லட்சுமி...... எல்லாம் தவிட்டுப் பய பண்றதுதான்....”

“அதானே அவருக்குப் பேரு அப்படி வச்சிருக்கு தவிடு.... தவிடுன்னு. முந்தா் நா இவரு தெரு வழியே போனாரு........ எங்க ராமசுப்பு கூட ஏ....தவிடுமாமா.... தவிடு....ன்னு கூப்பாடு போட்டான்...”

தம்பி ராமசுப்பு ஞாபகம் வந்ததும், தனக்கு அப்பளம் போட்டால் அதையாவது அவனுக்கு கொண்டு போய் கொடுக்கலாமே என்று லட்சுமி நினைத்தாள்.

தவிட்டு நாயக்கருக்கு இந்தப் பெயர் எப்படி வந்தது தெரியுமா? லட்சுமியின் தாயார் கொண்டம்மா சொல்லியிருக்கிறாள்:

“அந்தச் சின்னம்மாவுக்கு..... தவிடுமின் அம்மாவுக்கு.... பொறந்த குழந்தையெல்லாம் பொறந்ததும் செத்துப் போய்க் கொண்டே இருந்தது. ஏழெட்டு போச்சு. இந்தத் தம்பி - தவிடு - பொறந்ததும் தக்கணுமேன்னுட்டு பொறந்தவுடனே பக்கத்துவூட்லே கொடுத்துட்டு பெறகு நாளித் தவிடுகொடுத்து பதிலுக்கு வாங்கறமாதிரி வாங்குனாக.... அதுலே வந்த பேரு நெலச்சுட்தே....”

அந்தத் தவிடு நாயக்கர் எப்பவும் இப்படித்தான். லட்சுமிக்கு கொஞ்சமும் பிடிக்காது.

‘போன வருஷம் கிராமின்சு தாத்தா வீட்லே சரஸ்வதி பூசை; சுண்டல், அவல் பொரி கொடுத்தாங்க. அந்த பாட்டி கைநெறைய வாரி வாரி எல்லார்க்கும் போட்டது. எங்கேயிருந்தோ வந்தார் தவிடு. ‘அத்தே ...இப்படிக் கொடுத்தா எல்லார்க்கும் நிரக்குமா?’ என்று கேட்டு விட்டு வலுக்கட்டாயமாக பொட்டியைப் பிடுங்கிக் கொண்டார். கொஞ்சம் கொஞ்சம் மந்திரிக்கிற மாதிரி கொடுத்து ஒப்பேத்தி விட்டார். மறுநாள் ராமசாமி கேட்டான். ‘அந்தத் தவிடு துண்டு நெறய சுண்டல் கொண்டு போச்சு பார்க்கலையா லட்சுமீன்னு”.

சாம்பார் ஊற்றி விட்டார்கள். ராமசாமி அவக்காச்சியோடு சோற்றையள்ளிப் போட்டான் வாயில். லட்சுமிக்குத் தவிட்டு மாமா செய்த வேலையால் ஆவல் எல்லாம் போய் விட்டது.

சோற்றில் கை வைத்தாள். வெளியேயாரோ அவள் பேரைச் சொல்லிக் கேட்கிற சத்தம் கேட்டது.

"லச்சுமீ... லச்சுமீ..."

"தம்பி ...எங்க லச்சுமீ உள்ளே இருக்காளா?" வாசலில் நின்று கொண்டிருந்த தவிட்டு நாயக்கரிடம் கொண்டம்மா கேட்டுவிட்டு எட்டிப் பார்த்தாள்.

லட்சுமிக்குப் பகீரென்றது. சோற்றை உதறி விட்டு எழுந்தாள். தாயாரின் கண்களில் கோபத் தீயைக் கண்டதும் நிலைகுலைந்து வாசலுக்கு விரைந்தாள்.

"ஏ....குட்டீ.... சோத்தை தின்னுட்டுப் போ....யக்கோவ் ....நீ போ.... அவ வருவா சாப்பிட்டதும் .....யக்கோவ்...." தவிடு கைகளால் மறுக்காட்டி, கொண்டம்மாவிடம் சொல்லிக் கொண்டே லட்சுமியை உள்ளே தள்ளினார். கொஞ்சம் திகைத்து நின்ற லட்சுமியின் தலைமுடியைக் கை நீட்டி பற்றிக் கொண்ட தாயார்க்காரி அவளைத் தெருவில் இழுத்துப் போட்டாள். வெடு வெடு என்று மகள் முன்னும் தாய் பின்னுமாக வீட்டை நோக்கி விரைந்தனர்.

"அப்படி வயணமா கேக்குற நாக்கை அறுத்து, சுவரில் ஒட்ட வைக்கணும்டீ..."

நாட்டுப் பருத்திமாரு சுளீரென்று உடம்பில் பட்டதும் துள்ளித் துடித்தாள் லட்சுமி.

"இனிமே போவியா.... போவியா...."

"இல்லேம்மா... இல்லேம்மா... போகமாட்டேன்..... அய்யோ...ம்மா வலிக்குதே... அய்யோ.....".

"கிளிப் பிள்ளைக்குச் சொல்ற மாதிரி சொல்லிட்டுப் போக உனக்கு அவ்வளவு அகமாடீ...?"

கை ஓயுறமட்டும் விளாசிவிட்டு சாத்தியிருந்த கதவைத் திறந்தாள் கொண்டம்மா. உடம்பெல்லாம் தடிப்பாக வரிவரியாகத் தெரிய பாயில் புரண்டு கதறிக் கொண்டிருந்த மகளைப் பார்த்தால் மனசு இளகி விடுமோ வென்று அவளைக் கண்ணெடுத்துப் பாராமல் வாசல் தூணில் கட்டியிருந்த செம்மறிக் குட்டிக்குக் கஞ்சி திணிக்கப் போனாள்.

விம்மி விம்மி ஓய்ந்த லட்சுமி பாயைக் காலால் ஒதுக்கிவிட்டு முகத்தை பாவாடையால் துடைத்துக் கொண்டே வெளியேறினாள்.

கரைச் சரிவில் திண்டுமாதிரிப் புடைத்து எழும்பியிருந்த இச்சி மரவேரில் உட்கார்ந்து ஊருணித் தண்ணீரை வெறித்துப் பார்த்துக் கொண்டிருந்தாள் லட்சுமி.

மேகாற்றுக்கு அலையெழும்பிக் குதித்த தண்ணீரில் ஊஞ்சலாடிக் கொண்டிருந்த பருத்த தவளைகளோ, அடிக்கொருதரம் தண்ணீரைத் தொட்டுவிட்டுப் பறந்தவால் நீண்ட நெய்க் குருவிகளோ அவள் கவனத்தைக் கவரவில்லை.

‘இந்த அம்மா சுத்த மோசம். இனிமே வீட்டுக்கே போகாம தண்ணியிலே விழுந்து செத்துப் போக வேண்டியது தான். ராமசாமியெல்லாம் சாப்பிட்டானே. அவங்க அம்மாவே அவனைப் போகச் சொன்னா. முதலாளி மகன் ராசுவை அவங்க தாத்தாவே கையைப் பிடிச்சு கூட்டிட்டுப் போனார். அங்கம்மா போகலை. ஏன்னா அவங்க வேற சாதி. அவ தகப்பன் வெளியே நின்னு பொட்டியிலே சோறு வாங்குவான். நாங்க, முதலாளி, ராமசாமி, கிராமின்சு அவங்க எல்லோரும் ஒரே சாதி.

கிராமின்சு தாத்தா அவுக பாட்டி இருக்குதே அது ரொம்ப நல்ல பாட்டி. பார்க்க மஞ்சக் கிழங்கு மாதிரி இருப்பாங்க. செவப்புச் சேலைதான் எப்பவும். நெத்தியிலே பெரிய பொட்டு வச்சு என்னேரமும் வெத்திலைக் காவி பட்டுச் செவந்த வாய்... பார்க்கப் பார்க்க சந்தோஷமா இருக்கும். நெதம் சாயங்காலம் அவுங்க வீட்டிலே ஒரே கூட்டம்தான். பிள்ளைச் சோத்துக்குத்தான். நடையிலே எல்லோரையும் நிக்க வெச்சுட்டு பெரிய தாம்பாளத்திலே சோறும் சருவச்சட்டியிலே பருப்பும் கொண்டு வருவாங்க. வரிசையா எல்லாத்துக்கும் போட்டு பருப்பு ஊத்துவாங்க... அவுங்க வீட்ல வேலை செய்யிற கிழவி கூடச் சொன்னது.. நித்தம் முத்திரிக்கு ரெண்டு படி அரிசியும் அரைப்படி பருப்பும் ஆகுதுன்னு.

‘நா வாங்க மாட்டேன். அம்மா சொல்லியிருக்கா அங்கே போய் சோறு வாங்கக் கூடாதுன்னு. ராமசுப்பு சின்னப் புள்ளெயாயிருக்கும் போது நாங்க துட்டுக்கு அரிசி வாங்கி நெதமும் மாகாணிப்படி அரிசியெ துணியிலே முடிஞ்சி சோளக் கஞ்சி உலையிலே போடுவோம். உலை கொதிச்ச கொஞ் நேரத்திலே அரிசி மலர்ந்து சோறாயிரும். எடுத்து துணியை அவுத்து கிண்ணத்திலே வச்சு தம்பிக்கு ஊட்டுவோம்.

'நாம போயி ஒரு வாசப்படியிலே புள்ளைச் சோறுன்னு நிக்கப்படாதுடீ... பகவான் புண்யத்திலே நமக்குக் காடுகரை எல்லாம் இருக்குது..... வர்ண பகவான் செய்த கொடுமை, விளையலே... கஷ்டப்படுகிறோம். பூமாதேவி முகங்கொடுத்து பார்த்துட்டா நம்ம சோறு நாய்க்குக் கூடப் போடலாமேன்னு அம்மா சொல்வா, காடுகரை.... இந்த காடுகரை என்னிக்குத் தான் வெளையப் போகுது. நாங்க வீட்லே உக்காந்து தின்னப் போறோம். போன வருசம் எங்களுக்கு நாலு மூடைக் கம்பம்புல் வந்திச்சு. வெதச்சதுக்கும் உழுததுக்கும் தீர்வை போட்டதுக்கும்னு முதலாளி வீட்லே பாக்கிக்கு மூணு மூடை அளந்துட்டோம். மிச்சம் ஒரு மூடை. ராமசாமி தாயார் கிட்ட எங்கம்மா சொல்லிச்சு, "மதனீ.... கூலிக்காரங்க பாடு தேவலெ... நா பாடுபட்டு பாடுபட்டு... ஒத்தெயிலேயே ராப்பகலா களையெடுத்து வேலை செஞ்சு ஒரு மூடெதான் மிச்சம் ...மிளகாயும் தண்ணியில்லாம காஞ்சு போச்சு.. கூலிக்குப் போயிருந்தாலும் நாலைஞ்சு மூடைக்கு வேலை செஞ்சிருப்பேன்..."

"இருக்கட்டும், இருக்கட்டும், காலம் இப்படியே வா போயிரும்... மழெ தண்ணி பெஞ்சு செழிப்பான வீடு நெறைய தவசம் பொங்கும். எனக்குத் தெரிய உங்க வடகாட்லே பருத்தி போட்டு முறைக்குப் பதினாறுபேர் மதியம் வரைக்கும் எடுத்தாலும் அறுவாகுமா? போன வங்க பூமியைக் கொண்டுட்டா போயிட்டாங்க... அதே பூமிதான்... இந்த வருணபகவான் செய்த கொடுமை மதினி... நாங்க மட்டும் என்ன? சம்சாரிக நல்லாயிருந்தாத்தான் கூலிக்காரங்க பொழப்பும்..."னு ஆறுதல் சொல்லுவா.

'முதலாளி வீட்டுக்கு மட்டும் தானியமும் தவசமும் மிளகாப் பழமும் மூடையா வரும். அவுக கிணத்திலே தண்ணி வத்தாது... சமுத்திரங்கணக்கா பெரிசா ஆழமா இருக்கு. இஞ்சின் வெச்சு அடிப்பாங்க... கிராமின்சு தாத்தா அவுகளுக்கும் அப்படித்தான். அவுகளுக்கு நல்ல தண்ணிக் கிணறு கூட இருக்கு, நெல்லுப் போடுவாங்க... ரொம்ப... ரொம்ப நெல்லு வரும்.... அதான் எல்லார்க்கும் பிள்ளைச் சோறு கூப்பிட்டுக் கூப்பிட்டுக் கொடுக்காங்க.

'தம்பி ராமசுப்பு சின்னப்புள்ளயா இருந்தப்போ ஒரு வாட்டி அவுக வீட்டுக்குச் சாயுங்காலமா போனேன். மத்த குழந்தெக சோறு கொண்டு போறதப் பார்த்துட்டு ராமசுப்பு பறந்தான். கிராமின்சு பாட்டி என்னெக் கூப்பிட்டாங்க. நா உள்ளே போனதும் ஒரு தட்டுலே சோறு போட்டு நீயும் சாப்ட்டு ஒந்தம்பிக்கும் ஊட்டு'ன்னாங்க.

‘உங்கம்மா கிட்டே சொல்லாதேடீ. அவ ரோஷக்காரி. ஒன்னெக் கொன்னே போட்டுருவா. ஒங்கப்பன் செத்த நாளிலிருந்து ஒருத்தன்கிட்டே கைநீட்டாம ராப்பகலா வெயில்பால் குடிச்சு மாயுறா, தண்ணியில்லா காட்லே எப்பதான் வெடியப் போகுதோ அவளுக்கு....ன்றாங்க.

‘கட்டிப்பருப்பும் சோறும் நல்லா இருந்திச்சு எங்கம்மா ஒரு தடவை கூட பருப்புக் கடெஞ்சி சோறு போட்டதில்லே. எங்க வீட்லே நிதம் கம்மங்கஞ்சி, சோளக் கஞ்சிதான்.... அப்பப்போ தினைச்சோறும் குதிரைவாலிச் சோறும்... கோழியடிக்கும் போது கூட கேப்பக்களி தான்...

அதிலேருந்து அம்மாவுக்குத் தெரியாம தினமும் கிண்ணத்திலே தம்பிக்குன்னு சோறு வாங்கிட்டு வந்து விட்லே வெச்சு தின்பேன். ஒருநா அயத்துப்போய் கிண்ணத்தெக் கழுவாம போட்டுட்டேன்.

அம்மா வந்ததும் கேட்டா, ‘பருப்புச் சோறு ஏதுடீ ஒனக்கு?’ நா ஒண்ணும் பதில் பேசாம முழிச்சேன். பேசாம அடுப்படிக்குப் போனா. திரும்பி வந்து, “உள்ளதெச் சொல்லு ஒனக்கு பருப்புச் சோறு ஏது.... யாரு வீட்லே...”

“கிராமின்சு பாட்டி கூப்புட்டுக் கொடுத்தாக....”

“தம்பிக்கு ஊட்டுனயா....”

எனக்கு பொய் சொல்ல மனசு வரலை. ஒப்புக்கிட்டேன். ‘நாந்தான் திண்ணேன்’ நா மட்டுமா ராமசாமிகூட அவ அக்கா மகளுக்குன்னு சொல்லி வாங்கிட்டு வந்து துண்ணானே”....

என் பதிலைக் கேட்டதும் அவளுக்கு வெளம் வந்து விட்டது.

‘ஏம்.... வவுத்திலே எங்கேயிருந்து பொறந்தேடீ... பல பட்றைச் சிறுக்கி...’ன்னு கத்திக்கிட்டே எந்தலைமயிரைப் பிடிச்சு இழுத்துச் சுவர்லே மோதினா... கீழே விழுந்தேன். அடுப்பிலே காயவச்ச கரண்டியாலே முழங்காலுக்குக் கீழே ஒரு இழுப்பு இழுத்தா. புண்ணு ஆறரெண்டு மாசமாச்சு....”

லட்சுமியின் கைவிரல்கள், முழங்காலில் கண்ணாடியாக வழு வழுத்த விரல் நீளத் தழும்பைத் தடவின, மனச்சிராய்ப்பைப் பெரு மூச்சுகளால் ஆற்றிக் கொண்டு எழுந்தாள்.

சுவரொட்டிமினுக்கில் அங்கே இருளிலும் ஒளியிலும் சேர்த்தியில்லாத நிழல் கவிந்திருந்தது.

பிணங்கிக் கொண்டு பாயை விட்டு விலகித் தள்ளிப்படுத்திருந்த மகளை அணைத்து அருகே இழுத்தாள் கொண்டம்மா. லட்சுமி இன்னும் விழித்துக் கொண்டு தான் இருந்தாள்.

“போ.... நீ ஒண்ணும் பேச வேண்டாம்.... போ.”

“அடியாத்தா... என் பெரிய மனுஷிக்கு கோவத்தெப்பாரேன்... ராசாத்தி... என் கண்ணூ...” என்று தாயார் கொஞ்சியிழுத்து அணைத்ததும் லட்சுமியின் கோபம் கரைந்து சிணுக்கமும் சிரிப்பும் பொங்கி வெடித்தது ஏக காலத்தில்.

“நீ... நீதான் என்னெ அடிச்சயே...”

“அங்கேயல்லாம் போயி நாமசோறு திங்கலாமா...?”

“ஏன், போனா என்னவாம்?”

“போனாக்க நம்மளை மத்தவங்க எளப்பமா நெனப்பாக..... கொண்டம்மா மகளெப்பாரு... சோத்துக்கு ஆலாப் பறக்கிறா என்பாங்க... உங்கப்பா இருந்தப்போ நாம் எப்படி இருந்தோம் தெரியுமா...”

“ராமசாமி மட்டும் போனான்?”

“அவுங்க போகலாம்” மத்தவங்க ஒண்ணும் சொல்ல மாட்டாங்க.... அய்யோ பாவம்..... கூலிக்காரங்க... என்ன உண்டும்.... அப்படிப்பாங்க” அவங்களுக்கு.... அவங்களுக்கு.... நாம... அப்படியில்லே... நமக்கு காடு கரை இருக்கு...”

“ராசு போனான்?”

“அவங்க பணக்காரங்க. அவங்களெ வூட்டுக்குப்போயி அழைப் பாங்க... சாப்பிட வாங்கன்னு... நம்பளை யாரு கூப்பிட்டாங்க...?”

“போம்மா.... நீ ஏமாத்துறே... நாமளும் ஏழைங்க தாம். ராமசாமி வீட்லேயும் மூணு நேரமும் கம்மங்கஞ்சி... நம்ம வீட்லேயும் அப்படித்தான். அவங்கம்மா காலையிலே வேலைக்குப் போயுட்டு ராத்திரிதான் வாரா.... நீயுந்தான் என்னவாம்... இருட்லேதானே வாரே புஞ்சையிலேந்து... போம்மா... நீ மோசம்...”

“அடெ கூறுகெட்டகளுதெ... களுதெ... நாமளும்

ராமசாமியவங்களும் ஒண்ணாயிருவமா வேலைக்குப் போனாப்பலே... நா நம்ம புஞ்சையிலே வேலை செய்யுறேன். அவளைப் போல கூலிக்கா போறேன்?”

“லட்சுமிக்குப் புரியவில்லை. கூலிக்குப் போனாலும் தன் புஞ்சையிலே செய்தாலும் வேலை ஒண்ணுதானே... இல்லை; ராசு தாயார் மாதிரி வீட்டை விட்டு வெளியேறாம வில் வண்டியிலே போயிட்டா வாரா....”

கொண்டம்மாவுக்குத் தன் குடும்ப கௌவரத்தை எப்படி மகளுக்கு விளக்குவதென்று தெரியவில்லை.

“இருந்தாலும்... இருந்தாலும் நமக்கு காடு கரை இருக்கு... நமக்கு மட்டும் வெளஞ்சா இப்படியா இருப்போம்... நீயும் தம்பியும் பெரிசா வந்து உழைச்சு சம்பாதிச்சு நம்ம கிணத்தை தோண்டி இஞ்சின் வச்சி...”

“லட்சுமி சிணுங்கினாள்... போம்மா... ராமசாமியெல்லாம் போயிச் சாப்புட்டான்... என்னெ மட்டும் நீ....”

“சரி சரி.... நிப்பாட்டு. தின்னிக் களுதெ... ஒனக்கு என்னதான் சொன்னாலும் ஏறப் போகுதா காதுலே... படு... படு. காலையிலே வெள்ளன எந்திரி... நீயும் வரணும்... மேலக் காட்டுலே கல்லு பெறக்கணும்...” என்று வெடுக்கென்று எரிந்து விழுந்து விட்டு திரும்பிப் படுத்தாள் கொண்டம்மா.

விடிந்ததும் கோழிக் கூண்டைத் திறந்துவிட வாசலுக்கு வந்த லட்சுமி தெருவழியே போன ராசுவைக் கையசைத்துக் கூப்பிட்டாள்.

“ராசு..... முட்டெக்கோசு எதுலே செய்வாங்க... முட்டையிலே தானே....?”

ராசு சிரித்தான். ரெண்ட கைகளையும் கொட்டி, கெக்கலிட்டுச் சிரித்தான்

❑

4. பால்ய சிநேகிதன்

ரயில் நகர்கிறது. கடைசி விசில் சப்தம் கேட்டதும், வேகமெடுத்த எஞ்சினின் கடகட சப்தம் அதிகரிக்கிறது, அவசரக்காரனின் நெஞ்சுப் படபடப்பைப் போல.

ரெண்டாம் வகுப்புப் பெட்டியில் இருக்கை கொள்ளாமல் பரபரக்கிறேன். அக்கணமே ரெயிலின் வேகத்தை மிஞ்சி பறந்துபோய் அந்த கிராமத்தின் இருபது வருஷகால மாறுதல்களைத் தெரிந்து கொள்ளத் துடி துடிக்கிறது மனம். இருபதாண்டுகளுக்கு முந்தி என் தந்தை போஸ்ட் மாஸ்டராக வேலை பார்த்த - இப்போதும் நினைவில் பளிச்சிடும் என் பால்ய நாட்களை ஆனந்தமாக அனுபவித்த அதே கிராமத்துக்கு பவர்ஸ்டேஷன் எஞ்சினியராக வேலைபார்க்கப் போக வேண்டியிருக்குமென்று கனவிலும் கருதியதில்லை நான்.

ரெயிலின் விரைவில் கிழிபடுகிற ஊளைக் காற்றின் ஓலம் கடகட சத்தத்தை மீறிக் கேட்கிறது. ஜன்னல் வழியே மரம் செடி கொடிகளும் டெலிபோன் கம்பங்களும் என் கண்களில் பட்டு தம் இருப்பைக் காட்டி மறைகின்றன. இமைக்காத விழிகள் எங்கோ நிலைத்திருக்க, மனசில் பழைய நினைவுகள் விரிகின்றன.

ஒரு பவர்ஸ்டேஷன் வைக்கிற அளவுக்கு வளர்ச்சியடைந்து விட்ட அந்த கிராமம் இப்பொழுது எப்படித் தோற்றமளிக்கும்?

ஒரு மழை பெய்ததும் நீர் தளும்பி விடுகிற சிறு குளமும், கரையில் ராட்சஸ உயரம் வளர்ந்திருந்த இச்சிமரமும் ... அதன் உச்சிக்கிளையிலிருந்து பயமில்லாமல் தாவித் தொத்தி பழம் உலுப்புகிற சங்கையாவும்...."

சங்கையா....! சங்கையாவை இந்த இருபது வருஷங்களில் எத்தனை தரம் நினைத்திருப்பேன்? ஆயிரத்துக்கும் மேலிருக்கும். கீழ்வகுப்பில் ஹனுமானைப்போல இதிகாச வீரர்களைப் பற்றி படிக்கிறபோதும், பிற்காலத்தில் சீஸரையும், நெப்போலியனையும் பற்றிப் படிக்கிற போதும். வெத்துப் பாவலாபோடுகிற ஸ்டண்ட் நடிகரையும், விளையாட்டுக்காரர்களையும் பார்க்கிற போதும் கூட என் மனசு சங்கையாவைச் சுற்றிக் கொண்டிருந்திருக்கிறது.

ஆரம்பத்தில் சங்கையாவுக்கு என்னைப் பார்த்தாலே வெறுப்புதான். எந்த விளையாட்டிலும் சேராமல் சோதாவாக இருக்கிறவனை யாருக்குத்தான் பிடிக்கும்?

ஒரு நாள் மற்றப்பையன்கள் இறங்குகிறார்களென்று நானும் குளத்தில் இறங்கி விட்டேன். விளையாட்டுப் போக்கில் கழுத்தளவுத் தண்ணீருக்குப் போய்விட்டேன். கீழே பாசம் பிடித்தபாறை வழுக்கல், தண்ணீர் அலையடிப்பில் கால் வாருகிறது. என்ன செய்வது என்று தோன்றவில்லை. கூப்பாடு போட வாய் எழும்பவில்லை. திணறுகிறேன். கூடவந்த பயல்கள் பயந்து ஓட்டம்பிடித்து விட்டார்கள். பதட்டத்தில் கால்கள் நடுங்க, தலை சாய்கிறது. 'களுக்' ஒரு முங்கு; நிறையத் தண்ணீர் குடித்து திக்கு முக்காட்டித் தவிக்கிறேன்.

'தொபுகடீர்...!'

உச்சாணிக் கொப்பிலே இச்சிப் பழம் தின்று கொண்டிருந்த சங்கையா குதித்திராவிட்டால் என் கதை வேறு மாதிரியாகியிருக்கும்.

பிடரியைப் பிடித்து கரைக்குத் தள்ளிக் கொண்டுவந்து 'லே... இனிமே குளத்திலே எறங்குவியா....' என்று கேட்டுக்கொண்டே நாலு வப்பு வைத்து அனுப்பினான். பெரிய மனுஷத்தனம் அவன் கூடப் பிறந்தது.

அதுக்குப் பிறகு தான் நானும் அவன் கையாட்களில் ஒருத்தனாகி விட்டேன்.

சிறுவர்களாகிய எங்களுக்கெல்லாம் 'தலைவன்' மாதிரி சங்கையா. கிணத்து மறைவில் உட்கார்ந்து கொண்டு யாரைவாவது ரெண்டு பையன்களைக் கேப்பைக் கதிர்பிடுங்கிக் கொண்டு வரச்சொல்வான். சருகுகளைச் சேர்த்து தீமூட்டி வாட்டித் தின்பான். எங்களுக்கும் கொஞ்சம் கிடைக்கும். சில நாட்களில் கரிசல் காட்டுப்பக்கம் போய் உழுந்தங்காய்களை உருவிக் கொண்டுவந்து அவித்துத் தின்போம். சங்கையா கூட வந்தால் போதும்; கொஞ்சம் கூடப் பயமே இருக்காது.

யாராவது பெரியவர்கள் கேட்டால் அடப் போய்யா... ஒங்க புஞ்சையிலா பிடுங்கனோம்? சோலிக் களுதெயப்பாரும்' என்று எடுத்தெறிஞ்சு பேசுவான்.

விளையாட்டுகளுக்கெல்லாம் அவன் தான் 'பெரிய உத்தி' அதாவது ஒரு கட்சி லீடர். அவன் தான் ஆட்களைத்

தேர்ந்தெடுக்கணும். அவனுக்கு எதிராக 'பெரிய உத்தி'யாக இருக்க எல்லாரும் பின் வாங்குவார்கள். ஆனால் அவன் கட்சியில் சேர்ந்துகொள்ள 'நான், நீ' என்று முந்துவார்கள். சங்கையா 'மொண்டி மூக்கரையெல்லாம் எம் பக்கம் வாங்க' என்று சோதாக்களாக தன் கட்சியில் சேர்த்துக் கொள்வான். அப்போதுதான் சமமாயிருக்கும்.

'சடுகுடு' பாடிப்போனால் கொஞ்சம் கொஞ்சமாக எதிராளிகளை விரட்டி மூலையில் சேர்த்துக் கொள்வான். அடுத்த நிமிஷம் கைபடுமோ கால்படுமோ, பாதிபேர் அவுட். பிடித்து அமுக்குவதற்கு மட்டும் அகப்படவே மாட்டான். அதே போலத்தான், கிளித்தட்டு விளையாடினாலும் ஓடுகிறவனின் குதிங்காலை மிதிக்காமல் திரும்பமாட்டான்.

கொஞ்ச நாட்களில் சங்கையாவும் நானும் நெருங்கின சிநேகதர்களாகி விட்டோம். தான் ஜெயித்த நெல்லுக்காய்களிலும் பம்பரங்களிலும் எனக்குப் பங்கு கொடுப்பான். நானும் தினந்தவறாமல் தின்பண்டங்களும் புழுங்கலரிசியும் களவாடிக் கொண்டு போய்க் கொடுப்பேன்.

கோடை லீவு வந்துவிட்டால் ரெண்டு பேரும் வேட்டைக்குப் போவோம்!

நீண்ட சோளத்தட்டை நுனியில் பொடீ.... புளிச்சநாரினாலோ மாட்டு வால் ரோமத்தாலோ முடியப்பட்ட கண்ணியுடன் புறப்பட்டு விடுவோம். ஓடைக்கரை முள்மரங்களில் கைப்பருமனில் கரட்டாண்டி தலையைத் தலையை ஆட்டிக்கொண்டிருக்கும். சங்கையா மெள்ள கண்ணியை நீட்டுவான். புளிச்ச நார்க் கண்ணியாயிருந்தால் வித்யாசம் தெரியாமல் இருக்க பச்சையிலைச்சாறு தடவப் பட்டிருக்கும்.

கண்ணி வளையம் தலையில் மாட்டி மாட்டாமல் இருக்கும்போதே வெடுக்கென்று இழுத்துவிடுவான். அவ்வளவுதான்; கண்முழி பிதுங்க கழுத்துச் சுடுக்கில், சோளத்தட்டை நுனியில் தொங்கலாடும் ஓணான். ஒரே நாளில் பத்து, இருபது என்று பிடித்து எல்லாவற்றையும் மொத்தமாக ஓடவிட்டு கல்லால் அடிப்பான்.

எனக்கு அருவருப்பாக இருக்கும். ஒரு நாள் கேட்டேன். 'ஏன் அதுகளை இப்படி அடிச்சுக் கொல்றே?''

"போ.. லே. ஒனக்கு ஒண்ணும் தெரியாது. இதுக எல்லாம்

பேய்கள். ராத்திரி பேயாயும், பகல்லே கரட்டாண்டியாயும் திரியுது. கொல்லணும்" என்று நாக்கைத் துருத்திக் கடிப்பான்.

'கொல்லாசாரி ஒருத்தன் கோழி கூப்பிடுற நேரத்தில் உலை போட்டுத் தனியாக வேலைசெய்து கொண்டிருந்தான். உலையில் கங்குகளைப் போட்டு விட்டு துருத்தியை ஊதுவதற்காகத் திரும்பினால்.. துருத்தி தானாக ஊதிக் கொண்டிருக்கிறது. ஆள் ஒருத்தருமில்லை; உலைக்கு காற்று வருகிறது. ஓ...இது பேய் செய்ற வேலைதான்' என்று தெரிந்து கொண்ட ஆசாரி, தன் பாட்டுக்கு இரும்பைக் காயவைத்துத் தட்டிக் கொண்டேயிருந்தான். வேலை முடிஞ்சதும் சூட்டுக்கோலைச் சிவக்கச் சிவக்கக் காயவைத்து, திரும்பிப் பாராமல் அந்த இடத்தில் நாலு இழுவை இழுத்தான் வீச்... வீச்.. வீச்! மூணு சத்தம்: பிறகு ஒண்ணையும் காணோம். விடிந்ததும் பார்த்தால் ஒரு பெரிய கரட்டாண்டி செத்துக் கிடக்கிறது! அதன் முதுகில் சூட்கோல் பட்டமாதிரி கன்றிப் போயிருந்திச்சாம்?

'நடுக்காட்டில் ராம பிரான் தண்ணித் தாகத்தால் தவித்தார். உடனே அணிப்பிள்ளை போய் இளநீர் கொண்டு வந்தது. சாப்பிட்டு தாகமடங்கி அணிலை தடவிக் கொடுத்தார். முதுகிலே மூணுகோடு விழுந்திச்சு. அகம்பாவம் பிடிச்ச கரட்டாண்டி செறட்டையிலே மூத்திரம் பெய்துகொண்டு போனது. ராமருக்கு கோவம் வந்து அதெக் கண்ட இடத்திலே கொல்லும்படி சாபம் போட்டார்' - சங்கையா சொன்ன இந்தக் கதைகளைக் கேட்ட பிறகு, நானும் கலந்துகொண்டேன் ஓணான் வேட்டையில். பல சமயங்களில் கரட்டாண்டி என்று நினைத்து சில்லானைப் பிடித்துவிடுவேன். சில்லான் பேய் இல்லை; அதைப் பிடிக்கக் கூடாது!

'கரட்டாண்டியைக் கொன்னவன் காரைவீடு கட்டுவான்; சில்லானைக் கொன்னவன் சீரழிஞ்சுபோவான்'னு சொலவடை.

அந்தப் பட்டத்துப் பையன்களிடம் சங்கையா வைத்ததுதான் சட்டம், எல்லாரும் அவன் சொல்றதைச் செய்தாகணும், எவனாவது எதிர்த்தால் வம்புச் சண்டைக்கு இழுப்பான் அவனை, மேல் சட்டையைக்கழற்றி விட்டு மல்லுக்குக் கூப்பிடுவான். அவனோடு மல்லுக்கு நிற்க யாரால் முடியும்? உடனே -

தோத்தோ... நாயே

தொட்டியக்குடி நாயே

வாவா... நாயே

வண்ணாக்குடி நாயே!"

என்று நாங்கள் எல்லோரும் ராகம் போட்டுக்கத்துவோம். எதிர்த்தவன், அழுதுகொண்டே வீட்டுக்குப் போவான்.

திடீரென்று ஒருநாள் சங்கையா பள்ளிக்கூடத்திலிருந்து ஓடிவிட்டான். வாத்தியார் பெரிய பையன்கள் சிலரைக் கூப்பிட்டு அவனைப் பிடித்து வரும்படி சொன்னார். நாங்கள் சில பேர் கிளம்பினோம். எதிரே, இருசாலுக்குப் போய்விட்டு வந்த தலையாரி கம்மாய் கரையோரச் சோளப் புஞ்சையில் அவன் உட்கார்ந்திருப்பதாகச் சொன்னான்.

கூட்டமாக 'கே - கே' என்று கூப்பாடு போட்டுக் கொண்டே ஓடினோம். ஒருத்தன் சங்கையாவைப் பார்த்ததும் "அதோ இருக்காண்டா - விடாதே - பிடி - " என்று கத்தினான்.

சங்கையா காரைக்குமியில் ரெண்டு கால்களையும் அகற்றி வைத்து நின்றுகொண்டிருந்தான். கைகளில் கற்கள்.

"லே - நீங்கதானா என்னெப் புடிக்கிறது - "

விர்ரென்று பயந்து வந்த ஒரு கல் நாலாம் வகுப்பு சஞ்சீவி மண்டையில் விழுந்து ரத்தம் ஒழுகியது.

"அய்யோ - அம்மா - "

கற்கள் விர் - விர்ரென்று பறந்து வந்தன. அலறிக் கொண்டு ஓடி வாத்தியாரிடம் வந்தோம்.

பிறகு வாத்தியார், சங்கையாவின் தகப்பனார், கடைக்கார எல்லப்பன், மூணுபேரும் போனார்கள். வாத்தியார் போகும்போதே பிரம்பையும் கொண்டு போனார்.

சற்று நேரத்தில் சங்கையா புறங்கை கட்டிக்கொண்டு வரப்பட்டான். வாத்தியார் கையில் ஈரத்துணி சுற்றியிருந்தார். சங்கையாவுக்கு உடம்பெல்லாம் தடிப்புகள்.

அன்று மத்தியானம் மணியடித்தும் பையன்கள் வீட்டுக்குப் போகவில்லை. வேடிக்கை பார்க்கக் கூடிவிட்டார்கள்.

நல்ல வெயில். கண்களில் மிளகாய்ப் பொடி தடவி பள்ளிக்கூட வாசலில் உருட்டியிருக்கிறார்கள். சங்கையா அலறவில்லை;

புரளவில்லை. விறகுக் கட்டைபோலக் கிடக்கிறான். உடம்பெல்லாம் தண்ணியாக வேர்வை; கண்களில் நீர் சொட்டுகிறது.

வாத்தியார் மனசே இளகிவிட்டது. நிழலில் எடுத்துப்போட்டு தன்கையாலேயே அவன் முகத்தைத் துடைக்கிறார். இரு பையன்களை அனுப்பி அவனுக்கு வீட்டில் சாப்பாடு கொண்டுவரச் சொன்னார். என்னைக் காவல் வைத்து விட்டு வெளியே போனார்.

சில ஒண்ணாம் வகுப்புப் பையன்களைத் தவிர நானும் சங்கையாவும் தான் பள்ளிக்கூடத்தில். எனக்குப் பயமாக இருந்தது. வாத்தியாரோ, சோறு வாங்கப்போன பையன்களோ வந்துவிட்டார்களா என்று வாசலையே பார்த்துக் கொண்டிருந்தேன்.

சங்கையா தலையை ஒரு ஆட்டு ஆட்டிவிட்டு அலட்சியமாக என்னைப் பார்த்தான்.

"எலே... நீயுமா என்னெப் பிடிக்க வந்தே -?"

நான் பயந்து வெலவெலத்துப் போனான். புறங்கைகள் கட்டப்பட்டதை நினைத்ததும் கொஞ்சம் தைர்யம் கொடுத்தது. கேட்காத மாதிரி இருந்துவிட்டேன்.

சோறு சாப்பிட்டதும் ஒண்ணுக்குப் போகிற சாக்கில் தப்பி ஓடிவிட்டான். சங்கையா, யார் யாரெல்லாமோ அலைந்து தேடினார்கள். அகப்படவேயில்லை. ஊரைவிட்டே ஓடிவிட்டானென்பது மறுநாள் காலையில் தான் தெரிந்தது.

சங்கையாவின் தாய் தகப்பனார்கள் கூட வருத்தப்படவில்லை, அவர்களுக்கு ஏழெட்டுக் குழந்தைகள். ஆடு மேய்த்து ஜீவனம். ஒரு உபபோயமில்லாத, அடிக்கடி தானியந்தவசத்தை காணாமல் அள்ளிக்கொண்டுபோய் கடையில் போட்டுத் தின்கிற போக்கிரி மகன் போய் விட்டதால் அவர்களுக்கு நட்டமேதுமில்லை.

அதுக்குப்பிறகு, இச்சி மரத்தின் உச்சிக்கிளைகளில் மொய்த்திருந்த பழங்களை உலுப்ப ஆளில்லை. பிடிப்பாரில்லாமல் ஓடைக் கரை முள் மரங்களில் கரட்டாண்டிகள் பெருத்து விட்டன. சங்கையா இல்லாமல் சின்னப் பயல்களின் 'செட்'கலைந்துவிட்டது.

அந்த வருஷமே எனது தகப்பனாருக்கு வேலை போய்விட்டது. வேறு வேலைக்காக மதுரைக்கு குடி வந்து விட்டோம்.

சங்கையாவின் நினைவு மங்கவேயில்லை, என் உள்ளத்தில்

கொஞ்ச காலம் சினிமா வண்டிக்காரர்களையும், ஐஸ் விற்பவர்களையும் உற்று உற்றுப் பார்த்தேன்.

ரயில் மெதுவாகப் போய்க் கொண்டிருக்கிறது. அதனருகே ஸ்டேஷன்கள்; வண்டி மெல்லத்தான் பொழுது செங்கமங்கலாகிவிட்டது. மரம் செடிகள் நிழல்கள் கரிசல் மண்ணில் புதைந்து கொள்கிறது.

நெடும் கரிசல் மண் பரப்பில் நாட்டுப்பருத்திச் செடி கெண்டைக்கால் உயரத்துக்கு அடர்ந்திருக்கிறது. நடுவே பச்சை வரப்பு கட்டினதைப்போல சால்களில் உழுந்தஞ் செடிகளும் பாசிப்பயத்தஞ் செடிகளும்... தூர தூரத்தில் தனித் தனியாகக் கருவேல மரங்கள்.

'இந்தக் காடுகளில் சங்கையா என்னை எத்தனை தரம் இழுத்தடித்திருப்பான்! கருவேல மரங்களில் பொன்வண்டு பிடிக்கவும், புறா முட்டை எடுக்கவும் மத்யான வெயிலில் எத்தனை நாட்கள் அலைந்திருப்போம்!'

சங்கையா மீண்டும் ஊருக்கு வந்திருக்கலாம். குழந்தை குட்டிகளோடு குடும்பம் நடத்தலாம். அவன் திறமைக்கும் தீரத்துக்கும் இப்போ கிராமத்தில் வாழ்ந்தால் உழைப்பு மிக்க சிறந்த விவசாயியாகவோ, நிறைய ஆடுகள் வைத்திருக்கும் ஆட்டுக்காரனாகவோ ஆகியிருக்கலாம்.

கடைசியாக அன்றைக்கு அவன் மயிர் புரண்ட நெற்றியை உலுக்கிவிட்டு கண்களில் அலட்சியம் மின்ன,

"லே.... நீயுமா...?" என்று கேட்டது இப்பவும் நினைவுக்கு வருகிறது. ஊர் நெருங்க நெருங்க சங்கையாவை உடனே பார்க்க வேண்டுமென்ற ஆவல் அதிகரிக்கிறது.

ஸ்டேஷன் வந்துவிட்டது. முகம் தெரியாத இருட்டு. பவர் குறைந்த மின்சார விளக்குக் கம்பங்கள் வேப்ப மரங்களினூடே ஒளி சிந்துகின்றன. அடேயப்பா, கை எட்டும் அளவுக்கு இருந்த மரங்கள் எவ்வளவு பிரம்மாண்டமாகி விட்டன!

பவர் ஸ்டேஷனை நோக்கி நேரே போன ஒற்றையடிப் பாதையில் நடக்கிறபோது ரெண்டு பக்கத்திலும் சாய்ந்திருந்த சோள நாற்றுகால் தடுக்குகிறது. 'பாண்ட்' போடாமல் வேட்டி கட்டிக்கொண்டு வந்திருக்கலாம் நான். சௌகரியமாயிருக்கும்.

சரியாக அந்த ஒற்றையடிப் பாதை பவர் ஸ்டேஷனில் முடிந்தது. கண்களைச் கூசச்செய்த வெளிச்சத்தில் திகைப்புடன் நிற்பதைப் பார்த்த வாச்மேன் ஓடிவந்தான்.

விஷயமறிந்ததும் அருகிலிருந்த ஸ்டூலில் அமரச் செய்துவிட்டு பியூனை அழைத்து வருவதற்காக ஓடினான்.

பட்டப்பகல் போல வெளிச்சம் பரப்பின முள்வேலிக்குள் இருந்த மின்விளக்குகள். இருபது வருஷங்களுக்கு முன்.......

ரயில்வே ஸ்டேஷனையும் கொஞ்ச நேரத்துக்கு முன்பு கடந்து வந்த ஓடையையும் வைத்துப்பார்த்தால் இந்த இடம் அந்த கொய்யாத் தோப்பாகத்தான் இருக்க வேண்டும். ஆமாம்; ஊரைச் சேர்ந்து தெற்கேதான் இருந்தது. நன்றாக ஞாபகம் இருக்கிறது. காவல்கார முத்தையனை ஏய்த்து விட்டு கொய்யாப் பழம் பிடுங்கித்தின்றதும். கிணற்றங்கரை கொடிக்கா மரத்தில் முள் கொப்புகளுக்கு ஊடே ஊர்ந்து ஏறி சங்கையா கொடிக்காப் பழம் பறித்துப் போட்டதும் நினைவுக்கு வருகிறது. அதோ அந்தக் கிணறு பாழடைந்துவிட்டது போல கரையிலிருந்த மரமும் வெட்டப்பட்டிருக்கலாம்.

இதைப் போலவே எனது பழைய ஞாபகங்களின் சாட்சியங்களாக இருக்க வேண்டியவைகள் அழிந்திருக்கலாம், மாறுதலடைந்திருக்கலாம். ஆனால் அந்த பிரம்மாண்டமான இச்சி மரத்தையும் மழை பெய்தவுடன் நிரம்பி விடும் ஊரணியையும் அழித்திருக்கமாட்டார்கள். மழை, வெயிலுக்கு நனையாமல் காயாமல் தங்கவும் வருஷம் முழுக்க மாடு கன்றுகளைக் குளிப்பாட்டவும் வேறு வசதிக்கு என்ன செய்வார்கள்?

காலையில் முதல் சோலியாக ஊரைச் சுற்றிப் பார்க்க வேண்டும். அந்தக்குளம், இச்சிமரம். கல் பேர்ந்து பாம்புப் பொந்துகளாயிருந்த பவுண்டு கட்டடம், முள் மரங்கள் நிறைந்த ஓடை எல்லாவற்றையும் பார்க்கவேண்டும்.

கீழக் கடேசியில் நாங்கள் இருந்த ஓட்டு வீடு இப்போ எப்படி இருக்கிறதோ? முன்புறத் திண்ணையில் நின்று கால்களை நெட்டிப் பார்த்தால் சங்கையாவின் வீட்டுத் தாழ்வாரம் தெரியும். முற்றத்தில் பெரிய வெங்கலக்கும்பாவுக்குமுன் சாப்பிட உட்கார்ந்த கோலத்தையும், அவன் தாயாரோடு சண்டை போட்டுக்கொண்டு கால்களையும் கைகளையும் உதைத்து அட்டகாசம் பண்ணுகிறதையும் பார்க்கலாம்.

சாவியுடன் வந்த பியூன் குவார்ட்டர்ஸில் எனக்காக இருந்த வீட்டை திறந்து லைட்டைப் போட்டான். நல்ல வேளை, நான் நினைத்தபடி ரொம்ப நாட்கள் புழங்காமல் இருந்தும் அந்த வீட்டில் கொச்சை வாடை அடிக்கவில்லை. முன் ஜாக்கிரதையாகக் கதவுகளைத் திறந்து சுத்தமாக வைத்திருந்தான்.

எனது சாமான்களைப் பிரித்து வைத்துவிட்டு குளிக்க தண்ணீர் கொண்டு வந்தான் சேவகன். அடுத்தவர்களை வேலை ஏவக் கூசுகிற மனோபாவமுடைய எனது கூச்சத்தைப் புரிந்துகொண்டு ஓடி ஓடி வேலை செய்தான்.

எடுத்த எடுப்பிலேயே அவன் மீது எனக்கு நல்ல அபிப்பிராயம் விழுந்து விட்டது. முகம் ரொம்பவும் சகஜமான தாகப்பட்டது.

எனது படுக்கையை விரித்துப் போட்டு விட்டு காலையில் வருவதாகச் சொல்லிவிட்டு அவன் வீட்டுக்குப் போய்விட்டான். தனிமை எனக்கு சோர்வு தட்டியது. ஜன்னல் வழியாக இருளைத் தவிர ஒன்றும் பிடிபடவில்லை. மணி ஒன்பதுக்கே அரவம் ஒடுங்கிவிடுகிறது கிராம வழக்கம்.

தூக்கம் வராததால் ‘சும்மா, ஒரு பார்வை’ பார்ப்பதற்காக ஆபீஸை நோக்கி நடந்தேன். குவார்டர் ஸுக்கு வெகு சமீபத்தில்தான் ஆபீஸ். முன் பக்கம் சிவப்பு ஓட்டுத் தாழ்வாரமும் அதைத் தொடும்படியாக நெட்டையும் குட்டையுமான குரோட்டன்ஸ்களும் கவர்ச்சியாக இருந்தது. தாழ்வாரத்து லைட்டைப் போட்டேன். ஸ்விட்சுக்கு அருகே ஒரு ஆணியில் தொங்கிக் கொண்டிருந்த பலகையில் அலுவலக சேவகர்களின் வேலைநேர அட்டவணையில் கடைசியில் ஏழு முதல் ஒன்பது மணிவரை ஆபீஸில் இருக்க வேண்டிய சேவகர் பெயரைப் பார்த்ததும் எனக்கு ஷாக் அடித்தது.

‘சே....அவனா?’

‘அவனாகத்தான் இருக்கவேண்டுமென்பது என்ன நிச்சயம்? தற்செயலான பெயர் ஒற்றுமையாக இருக்கலாம்’

‘அவன் கம்பீரமும் துரு துருப்பும் எங்கே, இந்த சேவகனின் பணிவும் குழைவும் எங்கே! கட்டுப்போட்டாலும் இந்த ‘பாவலாக்கள்’ அவனுக்கு வராது.”

‘என்றாலும் அந்தமுகம் எங்கோ பழகின, சகஜமானதாக இருந்ததே!’

மனசைக் குடைகிற சந்தேகங்களுக்கு மத்தியில் தெளிவும் தெளிவில்லாததுமான நினைவுகள் காட்சியளிக்கின்றன.

‘அந்த முகம் சிவாஜி தாடியைப் போல முன்பக்கம் நீண்டு வளைந்த மோவாய்... அந்த சேவகன் முகம் மீண்டும் ஞாபகத்துக்கு வருகிறது. முதுமையின் ரேகை படர்ந்திருந்தாலும் அந்த வளைவு துல்யமாகத் தெரிகிறது.

‘சங்கையா... நீயா?’

பவர் ஸ்டேஷன் வாச்மேனிடம் சந்தேகத்தை நிவர்த்தி செய்து கொண்டதும் எதையோ மூழ்கடித்து விட்டது போன்ற திகில் சூழ்ந்து கொண்டது என்னை.

‘எனது நினைவில் ஒரு காவிய நாயகனைப்போல வளர்ந்து உயர்ந்த சங்கையா நாளை முதல் நொடிக் கொருதரம் எனக்கும் குமாஸ்தாக்களுக்கும் சலாம் போட்டு ஏவல் புரியக் காத்திருப்பவனாக காட்சி தருவான்!’

படுக்கைகொள்ளாமல் தவித்தேன். ஓரே குளிராக இருப்பது போன்ற உணர்வில் போர்வையை இழுத்து போர்த்தினால் மறு நிமிஷம் மூச்சுத் திணறும் புழுக்கம். பழசும் புதுசுமாக விடை காண முடியாத சிக்கலான கணிதத்தைப்போல நீண்டு கொண்டிருந்தன சங்கையாவைப் பற்றின நினைவுகள்.

எந்த காரணத்தினாலும் என்னால் ஒப்புக்கொள்ள முடியவில்லை. மனம் வேதனையால் துடித்தது, ஒரு மாவீரனின் வீழ்ச்சியைக் கேள்விப்பட்டதைப்போல.

‘காலக் கோளாறும் வறுமையும் சங்கையாவின் வீழ்ச்சிக்குக் காரணமாயிருந்து அவனுடைய உதவாக்கரையான பால்ய சிநேகிதனுக்கு ஏவலாளாக்கியிருக்கலாம். என்னால் அந்த பழைய ஞாபகங்களை உதிர்த்து விடமுடியவில்லை. இப்போதும் - அறிந்த பின்னும் கூட - அவனுக்கு முன் பழைய சோதா நண்பன் உனது சிநேகிதத்துக்கும் - கோபத்துக்கும் அதிகாரத்துக்கும் - ஆட்பட வந்திருக்கிறேன்’ என்று சொல்ல வேண்டும்போல இருக்கிறது.

அதிகாலையில் படுக்கையிலிருந்து எழுந்ததும் முதல் வேலையாக ரெயில்வே கைடைப் புரட்டினேன்.

ஹெட் கிளார்க் விலாசத்துக்கு ஒரு தபாலை எழுதி வாச்மேன்

கையில் கொடுத்துவிட்டு ஸ்டேஷனை நோக்கிப் புறப்பட்டேன். கையில் பெட்டியும் இதர சாமான்களும் இருந்தன. அப்படியே கொண்டுவந்த மேனியாக.

'தபாலைப் பார்த்ததும் ஹெட்கிளார்க்கும் மற்றவர்களும் விழிப்பார்கள். இந்தப் புது எஞ்சினீயர் எதுக்காக? வந்த மறுநாளே மாறுதல் கேட்டு 'ஓடி விட்டார் என்று திகைப்பார்கள்'

காற்றுக் கூடப்படாமல், வெளியே தெரியாமல் மனசோடு மனசு பேசுகிற வழி தெரிந்திருந்தால் என்மனம் சங்கையாவிடம் இப்படிச் சொல்லும்:

'எனது தீரமான நெஞ்சுரம் கொண்ட பால்ய சிநேகிதனே, உனக்கு வேலையிடும் மேலதிகாரியாக இருக்க இயலவில்லை. உன் சோதா நண்பனால்! எப்பவுமே அவன் கோழைதான்!

ரயில் நகர்ந்தது, கடைசி விசில் சப்தம் கேட்டதும் வேகமெடுத்த எஞ்சின் அதிர்ச்சியடைந்த மனிதனின் இதயத்தைப் போல படபடக்கிறது.

தொலைவில் பவர் ஸ்டேஷன் விளக்குகள் மங்கிமறைந்து கொண்டே வருகின்றன.

❏

5. கௌரவம்

கால வெள்ளத்தில் நிலை புரண்ட வாழ்க்கையின் நினைவுச் சின்னமாக அந்த மாளிகை, வளைவுகளில் காரை பொரிந்து, பாசி படர்ந்து கறுத்த சுவர்களில் ஆங்காங்கே பெயர்ந்த கற்களின் கொறுவாய் அடை படாமல், நிழலாக மிஞ்சியிருந்த ஒரு பொய்யான 'ஜபர்தஸ்தை' நினைவூட்டிக் கொண்டிருந்தது.

அதன் உரிமையாளரான மாஜி ஜமீன்தார் ஜகவீரப்ப நாயக்கர்கூட அப்படித்தான்! என்றோ இழந்துவிட்ட ஒன்றை நினைத்துக் கொண்டு, கனவேகத்தில் ஓடிக் கொண்டிருக்கும் காலக் குதிரையின் வாலைப் பிடித்து நிறுத்த முயற்சி செய்து கொண்டிருக்கிறார்.

துருத்திய நெஞ்சை மூடியிருக்கும் 'சில்க்' ஜிப்பாவும் தரையில் புரண்டு இழுபடும் உத்தரீயமும், நெய் தடவி வளர்த்து நுனிக் கொடுக்கை முறுக்கிவிடப்பட்ட மீசை, இன்னும் நடையுடை பாவனைகளெல்லாம் இப்போது செல்லாக்காசாகிவிட்ட சென்ற நூற்றாண்டுக்குரியவைதாம்.

அந்த மனிதர் இடம், பொருள், ஏவல் எல்லாவற்றிலும் சாதாரண நிலைக்குத் தாழ்ந்துவிட்ட போதிலும் கிராம ஜனங்கள் அவருக்கு ஒரு 'தனி மதிப்பு' கொடுக்கத்தான் செய்தார்கள். அந்த கௌரவம் அவரது அந்தஸ்தைப் பொருட்படுத்தியோ, ஆட்படைக்கு பயந்தோ அளித்ததல்ல. பட்டிக்காட்டு மக்களுக்கே உரிய பெருநோக்கில் கடந்த கால அட்டகாசங்களை மறந்து மன்னித்து, வாழ்ந்து கெட்டுத் தாழ்ந்த நிலைக்கு அனுதாபித்துக் கொடுக்கப்பட்ட சலுகையே அந்த கௌவரம். படமெடுத்துச் சீறும் பாம்பைக் கொல்ல முயலும் நமக்கு அதே பாம்பு விஷப்பல் பிடுங்கப்பட்டு பாம்பாட்டியின் பெட்டியில் சேர்ந்து சுருண்டு கிடக்கும்போது ஒரு நெகிழ்ச்சி இதயத்தில் சுரப்பதில்லையா, அது மாதிரி.

முழு நிலவின் ஒளி மாளிகை முன் பகுதித் திண்ணையில் பாய்ந்து, அங்கிருந்த அரிகேன் விளக்கை மங்க அடித்தது. திண்ணையில் மூன்றுபேர் அமர்ந்து சாப்பிட்டுக் கொண்டிருந்தனர். அருகே ராஜ கம்பீரத்துடன் பிரம்பு நாற்காலியில் அமர்ந்து

அவர்களைப் பார்த்துக் கொண்டிருந்தார் ஜமீன்தார்.

உணவு முடிந்ததும் கைகழுவிக் கொண்டு கைகூப்பிய அவர்களுக்கு தாம்பூலத்தோடு தலா ஒரு ரூபாய் ‘தானம்’ வழங்கினார். அப்போது அவர் முகத்தில் பிரகாசம் ததும்ப கண்கள் பெருமிதக் களிப்பில் மின்னின.

பௌர்ணமிதோறும் நடைபெறும் நிகழ்ச்சி இது. தன் முன்னோர்கள் செய்துவந்த ‘அன்னதான’த்தை அடியோடு கைவிட்டு, வழிவழிவந்த பரம்பரைப் பெருமையை இழக்கவில்லை ஜகவீரப்ப நாயக்கர்.

முன்பு இதே திண்ணையில் வெள்ளி தோறும் ஐம்பது பேர் பாலும் பாயசமுமாக விருந்துண்ட கதையை ஊரிலுள்ள கிழடுகள் சொல்லிச் சொல்லி பெருமைப்படுத்துவார்கள். இன்று அப்படிச் செய்ய இயலுமா? நாயக்கர் கைக்கேற்ப முழம் போட்டுக் கொண்டிருந்தார்.

‘தானம்’ பெற்றுத் திரும்புகிற மூவரும் கூட அப்படி ஒன்றும் வக்கற்றவர்கள் அல்ல. இருவர் நல்ல உழைப்பாளிகள், மூன்றாமவனான அய்யலு சூம்பின கால்களுடன் ஆயக்கால் உதவியோடு நடமாடிக் கொண்டிருந்த போதிலும், உழைப்பில் பிறருக்கு சளைக்காமல் சம்பாதித்து வயிற்றைக் கழுவிக் கொண்டிருந்தான். இருந்தாலும் நாயக்கருடைய ‘முகதாட்சண்ய’த்தை முன்னிட்டு சாப்பிட வந்து கொண்டிருந்தார்கள்.

காலச் சக்கரத்தின் சுழற்சியில் நாயக்கரும் தனது படாடோபத்தையும் போலி அந்தஸ்தையும் நிலை நாட்ட வெகு பாடுபட்டுக்கொண்டிருந்தார். கூடுவிட்டுக் கூடு பாய்வதைப் போல பஞ்சாயத்து போர்டு தலைமை, கூட்டுறவு சொசைட்டி தலைமை என்று கிடைக்கிற பதவிகளைப் பயன்படுத்தி தனது அதிகாரக்கொடியைப்பறக்க விட பெரு முயற்சி செய்து கொண்டிருந்தார்.

பௌர்ணமிக்கு நான்கு நாட்கள் முந்திய ஒரு நாளில், கோடைகால உச்சி வெயிலின் உக்கிரம் நாலாதிசைகளிலும் அனலையும் வேக்காடையும் கிளப்பிக் கொண்டிருந்தது.

புளிய மரத்தடியில் தனது ஆயக்கால்களின் தாங்கலில் நின்று கொண்டு வெயிலின் தாக்குதலினால் அமங்கிலியைப் போல

வெளிறிக் கிடந்த தரிசு நிலங்களைப் பார்த்துப் பெருமூச்சு விட்டான் அய்யலு.

கால்களில்லாவிட்டாலும் இயல்பாய் அமைந்த சுறு சுறுப்பும், நுண்ணறிவும் அவனுக்குத் துணைபுரிந்து, இதுவரை ஒருவனிடம் கைநீட்டி யாசிக்கும் நிலைக்கு விடாமல் காத்தது. வருஷத்தில் பாதிநாட்கள் ஏதாவது வேலை கிடைத்துக் கொண்டேயிருக்கும். கோணிச்சாக்கு தைப்பது, சுளகு வடிமார் பின்னுவது, வண்டி ஆரக்கால்களுக்குப் பெயிண்ட் அடித்து அழகுபடுத்துவது, புளிச்ச நார்க்கயிறு திரிப்பது - இப்படி எந்த வேலையையும் கழிக்காது செய்வான். வேலை கிடைக்காத நேரங்களில் அவனுக்குச் சைக்கிள் கடை செட்டியாரிடம் ரிப்பேர் வேலைகள் காத்திருக்கும்.

அய்யலுக்கு இந்த மாதிரி இக்கட்டான நிலை என்றும் எதிர்ப்பட்டதில்லை. கடந்த இரண்டு நாட்களாக பச்சைத் தண்ணீரைத் தவிர வேறொன்றும் வயிற்றுக்குள் போகவில்லை. நாலைந்து மாதமாகவே தொழில் 'டல்' இந்த சீஸனில் எப்போதும் சாக்கு தைக்கிற வேலை மும்முரமாக நடைபெறும். குனிந்து நிமிர நேரமிருக்காது. வேலை சுத்தத்தை முன்னிட்டு பக்கத்து ஊர்களிலிருந்து கூட சாக்குகள் கட்டுக் கட்டாகக் குவியும். இந்த வருஷம் மகசூல் சரியில்லை. வானம் பொய்த்துவிட்டதால். தானியம் விளைந்தால் அல்லவா போட்டு வைக்க சாக்குகளைத் தேடுவார்கள்?

அவரசத்துக்கு என்று கையில் இருந்த பதினைந்து ரூபாயும் தேய்ந்து விட்டது. எப்பவும் அனுதாபத்தோடு ஆதரிக்கும் சைக்கிள் கடைக்காரரும். நாலைந்துரூபாய் வரை கடன் கொடுக்கக் கூடிய பலகாரக் கடை சுப்புபிள்ளையும் கடைகளை மூடி விட்டு பழநிக்குப் போனவர்கள் நாலுநாட்களாகியும் திரும்பவில்லை. நிலைமையைச் சொல்லி யாரிடமாவது கடன் கேட்கலாம். பழக்கமில்லாத காரியத்தைச் செய்ய மனம் கூசுகிறதே!

வெகு நேரம் பாதைவழி வருவோர் போவோரை பார்த்து அலுத்து நின்றுவிட்டு, ஏதோ ஒரு தீர்மானத்துடன் நடந்தான் அய்யலு. பலவீனமும் பசிக் கிறக்கமும் சேர்ந்து தடுமாறி வீழ்த்தி விடுமோ என்று பயந்து வெகு ஜாக்கிரதையுடன் ஆயக்கால்களை ஊன்றினான்.

ஜமீன்தார் மாளிகை வராண்டாவில் ஈஸி சேரில் உண்ட மயக்கத்திலாழ்ந்திருந்தார்.

"ஐயா....."

மிகுந்த சிரமத்துடன் எழுந்து வாசலுக்கு வந்தார். எதிரே அய்யலுவைக் கண்டதும், “என்ன....என்னப்பா, வந்தது? இன்னிக்குப் பௌர்ணமி இல்லையே” என்று திகைப்புடன் கூறினார்.

பௌர்ணமி தோறும் ‘தானம்’ பெறவரும் அய்யலு ஒருவேளை நாள் மறந்து வந்து விட்டானோ என்ற சந்தேகம் நாயக்கருக்கு.

“தெரியும்.... ஒரு மாசமா வேலையே இல்லை. ரொம்பத் திண்டாட்டமாயிருக்கு.... மனசு விட்டுச் சொல்றேன். சாப்பிட்டு ரெண்டு நாளாச்சு.

“...ஏதாவது வேலை கொடுங்க செஞ்சு கழிச்சிடுவேன். ரெண்டு ரூவா... கடனாக கொடுத்தீங்கன்னா.....” ....தயக்கம் வார்த்தைகளுக்கு அணைபோட்டது.

“இந்தா பாரு... இங்கனே தரும சத்திரம் நடக்கல்லே.... வர்றவன் போறவனுக்கு அள்ளிக்கொடுக்க. ஏதோ ஒரு ‘இது’க்கு மாசம் ஒருநா ஒனக்குச் சாப்பாடு போட்டு ஒத்த ரூவாயைக் கையிலே கொடுக்கிறேன். அதைச் சாக்கா வச்சிக்கிட்டு தொந்தரவு பண்ண வந்துட்டயே...”

அய்யலுவுக்குக் கண்ணீர் குபுக்கென்று பொங்கியது. தொட்டாற் சிணுங்கிபோல இதயம் சுருங்க, தலையைத் தொங்கப்போட்டான்.

எதிரில் பழநிப் பிரசாதப் பைகளுடன் சைக்கிள் கடைக்காரரும் சுப்புவும் வந்துகொண்டிருந்தனர்.

பௌர்ணமி. நிலவில் முற்றத்தில் குறுக்கும் நெடுக்குமாக நடந்து கொண்டிருந்தார் ஜமீன்தார். திண்ணையில் மூன்று இலைகள் போடப்பட்டு வெகு நேரமாகிவிட்டது.

வாசலில் ‘டொக் டொக்’ என்ற சத்தம் கேட்டது. ஜமீன்தார் முகம் மலர்ந்தது. வழக்கம்போல அய்யலு முன்வர அவனுக்கு பின்னால் இருவர் வந்து கொண்டிருந்தனர்.

ஜமீன்தார் உறுமினார்.

“என்னப்பா நேரத்தோடு வரக்கூடாதா?”

அய்யலு சிரித்தான்.

"இனிமே இப்படிச் சாப்பிட வருவதாக உத்தேசமில்லை"

"ஏம்பா...?"

"நாலு நாளைக்கு முன்னே நீங்க எனக்கு ரெண்டு ரூவா கடன் குடுக்க மாட்டேன்னுட்டீங்க. அதுக்காக இல்லை... பொதுவாக வருஷமெல்லாம் எங்க கைபலத்திலே சாப்பிடுற நாங்க, ஓங்க கௌரவத்தை காப்பாத்துறதுக்காக பன்னெண்டு நாளைக்கு மட்டும் எங்க மானத்தை இழந்து பிச்சைக்கார வேஷம் போடுறோம். இதைப் புரிஞ்சிக்கிறதுக்கு இத்தனை நாளாச்சி"

"டக்... டக் ஆயக்கால்கள் எழுப்பின சப்தம் தேய்ந்து அடங்கியது.

ஜமீன்தார் விசுக்கென்று எழுந்து உள்ளே போய்விட்டார்.

எல்லா மனிதருக்கும் அவனவன் அளவில் சுயமரியாதை இருக்கத்தான் செய்யும் என்கிற கசப்பான உண்மையை ஏற்றுக்கொள்ள வெகு பாடுபட்டுக்கொண்டிருந்தது அவர் மனம்.

❑

6. கொடும்பாவி

முத்துப்பேச்சியைப் பற்றி பெருமாள் கோனார் சொல்லிக் கேட்கணும். புராணநாயகி தோற்றுவிடும், வர்ணிப்பு!

"ஏலா....அவளை என்னாண்ணு நெனச்சீக.... அந்தக் காலத்துலே எப்படி இருந்தா தெரியுமா? ஒசரத்துக்கு ஏத்த ஈடு... புல்லுக் கட்டைத் தலையிலே தூக்கிவச்சிக்கிட்டு நடந்தான்னா டக்கு...டக்குன்னு அராபிக் குருதெ மாதிரி இருக்கும். ஒடம்பு செவசெவன்னு ஒட்றம்பூ மாதிரி மின்னும்..என்னமோ காலகெரகசாரம் அவளையும் இப்படியாக்கிப்பிட்டது..."

'ஒங்களுக்கென்னாடா தெரியும்?' என்று ஆரம்பித்தாரானால் முத்துப் பேச்சியின் பருவகால சாகசங்களை ஒவ்வொன்றாக பிட்டு பிட்டு வைத்துவிடுவார். அந்தக் காலத்து இளவட்டங்களை ஒரு ஆட்டு ஆட்டி வைத்ததையும் இப்போ ஊர் கூட்டத்திலே மீசையை முறுக்கி விட்டுக்கொண்டு 'அடாவடி'யடித்து வருகிற திருப்பதி நாயக்கர் ஒரு இரவில் முத்துப்பேசி கம்மங்கஞ்சி காய்ச்சிக் கொண்டிருந்தபோது வீட்டில் நுழைந்து நோண்டும்போது கொதிக்கிற கஞ்சிப் பானையில் கிடந்த துடுப்பால் முகத்தில் இடிபட்ட கதையையும், மேற்படியார் வெந்த புண்ணுக்கு 'வண்டு கடி' என்று பிறகு சொல்லி வடக்கே போய் ஒரு மாசம் வைத்தியம் பார்த்து தேவலையாக்கிய சேதியையும் ஆர்ப்பாட்டமாகச் சொல்லுவார்.

'அந்தபுத்தூர் ஜமீன்தார் சங்கதி தெரியுமா?'

முத்துப்பேச்சியை சிவகாகித் திருவிழாவிலே பார்த்துவிட்டு மயங்கி ஆள் வைத்து துப்புப் பிடித்து ராத்திரியோடு ராத்திரியா பதினெட்டு கல்லும் குதிரையிலே வந்து-குதிரையை ஆகாசந்தோப்பிலே கட்டிப்போட்டு விட்டு ஒரு ராத்திரி 'தங்கி' விட்டுப் போகலாம்னு வந்து வகையாக வாங்கிக் கட்டிக் கிட்டுப்போன சமாச்சாரம் மகா பாரதமாகிவிடும் பெருமாள் கோனார் பேச்சில்.

அப்பேர்ப்பட்ட முத்துப் பேச்சி இப்போ ரொம்பவும் தவங்கிப் போய்விட்டாள். தலையில் ஒரு கட்டுக் கூந்தல் கழிந்து பறட்டையாகி அசிங்கமாக சடை விழுந்து விட்டது. கண்கள் மாசிபடர்ந்து

குழிந்துவிட்டன. வாயில் 'இளுகி' விட்ட சாதாப் பொடியினால் எந்நேரமும் எச்சில் ஒழுகிக் கொண்டிருந்தது அருவருப்பாக, அவள் கூனிய முதுகோடு கம்பு ஊன்றி நடப்பது ஏத்தமரம் நகர்வது மாதிரி இருக்கிறது.

கிழண்டு போன போதிலும் கொஞ்ச நாட்களுக்கு முந்தி வரைக்கும் தனி 'மவுசு' இருக்கத்தான் செய்தது. இந்த ஊருக்குள் எந்த வேலைக்கும் ஆள் பிடித்துக் கொடுக்கிற கொத்தனார் ஆக இருந்ததும், பெரிய வீடுகளின் பல ரகசியமான சங்கதிகள் அவள் மூலமாக நடந்து வந்ததுமேதான் இந்த மவுசுக்குக் காரணம்.

மழை விழுந்து விட்டதா, நடவுக்கு ஆள் வேணுமே! 'எனக்கு... உனக்கு' என்று மொய்த்துவிடுவார்கள் பேச்சியை. கூலிக்காரப் பெண்கள் எல்லோரும் கிழவியின் வாசலில் திரண்டுவிடுவார்கள். பத்துப் பத்துப் பேராகப் பிரித்து 'நல்லக்கா... நீ கிழக்கெணத்துக்காரருக்குக் கூட்டிட்டுப் போ! ராமாத்தா நீங்க நாட்டாமை நாய்க்கருக்கு.. மத்தப்பேரு எங்கூட வாங்க ஊத்தாங்கால் புஞ்சைக்கு...யோவ், 'பெருமாளய்யா! கோவிச்சுக்கிடாதீரும்... ஒமக்கு மதியத்துப் பெறவு நடவுபோட்டுடுவோம். நானாச்சு...' என்று ஆக்கினை போடுவதும் சமாதானப்படுத்துவதும் அசல் ராணி தோற்றுவிடும்.

வேலை செய்கிற இடத்திலும் அப்படித்தான் முத்துப்பேச்சியின் குரல் அலாதியாகக் கேட்கும்; படைத்தலைவன் குரலைப் போல.

'ஏ...கழுதெகளா....! பேச்சென்ன வேண்டிக்கெடக்கு. விறுவிறுன்னு வேலையைப் பாருங்க. அடியே, தண்ணியை மூலைக்கு எறச்சிக்கிட்டு அங்கன ஒத்த நாத்தை இழுத்துப் போடு... காலடியை மூடிக்கோ... ஏ சிறுக்கி... நாத்தெக் கழிக்காதே...'

வேலை ஒழுங்காக நடந்தபோதிலும் அடிக்கொருதரம் இப்படி 'வெரசி'க் கொள்வது அவள் பழக்கம். இல்லாவிட்டால் வேலை ஓடாது. மேற்பார்க்கிற கொத்தனார் அல்லவா அவள்?

அந்த ஊர்க்காரர்கள் எல்லோருக்குமே ஒரு வகையில் ரொம்பவும் தேவைப்பட்டவளாக இருந்தாள் முத்துப்பேச்சி., அவளைப் பகைத்துக்கொண்டவர்கள் நிம்மதியாக இருக்க முடியாது.

ஒரு சமயம் இப்படித்தான் மழை பெய்தவுடன் எல்லோரும் மிளகாய் நாத்துக் கூடையைத் தூக்கிக் கொண்டால் யாருக்கென்று

நடவுக்கு ஆள் அனுப்புவது? நாட்டாமை நாயக்கருக்குக் கோவம் வந்துவிட்டது மூக்குக்கு மேல். மறுநாள் கன்றுக்குட்டிக்கு புல் அறுக்கப்போன இடத்திலே - அது அவர் புஞ்சை வரப்பு - கிழவியின் பன்னருவாளைப் பிடுங்கிப்கொண்டு விரட்டிவிட்டார்.

அன்று இரவில் நடுத்தெருவில் வைத்து வாங்கு வாங்கு என்று வாங்கிவிட்டாள் நாட்டாண்மையை.

“யோவ்... என்னண்ணு நெனச்சுக்கிட்டீரும். ஓமக்குச் சொத்து இருந்தா ஓம்ம மட்டுக்கும்தான். ஓம்ம வண்டவாளம் தெரியாதா...? அண்ணக்கி அம்பட்டச்சி வவுத்திலே மூணுமாசம் ஆக்கிட்டீரே, நான் வெளியே சொல்லியிருந்தா மானம் கப்பலேறியிருக்கும். அண்ணக்கி மருந்து மாயம் கொடுத்து கழிக்க முத்துப்பேச்சி வேண்டியிருந்தா, காலிலே விழுந்தீரு. இண்ணிக்கி உமக்கு....”

நாயக்கர் காதுகளை பொத்திக் கொண்டு வீட்டுக்கு ஓடிவிட்டார். ஒருமாசம் வெளியே தலைகாட்டவே இல்லை. அது மட்டுமா, அன்றைக்கிருந்து ஒரு ஆள் அவர் புஞ்சை பக்கம் காலெடுத்து வைக்கக் கூடாதென்று தனது ‘பட்டாள’த்தை வரைகட்டிவிட்டாள் கிழவி.

பாவம், நாட்டாண்மை! காட்டுவேலைக்கு ஆள் கிடைக்காமல் திண்டாடிப் போனார் நாலைந்து மாதம். காலமெல்லாம் பக்கத்து ஊர்க்காரர்களையே நம்பமுடியுமா? கொஞ்ச நாட்கழித்து தன்னாலே வழிக்கு வந்துவிட்டார்.

‘பேச்சி...நான் அப்படி என்ன குத்தமாச் சொல்லிட்டேன்... நீ மனசுலே வச்சுக்கலாமா.. நாம் அந்தக் காலத்திலே...’ என்று கெஞ்சி உறவாடத் தொடங்கிவிட்டார்.

கிழவி அடிக்கடி தனக்குள்ளே சொல்லிக்கொள்வாள்.

‘நான் யாருக்குப் பயப்பட வேண்டும்? எனக்கென்ன பிள்ளையா, குட்டியா? வலுவிருக்கிற வரை உழைக்க, வெந்ததைச் சாப்பிட்டு விதிவந்தாச் சாக வேண்டியது தானே! நான் யாருக்கும் பயப்பட வேண்டியதில்லை.’

ஆனால் ஊரில் முக்கால்வாசி ஜனங்கள் அவளுக்கு பயந்து செத்துக்கொண்டிருந்தார்கள். அதற்குக் காரணமும் இருந்தது.

கொழுத்துப்போய் தப்புத் தண்டா செய்துவிட்டு

முழிக்கிறவர்கள், அறியாமல் கெட்டுப் போனவர்கள் எல்லோருடைய சங்கதிகளும் கிழவியிடம் வந்தாக வேண்டியிருந்தது. அதுவே எதிராளிகளின் பலகீனமாகவும் முத்துப்பேச்சியின் பலமான கவசமாகவும் அமைந்துவிட்டது.

எப்பவாவது தகராறான சந்தர்ப்பங்களில் எடுத்து விடுவாள் பாணத்தை.

“அந்த ஆலம் பட்டிக்காரி பசாரிக்கிறாளே... அவ சங்கதி தெரியுமா? அவ மூத்தமக - அதான் கோனாம்பட்டியிலே கட்டிக் கொடுத்திருக்காளே அவதான் - கொமரியா இருக்கையிலே அஞ்சு மாசமாயிருச்சு.. கூறுகெட்டகளுதெக.. சொல்லவேயில்லை. தாயார்காரி வேப்பஞ்செறகாய் எடுத்து மகளெச் சாத்து சாத்துன்னு சாத்திட்டு எங்கிட்டே வந்தா. ‘பேச்சி, மூதேவி இப்படிப் பண்ணிக்கிட்டாளே... நாக்கைப் புடுங்கிச் செத்துப்போகலாம்னு தோணுது.. மானம் போகுதே.. நீதான் காப்பாத்தணும்’னு காலைப் புடிச்சா. என்ன செய்றது? கஷ்டமான கேசு. எப்படியோ ஒருவகையா ஒப்பேத்தி விட்டேன்.”

“...அந்த மேலவீட்டுக்காரர் செஞ்சது தெரியுமா... பள்ளக்குடி மாடசாமி பேத்திகிட்டே பருத்திக்காட்டிலே வச்சு வாலாட்டியிருக்காரு.. விஷயம் பழுத்துருச்சி. அவ எங்கீட்டே வந்து கண்ணைக் கசக்கிட்டு நின்னா. நான் அவங்கிட்டே கூட்டிட்டுப் போனேன். பெரிய வீட்டுக் காரன்னா அவன் மட்டுக்கும்; எனக்கு என்ன வந்திச்சு? யோவ், என்ன சொல்றே. ஏதாச்சும் கொடுக்கிறயா நடுத்தெருவிலே மடியைப்புடிச்சு இழுக்கச் சொல்லட்டுமான்னேன்.....ம்...மறு பேச்சு இல்லாம மூணு நோட்டை கொடுத்தாரு.... இனிமே இந்த மாதிரி சமாச்சாரம் வச்சிக்கிடாதிரும்னு அரட்டிட்டு வந்தேன். அவ ஒரு மூதேவி... அந்தாக்கலே வெளக்கமாத்தாலே சாத்தாம....”

பேச்சி இந்த மாதிரி முறை கேடுகளுக்கு வைத்தியம் தெரிந்து கொள்ள வேண்டி வந்தது, தனது சொந்த வாழ்க்கையில் ஏற்பட்ட அனுபவங்களின் நிர்ப்பந்தங்களால்தான். அவள் குமரியாக இருக்கும்போது மாமன் மகன் என்று சொல்லி ஒரு சோப்ளாங்கியைக் கட்டி வைத்து விட்டாள் அவள் ஆத்தாள். அந்தப் பயல் மூணாம்மாசமே பெண்சாதி கம்மலை எடுத்துக்கொண்டு ஓடி விட்டான். அதுக்கப்புறம் பேச்சியும் ஒழுங்காகவே காலந்தள்ளிப் பார்த்தாள். முடியவில்லை. செத்த கழுதை வாடைக்கு பறக்கிற கழுகுகள் மாதிரி

மொய்த்தார்கள். திமிறுகிற பருவம் வேறு. ம்...எப்படியெப்படியோ காலந்தள்ளியாச்சு!

அந்தக் காலத்தைப் பற்றி யாராவது குத்தலாகக் கேட்டுவிட்டால் போதும். காளியாக மாறி விடுவாள் முத்துப்பேச்சி., "ஹேய்...யார்தான் ஒழுங்கா இருக்கா... ஒத்த விரலை மடக்கு, பார்ப்போம்!"

ஒரு விஷயம் மறந்துவிட்டோமே, ஓடிப்போன புருஷன் நாலைந்து வருஷங்களுக்கு முன் வந்தான் கிழப்பரதேசியாய். அவனை உட்காரவைத்து சௌகரியமாக ஆக்கிப் போட்டாள். கிழட்டுப்பயல் நாலைந்து நாள் இருந்து விட்டு அடுக்குப்பானைக்குள் வைத்திருந்த இருநூறு ரூபாயை புகையிலைப் பையோடு அசத்திக் கொண்டு ஓடி விட்டான்.

கிழவி அவன் வரும்போதும் வாவென்று சொல்லிக் கூப்பிடவில்லை. ஓடிப்போனதற்கும் ஒப்பாரி வைக்கவில்லை. தாலிக் கொடியைக் கழற்றி உரியிலே மாட்டிவிட்டு, வழக்கம் போல களைக்குச்சியோடு அதிகாரம் செய்யப் போய்விட்டாள்.

கன்னங்கரேலென்ற கரிசல் பூமி, தாகமெடுத்த பூமித்தாய் அலமோதி முகங்கருத்து சொட்டுத் தண்ணீருக்கு ஆயிரமாயிரம் வாய்களைப் பிளந்துகொண்டு காத்திருப்பதைப்போல வெடிப்புகள் ஓடிக்கிடந்தது. கானல் அலை அலையாகக் கிளம்பியது. வெக்கையும் வேகரிப்பும் வறுத்தெடுக்க, வம்புக்கு அடித்தமாதிரி வெயில் மண்டையைப் பிளந்தது.

மரம் செடிகள் எல்லாம் சோர்ந்து மயங்கின. கால் நடைகளில் பேர்பாதிக்குமேல் வெப்பு தாக்கி சலஞ்சலமாக கழிந்து கொண்டிருந்தன. ஆட்டுக்கிடைக்காரர்கள் செம்மறியாடுகளை வத்றாப்பு மலைக்காடுகளுக்கு ஓட்டிக்கொண்டுபோய் ஐந்து மாதங்களாகி விட்டன. குடி தண்ணீருக்கே வகையில்லாதபோது மேய்ச்சலுக்கு எங்கே போவது?

மழையே இல்லை ஒரு வருஷமாக. காட்டில் புல்பூண்டுகள் கூட கருகிப் பொசுங்கிவிட்டன.

முத்துப்பேச்சி வேலைக்கு என்று வெளியேறி ரெண்டு மாசமாகிவிட்டது. கையில் இருந்த 'தவசந்தானியம்' தீர்ந்துபோய் நாலைந்து நாட்களாகி விட்டன. முன் சமயமாக இருந்தால் இப்படி நேரங்களில் சம்சாரிகள் அவளுக்கு மூடைக்கணக்கில் முன்கூலியாகத்

தானியம் கொடுக்க போட்டி போடுவார்கள். இப்போ அவள் ரொம்பவும் கிழண்டுவிட்டாள். தலை ஆடியது; உடம்பெல்லாம்கூட நடுக்கம். இன்றோ நாளையோ என்று தினங்களை எண்ணிக் கொண்டிருக்கிற கிழவியை நம்பி முன்கூலி கொடுக்கிற பைத்தியக்காரர்கள் யாருமில்லை அங்கே.

அவள் யாரிடமும் போய் உழக்குத் தவசமோ, கால் துட்டோ கேட்கவில்லை. பேசாமல் முடக்கிப்படுத்து, சாவை எதிர்பார்த்துக் கொண்டிருந்தாள். என்ன எழவோ தெரியவில்லை. கண்ணில் அடிக்கடி நீர் பொங்குகிறது இந்த நாலு நாட்களாக.

ஆள் சத்தம் கேட்டு முழித்துப் பார்த்தபோது சீனி நாயக்கர் நின்று கொண்டிருந்தார் வாசல் நிலையைப் பிடித்துக் கொண்டு.

"பேச்சி, எல்லாரும் ஒன்னைக் கூட்டியாரச் சொன்னாங்க... மழைக் கஞ்சி எடுத்தோம்.... கொடும்பாவிக்குக் கொள்ளி போட..."

'மழைக் கஞ்சி' என்ற வார்த்தை காதில் விழுந்ததும் சுருட்டி வாரிக்கொண்டு எழுந்தாள். அடி வயிறு குன்னிப் பிடித்துக்கொண்டு வலித்தது; ம்... பட்டினி வலி!

அடுப்போரத்தில் கவிழ்ந்திருந்த மண் சட்டியை எடுத்து இடுக்கிக் கொண்டு நாயக்கரைப் பின் தொடர்ந்தாள். எழுந்து நிற்கக்கூடத் திராணியற்று சாவஞ்செத்துப் போயிருந்த நரம்புகள் கூட கிடைக்கப் போகிற கஞ்சியை நினைத்து முறுக்குடன் அவளை உந்தியது.

களத்து மேட்டில் கொடும்பாவி கிடந்தது. தலைக்கு மட்டும் உறை மாதிரி துணி தைத்து அதில் முகம் எழுதின வைக்கோல் பொம்மை. தெரு முழுதும் 'மானாங்காணி'யாக இழுபட்டதால் சிதைந்து பிய்ந்திருந்தது. நாலைந்து இளவட்டங்கள் பெரிய பெரிய அண்டாக்களில், சிறுவர்கள் எடுத்துவந்த மழைக் கஞ்சியைக் கரைத்துக் கொண்டிருந்தார்கள். கிழடுகள் வெயிலுக்குத் தலையில் துணியைப் போட்டுக் கொண்டு குத்துக் காலில் உட்கார்ந்திருந்தனர்.

சிறுவர்களும், பெண்களும் ஆண்களுமாக ஒரு பெருங்கூட்டம் கையில் பாத்திரம் பண்டங்களோடு காத்திருந்தார்கள். கொஞ்ச தூரம் தள்ளி பள்ளுப் பறையர்கள் மண் சட்டிகளோடு கூட்டமாக நின்று கொண்டிருந்தனர். கடும்பஞ்சமாகி விட்டதால் இந்த ஊரில் மழைக் கஞ்சி எடுக்கிற சேதி எப்படியோ பரவி பக்கத்து பட்டிகளிலிருந்தும்

ஜனங்கள் வந்து கூடிவிட்டார்கள் கஞ்சிக்கு.

கிழவி வந்து ஒப்பாரி வைத்து கொள்ளி போட வேண்டும் கொடும்பாவிக்கு. பெண்கள் எல்லோரும் கிழவியின் ஒப்பாரியைக் கேட்க ரொம்ப ஆவலோடு இருந்தார்கள்.

முத்துப்பேச்சியின் 'ஒப்பாரி' பெருமை கேட்டவர்களுக்குத் தான் தெரியும். எந்த சாவு வீட்டிலேயும் முதல்குரல் கிழவியுடையதே. கணீரென்ற அவள் பிலாக்கணம் தான் ஊரையே கூட்டவேண்டும்.

கிழவி அடித்தொண்டையைச் செருமிக் கொண்டு எடுத்துவிட்டாளானால் வீடு நிறைந்துவிடும் கூட்டம். மடை திறந்துவிட்ட மாதிரி 'பாட்டுக்கள்' புரண்டு வரும். என்ன மாயம் செய்வாளோ கண்ணீர் சொளு சொளு வென்று ஒழுகும். அடிக்கொரு தரம் ஒப்பாரியை நிறுத்திவிட்டு அடிவயிற்றிலிருந்து சப்தத்தைக் கொணர்ந்து 'யீ.... ஹீம்...யீஹிம் ..யீ...ஹீம்' என்று இழுத்துக் கொண்டே மாரடிக்கும்போது எப்பேர்ப்பட்ட கல்மனசும் பிசைபட்டுவிடும். கொஞ்ச வயசுப் பெண்கள் கிழவியின் ஒப்பாரியை கவனத்தோடு கேட்டு மனனம் செய்துகொள்வார்கள். நடுத்தர வயசுக்காரர்கள் அவள்கூடவே சொல்லிப் பார்த்துக் கொள்வார்கள்.

முத்துப்பேச்சி மண்சட்டியைத் தூரவைத்துவிட்டு ரெண்டுகைகளையும் அகல விரித்துக்கொண்டு கொடும்பாவியை நோக்கி நடந்தாள்.

"நான் பெத்த ராசா....
நான் பெத்த ராசா....
என்னெப்பெத்த அய்யா.....
......................................"

திடும்திடுமென்று மாரில் அடி விழுந்ததும் பாட்டு தடைபடாமல் வரத் தொடங்கிவிட்டது.

'சாஞ்ச மலையோரம்
சாமை யள்ளி வாரமின்னே
நம்முடைய வாசலிலே
சங்குச் சத்தம் கேக்குதய்யா...'
....யீ ....ஹீம்... யீஹீம்!'

‘உருண்ட மலையோரம் - நான்
உழுந்து அள்ளி வாரமின்னே
நம்முடைய வாசலிலே
உருமிச்சத்தம் கேட்குதய்யா....
...யீஹீம்... யீஹீம்...’

கூட்டத்தினர் மனம் கரைந்து உருகிவிட்டதற்கு காட்சியாக நிசப்தம் நிலவியது அங்கே. அதேநேரத்தில் ஒருத்தர் கிழக்கே சுட்டிக் காட்டினார்.

“பாருங்கய்யா.... பேப்பர்லே போட்டிருக்கான்; நேத்து லேடியோவிலேயும் சொன்னான் மழை வரும்னு .... பஞ்சாங்கத்திலேயும் மழைக்கு அதிகாரம் இருக்கு! ......அதோ அடிக்காலுலே மேகத்தை பாருங்க....”

“ஆமா...... நெசந்தான்... கருகருன்னு மேலே எளும் புது....”

கீழ்வானில் கறுப்புத் திரைகாட்டியது போல மேகப் படலம் எழுந்து கொண்டிருந்தது. கோடை மழைக்கு மேகம் எங்கிருந்து எப்போ திரளும் என்றுசொல்ல முடியாது.

ஒரு நிமிஷம், உலகத்துக் காற்றையெல்லாம் யாரோ அமுக்கிக் கொண்டதுபோல புழுக்கம்; வேர்த்துக் கொட்டியது. ‘திடு.... முடு...திடுமுடு’

வானம் மங்கிவிட்டது; இடி முழக்கம்; உச்சியில் எங்கெங்கிருந்தோ கறுப்புக் கறுப்பாக மேகத் திட்டுக்கள்; உருமிப்பும் வேக்காடும் மூச்சைத் திணறச் செய்தது.

கிழவியின் ஒப்பாரி துல்லியமாகக் கேட்டுக் கொண்டு தானிருந்தது.

ராசா நீ வருவேயிண்ணு
ரோசாப்பூ வாங்கி வச்சேன்-என்
ராசா வாரமின்னே
ரோசாப்பூ வாடிருச்சே..
யீஹீம்... யீஹீம்....”

“மன்னன் வருவீரென்னு
மல்லிகைப்பூ தொடுத்து வச்சேன்

மன்னர் வாரமின்னே

மல்லிகைப்பூ வாடிருச்சே....

யீஹீ... யீஹீம்..."

வானம் நிறை சூலியின் பிரசவ வேதனைக் கோலம் பூண்டுவிட்டது.

நாலைந்து பொட்டுத் தூறல்கள் விழுந்ததும் ஒரு கிழவர் ஆனந்தத்தால் குதியாளம் போட்டார்!

ம்.... நேரமாச்சு கொடும்பாவியைக் கொளுத்துங்கடா... லே, சாமியப்பா, காளிமுத்து! கஞ்சியை ஊத்துங்க..."

"ம்..வெரசா.... வெரசா மழை எறங்கிருச்சு"

எல்லோரும் அண்டாக்களை நோக்கி ஓடினர். கூட்டம் அகோரம். கட்டுப்படுத்தவே முடியவில்லை. எனக்கு உனக்கு என்று இடிபாடுகளில் குழந்தைகள் பெரியபவர்கள் வித்யாசமில்லாமல் முண்டியடித்து நெருக்கினார்கள்.

ஏலே.... தள்ளாதே... அய்யோ.... கால், கால்! மேலே ஊத்தாதே... இதிலே, இதிலே....

கூக்குரலும் அழுகையுமாக ஒரே கூப்பாடு. சிலர் கிடைத்த மட்டும் ஆதாயமென்று ஒதுங்கி வந்து கஞ்சியைக் குடித்துவிட்டு திரும்ப ஓடினர். அப்படி வந்தவர்களின் தலையில் கஞ்சி ஊற்றிக்கொண்டிருந்த காளிமுத்து தலையில் கஞ்சி ஊற்றிக்கொண்டிருந்த காளிமுத்து தகரப் போகணியால் தலையில் இடித்தான். பல சமயங்களில் மறுதடவை கஞ்சி வாங்காதவர்கள் தலையும் அடிபட்டது.

வானம் இருண்டுகொண்டிருந்தது. சடசட வென்று மழை இறங்கிவிட்டது. கனமான தூற்றல்; சட்டீர்... சடீர் என்று மேலெல்லாம் உறைக்கும்படி அடர்த்தியாக கொஞ்ச நேரத்தில் தண்ணீர் உருளப் பெய்துவிட்டது.

கஞ்சி ஊற்றிக்கொண்டிருந்த இளவட்டங்கள் இருவரும் தலை குப்பறக் கவிழ்த்து விட்டு அண்டாக்களைத் தூக்கித் தலையில் வைத்துக்கொண்டு ஓடினார்கள். கூட்டம் கூ... கூ... வென்று கூக்குரலிட்டுக்கொண்டே கலைந்து ஓடியது. ஒன்றிரண்டு கோவணம் கட்டிய சின்னப் பயல்கள் தரையில் தண்ணீரோடு சங்கமமாகிப்

கொண்டிருந்த கஞ்சியை வழித்து நக்கிக்கொண்டிருந்தனர் கொட்டுகிற மழையை அலட்சியப்படுத்தி விட்டு.

யாருடைய காலோ பட்டு நொறுங்கிவிட்ட தன் மண் சட்டியை ஒரு வினாடி நின்று பார்த்து விட்டு ஊரை நோக்கி விரைந்தாள் முத்துப்பேச்சி. 'சோ' வென்று சொரிந்த மழையில் மூச்சுப் பிரியவில்லை. கூனல் முதுகில் கூழாங்கல் எறிந்தாற்போல மழைத்துளிகள் விழுந்து உறைத்தது.

பாதையில் தண்ணீர் முழங்காலுக்கு ஓடியது. வழுக்கலில் நாலைந்து தரம் தடுமாறி விழுந்து எழுந்தாள் கிழவி. நெஞ்சில் ஏதோ அடைத்துகொண்டு வெளி வருகிறாப் போலத் திணறல்; முதுகுத்தோலில் ரணவே தனை. கையுங்காலும் 'கொரக்களி'த்து மடங்கிக் கொண்டே வருகிறது.

கிழவியின் குடிசை வந்துவிட்டது. உள்ளே நுழையும் போது வாசல்படி தட்டியது, குடிசையே தாறுமாறாகச் சுற்றுவதுபோலக் கிறுகிறுப்பு. ரெண்டுகையையும் நீட்டி ஏதாவது பிடிப்பு கிடைக்குமா என்று துழாவிய கிழவி அலமந்து கீழே குப்புற விழுந்தாள்.

நீட்டிய இரு கரங்களும் ஒன்று சேர்ந்து கூப்பிய நிலையில் தரையில் கிடந்தாள்.

இந்த மாதிரி வேறு வீடுகளில் நடந்து முத்துப்பேச்சி இருந்தால் அங்கே ஊரையே கூட்டிவிடும் சோகக்குரல் கிளம்பியிருக்கும்.

"மன்னர் வருவா ரெண்ணு
மல்லிகைப்பூ தொடுத்திருந்தேன்....
... ..."

❏

7. ஒரு குடும்பத்தின் கதை

அது முடிந்த நாலைந்து நாட்களுக்குப் பின்பு ஒரு இரவு. அரவம் ஒடுங்கிய நேரம்.

எல்லம்மா முறுக்குலைந்த கயிறு போலத் துவண்டு கிடக்கிறாள். தாழ்வாரத்தைத் தாண்டிய பார்வையில் வானம் தெரிகிறது. முரட்டு மழைக்குப் பின்பு குருட்டு மோடம் போட்டுக்கொண்டு அழுகிறது, தாளாத துயரத்தை வெளிக்காட்டும் ஊமை மாதிரி. பொசும்பல் தாழ்வார விளிம்பில் துளிகளாகக் கட்டி உதிர்கின்றன.

எல்லம்மா கண்களை மலர்த்தியபடி விழித்துக் கொண்டிருக் கிறாள். உடம்பு கணுக்கணுவாய் நறுக்கிப் போட்டு ஒட்டிச் சேர்த்த மாதிரி வலி; எரிச்சல். மனசில் கருமலையைத் தாங்குகிறாப்போல கனம். பெருமூச்சு விட்டு ஆற்றப் பார்க்கிறாள்.

அருகில் சாக்குகளில் எடுத்துவைத்திருக்கும் துவரம் பொட்டிலிருந்து கறுப்பு வண்டுகள் மேலே விழுந்து ஊரகின்றன. தாத்தா இப்போ இருந்தால் இந்நேரம் காரை வீட்டுக்குள் உட்கார்ந்து ராமாயணம் படிக்கிற சப்தம் கேட்கும்.

தூணில் கட்டியிருந்த வெள்ளாட்டை பாலுக்கு உபத்திரவம் பண்ணுகிற குட்டிகள். எங்கோ ஒரு முகட்டில் கூகையின் கொடூரக்குரல் எல்லாம் துல்லியமாகக் கேட்க முடிகிறது. ஊறுகிற வண்டுகளை தட்ட கைமட்டும் எழும்பவில்லை.

இந்த மழையில்லாவிட்டால் தாத்தா முன்பு தாழ்வாரத்தில் படுத்துக்கொள்வார். எல்லம்மா தொட்டிகட்டில் ஆகாயத்தைப் பார்த்துக் கொண்டே படுத்திருப்பாள், கிணத்துக் காரைமேட்டில் அடர்ந்து பூத்திருக்கும் நெருஞ்சி மலர்களைப் போல, மஞ்சள், நீலம், சிகப்பு நட்சத்திரக் கூட்டம். அவற்றைப் பார்த்துக் கொண்டே மனசில் கூடு பின்னிப் பின்னிக் கலைக்க இராப் பொழுது குறுகி தலைக் கோழிகூவும்போதுதான் நினைப்பு மீளும்.

மழை வெறித்து விட்டது.

இப்போ வானம் தெளிந்து பால்போல நிலா காய்கிறது. அவளுக்கு நிலாவைப் பார்க்கப் பிடிக்கவில்லை. இஷ்டமில்லாது மறுபுறம் புரண்டு கொள்கிறாள். பார்க்க பயம், அருவருப்பு. அம்மா, அடுத்த வீட்டு அத்தை, பூனை, பசு, இனஜனம் எல்லோர்கிட்டேயும் தான் பயமும் அருவருப்பும்.

வேண்டாம் வேண்டாமென்றாலும் மனசை அறுக்க எழும் நினைவுப் படலங்கள்.....

நிலா மீது பிரியப்பட்ட ஒரு காலமும் அவளுக்கு இருந்தது. சிறுமியாக இருந்தபோது கூடிக் கும்மாளம் அடித்தது இந்த நிலாக் காலத்தில்தான். பெரியவளான பிறகும் நிலா வெளிச்சம் அவளுக்கு ஆனை பலம் கொடுக்க கம்பந் தட்டை அறுத்து கட்டுவதில் இருந்து மார்பிடுங்கிச் சேர்ப்பது வரை 'தண்ணீர்' குடித்த மாதிரி' அவளுக்கு. ஒரு மூடை வரகை எடுத்துப்போட்டு உட்கார்ந்து திரிகையைப் பிடித்தால் பொட்டும் அரிசியும் வேறாக்கி விட்டுத்தான் எழுவாள்.

நிலா வீணில் காய அவளுக்கு பிடிக்காது. வேலையேதுமில்லா விட்டாலும் கட்டிலில் படுத்துக் கொண்டு வானத்தில் மேகப் படலங்கள், பூச்சுக்கள், ரேகைகள், தப்பி மினுக்கும் நட்சத்திரங்கள் இவைகளைப் பார்த்து மனசில் கூடுகட்டி......

இப்படித்தான் ஒரு இரவு. பின்னிலவுக் காலம். நிலா வைச் சிறையிடுகிற அளவுக்கு மேகக் கூட்டம். வீட்டில் யாருமில்லை. அம்மா பக்கத்து ஊருக்கு துட்டி விசாரிக்கப் போனவள் திரும்பவில்லை. தாத்தா மிளகாய்த் தோட்டக் காவலுக்குப் போயிருக்கிறார். வேலைக்கார அப்பய்யா களத்தில் காய்கிற வத்தலுக்குக் காவலாய் போயிருந்தான்.

இன்னும் தலைக்கோழி கூவவில்லை. மேகங்களை ஏமாற்றி நிலா ஓடி ஓடி நழுவ, மேகங்கள் மாறி மாறித் தழுவ.... நல்ல விளையாட்டுத்தான்; சிறிசும் பெரிசுமாய் ஆனை, குதிரை, மீன், செதிலரித்த பலகைகளாய் பல மேகங்கள். நடுவே நீந்திப் போகிற நிலா, பிடிபட்டு அமுங்கியும் மறுபடி முங்கு நீச்சுக்காரன் தலை தூக்குகிற மாதிரி மேகத்தை ஒதுக்கிவிட்டு எட்டிப் பார்க்கிறதும் வேடிக்கையாக இருக்கு. பன்னீர்க்காற்று.

இந்த ரசிப்பில் ஒரு நெருடலைக் கண்டு நினைப்புக்கு மீள, பக்கத்தில் அப்பய்யா நிற்பதைப் பார்க்கிறாள் எல்லம்மா.

மாட்டுக்குத் தவிடு எடுக்கவந்தவன் எவ்வளவு நேரமாக நிற்கிறானோ! நாக்கு எழும்பவில்லை.

கரணை கரணையாகச் சதை தெறிக்கும் முண்டாவும் மார்பும் ஒடுங்கின. இடுப்புக்குக் கீழே கோவில் தூண்போலக் கால்களும் எண்ணெய் தேய்ச்ச சிலை மாதிரி நிற்கிறான்.

அவள் மெய்மறந்து போய்விட்டாள். தினம் தினம் வட்டிலில் கஞ்சி ஊத்தறப்போ, தலைக்கு தேய்க்க எண்ணெய் வாங்கறப்போ, ரெண்டு கைகளையும் சேர்த்து ஒடுங்கி நிற்கிற அப்பய்யா மாதிரி தெரியவில்லை. இது வேறே அப்பய்யா.

எல்லம்மா எழுந்து உட்காருகிறாள். சடக்கென்று தவிட்டுச் சுளகை கீழே வைத்துவிட்டு ரெண்டு கைகளாலும் எல்லம்மாவின் முகத்தைத் தாங்குகிறது அவன் கைகள். ரெண்டு பேர் உடம்பும் நடுங்கி நடுங்கி இணைகிறது.

'ஐயோ...இது வேண்டாமே...!'

ஒரு புல்லரிப்பு. நரம்புகளில் ஒரு ஜிலுஜிலுப்பு. நெஞ்சில் பனிக் குண்டுகள் அடைப்பு. உடம்பெல்லாம் பரவப் பரவ தன்னை மறந்து அவனைச் சேர்த்துக் கட்டிக் கொள்கிறாள் அவள் கண்கள் இறுக மூடிய நிலையில்.

நிலாத் தெரியவில்லை. மினுமினுத்து ஆய்கிற நட்சத்திரக் கூட்டம் இறங்கி அவளைத் தீண்டுகிறது. ஒரு அதிர்ச்சியும் நடுக்கமும்.

அவன் தவிட்டுச் சொளகை எடுத்துக்கொண்டு போய்விட்டான். நிலாவை மேகக் கூட்டம் அமுக்கிக் கொண்டது, திமிர முடியாமல். ஒரே வேக்காடும் புழுக்கமும்.

இன்னும் நடுக்கம் தீரவில்லை. தலை கனத்தது. மனசில் அசிங்கத்தை தொட்ட மாதிரி. கூனல் கூச்சம். எழுந்து போய் தொட்டித் தண்ணீரைத் தலையில் கொட்டிக் கொண்டாள்.

தாத்தா வந்த பிறகுதான் இன்னும் அடுப்புச் சாம்பல் எடுக்காதது நினைப்புக்கு வருகிறது.

"அப்பய்யா...." என்று குரல் கொடுத்துக்கொண்டே கிழவர் நுழைகிறார். அது அவர் வச்சபேர். நூறு வருஷத்துக்கு மேலே இருந்து கொடிகட்டி வாழ்ந்த அவரோட பாட்டனார் பேர் அது.

“எல்லம்மா..... அப்பய்யா வந்தானா? என்று கேட்டுக் கொண்டு தாழ்வாரை துளாவுகிறார் கருவக்குச்சிக்கு.

அவளுக்குப் பேச்சு வரவில்லை. தொண்டையைக் கமறுகிறாள்.

“களுதை..... பனியிலே படுக்காதேன்னா கேட்டாத் தானே’ முணு முணுப்போடு வெளியேறுகிறார் கிழவர்.

ஆடு எழுப்புகிற நேரம் ஆகிவிட்டது. தொழுவங்கள் காலியாகி விட்டன. வீதிகளில் மணிச் சத்தம்; பூட்டிய நுகத்துடன் நாலா திசைகளிலும் பிரிந்து செல்கின்றன மாடுகள். ஏர்க்கால்களும் விதைப் பெட்டிகளுமாய் பரபரப்போடு திரிகின்றனர்.

தச்சுப் பட்டறையிலும் கொல்லுப் பட்டறையிலும் ஏகப்பட்ட அவசரக் கூட்டம் கொழு மூட்டவும், ஏர் மூட்டவும்.

எல்லம்மா தொழுவை எட்டிப் பார்க்கிறாள். மாடுகள் கட்டுத்தறியில் நின்று கொண்டிருக்கின்றன.

கிழவர் பலதரம் இரும்புப் பெட்டியையும் துணிப் பெட்டியையும் திறந்து சரி பார்த்தார். மச்சு வீட்டில் பலகை போட்டு அடுக்கியிருந்த வெங்கல பாத்திரங்களை ஒரு பார்வை பார்த்தார். ஒன்றும் தெரியவில்லை.

“எல்லம்மா, ஒனக்கு என்ன தான் வந்திருச்சு? அந்தப் பயளங்கே ஒழிஞ்சு போனான்? நீ ஏதாச்சும் சொன்னயா?”

கிழவரின் கூப்பாடு அவளைச் சுட்ட பிறகு பதில் வருகிறது.

“வெள்ளனெதவிடுஎடுக்க வந்தான்; பெறகுபார்க்கலை....”

கிழவர் முணு முணுத்துக் கொண்டே வாசல் பக்கம் பட்டியக் கல்லில் உட்காருகிறார்.

அவருக்கு பதினெட்டு வருஷத்துக்கு முந்தி ஆண்டாள் கோயில் திருநாளுக்குப் போனது ஞாபகத்துக்கு வருகிறது.

ராத்திரி. காஸ்லைட்டு வெளிச்சம் கண்ணை உறுத்துகிறது. பனை உசரப் பந்தல். மேலே கண்ணைப் பறிக்கும் கலர்ப்படங்கள் அலங்காரம். முழங்கால் புழுதி. சுற்றிலும் அங்கங்கே வெத்திலை எச்சில் சிவப்பு. கட்டுச் சோற்றுப் பொட்டியை நடுவில் வைத்து வட்டமாக உட்கார்ந்து விட்டார்கள். சிலர் கையில் பூவரச இலை. வெறுங்கைகளை நீட்டிக் கொண்டிருந்தவர்களும் கூட.

கிழவர் ஒருகவளம் உருட்டி அண்ணாக்க வாயில் போடப்போகும்போது அந்த சிறுவன் அவர் கண்ணில்பட்டு விட்டான். நாலைந்து வயசிருக்கும். பிறந்த மேனிக்கு நின்று கோபுரத்தைப் பார்த்துக் கொண்டிருந்தான். காலி வயிறும் பறட்டைத் தலையுமாய்.

கையைத் துடைத்துக் கொண்டு அவனைக் கூப்பிட்டார். அவன் மிரள மிரளப் பார்த்து கொண்டே அருகே வந்தான்.

“சிறுக்கி மகனே... துண்ணுடா” என்று உருட்டி உருட்டி போடுகிறார் கிழவர்.

வயிறுமுட்ட தின்றதும் பயல் கண்களிலிருந்து மலமலவென்று உதிர்கிறது கண்ணீர். கிழவரின் கை அவன் முதுகைத் தடவியது ஆதரவாக.

அவருக்கு ஆண்வாரிசில்லை; ஒரே மகள். அவள் வயிற்றிலும் ஒரே ஒரு பொட்டை தான். அது பிறந்த மறுவருஷமே மருமகன் போய்விட்டான்.

கிழவர் கண்களும் கசிந்தன. அவன் வலதுகை மணிக்கட்டை இறுகப் பற்றிக் கொண்டார்.

அன்றைக்கு வீட்டுக்கு வந்தவன் தான் அப்பய்யா. குடும்பத்தில் வேற்றுமையில்லாமல் பழகிவிட்டான். தம் பாட்டனார் ஞாபகமாக ‘அப்பய்யா’ என்று பேர் சூட்டினது கிழவர்தாம். அப்போ அவனுக்கு ஊர், பேர் கூட சொல்லத் தெரியாத வயசு.

எல்லாம் ஞாபகத்துக்கு வருகிறது.

திரும்புகையில், பெரிய குளத்தில் தண்ணீர் தளும்பத் தளும்பக் கிடக்கிறது. வெகுதொலைவில் பனைகள் கூட கழுத்தளவு முங்கி நிற்கின்றன. சமுத்திரம் போல விரிந்து பரந்து கிடக்கிறது. கரைமேல் வரிசையாக நடக்கிறார்கள்.

காற்றில் அலையடித்து கரையைத் தகர்க்கிற மாதிரி மோதுகையில் பயல் பயந்துபோய் கிழவரைக் கட்டிக் கொள்கிறான். அவன் உடம்பு வெடவெடக்கிறது.

கிழவர் அவனை ‘சிறுக்கி மகனே’... என்று அணைத்து தூக்கி தோள் மீது உட்கார்த்திக் கொள்கிறார்.

ஊருக்கு வந்து மறுநாள் முதல் மாடுகளை மேய்க்கப் பழக்கினார். கூடவே நாள்போய் செடி பயிர் வகை சொல்லிக்

கொடுத்தார். அண்ணா கயிற்றில் வால்கயத்தைக் கட்டி கிணற்றில் நீச்சு சொல்லிக் கொடுத்தார்.

அது மட்டுமா! மூணுதரம் காய்ச்சலாப் படுத்தபோதும் களத்து இச்சி மரத்திலிருந்து விழுந்து காலை ஒடித்துக் கொண்ட போதும் பெத்த தாய் மாதிரி அவரே பார்த்தார்.

பட்டியக்கல்லை விட்டு எழுந்த கிழவர் விருவிரென்று தொழுவுக்குப் போய் மாட்டை அவிழ்த்துக் கொண்டு வந்தார்.

எல்லம்மா மாடுகள் மணிச் சத்தம் கேட்டு எட்டிப் பார்த்தவள் திகைத்துப் போனாள். கிழவர் கொம்புக் கயிற்றைப் பிடிக்க அவள் பார்த்ததில்லை.

விதைப் பெட்டியை எடுத்துப் கொடுத்துவிட்டு உள்ளே போய்விட்டார். பெரிசுக்கு பிடித்த கேப்பைக்களியும் உளுத்தம் பயறு குழம்பும் அடுப்படியில் ஆறிக் கொண்டிருந்தது.

அதுக்குப் பிறகு ரொம்ப நாட்கள் வரை கிழவர் மட்டுமென்ன ஊர்க்காரர்கள் எல்லோருமே அந்தக் குடும்பம் ‘களை’யில்லாமல் போனதுக்கு அப்பய்யா ஓடிப் போனதுதான் காரணம் என்று கருதி நாளுக்கொரு தடவையாவது “பாவிப் பயல்,.... புள்ள மாதிரி வளர்த்தாங்க...” என்று ‘இச்’சுக் கொட்டத் தவறுவதில்லை.

எல்லம்மா ரொம்ப சாமர்த்தியமாகத்தான் நடந்து வந்தாள்! மாசம் ஒரு தடவை வீட்டுக்குப் பின்பக்க மறைசலில் ஒதுங்கி ‘தண்ணீர்’ விட்டுக்கொண்டு சேலையைச் சுருட்டி வைத்தாள். வழக்கம்போல வண்ணாணோ, வண்ணத்தியோ வந்து ஒரு பழைய பீத்தல் பொட்டியில் முழக் கம்பினால் அந்த ‘முட்டுச் சேலை’யைத் தொடாமல் எடுத்துப் போட்டுக் கொண்டு போகத்தான் செய்தார்கள்!

பின் பனிக்காலம் மந்தை மரங்களில் கரிச்சானின் கீச்சுக் குரல்கள் கேட்டதும் மேலுதட்டுப் பனிப் புண்ணுக்கு மத்தை வழித்து வெண்ணெய் தடவிக்கொண்டு புறப்படுவாள் எல்லம்மா. நெட்டியைக் கழற்றிவிடும். பொழுது சாய்ந்த பெறகுதான் திரும்புவாள்.

இப்போ அவள் உடம்பில் பலமாறுதல்கள். மறைக்க மறைக்க கூடிக்கொண்டே வருகிறது. உடம்பு கனத்தை மனசு தாங்க முடியுமா? யாரையும் பார்க்கப் பிடிக்கவில்லை. அம்மாக்காரி அவளை சந்தேகப்பட்டு பலதரம் கேட்டு விட்டாள். பெரிசிடம் பேச்சே கிடையாது. குடம் குடமாத் தண்ணீரைச் சேந்தி சேந்திக் கொட்டுவாள். பரக்க

பரக்க தொழுவில் சாணமும் கழி கூளமும் அள்ளி எடுப்பாள்.

சில நாட்களில் எல்லாமே நாதியத்துக்கிடக்கும். தொழுவில் கட்டுத்தறி காணச் சகிக்காது. நாய் தின்று கக்கினது போலக் கிடக்கும். பட்டப் பகலில்கூட சோம்பி மல்லாந்து படுத்துக்கொண்டு சாதிப்பாள்.

கிழவர் பலமுறை பார்த்து விட்டார். அவருக்கு 'காத்துக் கோளாறு' இருக்குமோ வென்று சந்தேகம்.

ஒருநாள் காலையில் எல்லாம் வெளுத்துவிட்டது!

விடிந்ததும் 'மேற்கே' போன எல்லம்மாவின் தாயாருடைய காதில் இந்த பயங்கரமான சேதியைப் போட்டவள் வண்ணாத்தி தான்.

'விடுவிடு' என்று வந்ததும் ஆங்காரத்தோடு கதவைச் சாத்தினாள். கட்டை விளக்குமாறு அவள் கையில் இருந்தது.

"அடியே நாசகாலி..." தாயாரின் பிளிறல் எல்லம்மாவை உலுக்கியது! 'பொம்மக்கா' மாதிரி வந்து நிற்கிறாள்.

தாயார்க்காரி மகளின் தலை மயிரைப் பிடித்து வெட்டிக் குலுக்குகிறாள். கட்டைமாற்றுக் கொண்டை அடிமேனியெல்லாம் விழுகிறது. வசவுகள் புளியம் பழம் உதிர்வது போல பொரிகின்றன.

"அடியே.. வழியே போறவன் வித்யாசமாப் பேசுனாங்றதுக்காக அக்கினியிலே பாஞ்ச நாச்சியாரம்மா பொறந்த வம்ச....மடீ..... அந்த வம்சத்திலே பொறந்து நீ.... இன்னும் உசுரோட இருக்கணுமா.. உசிர் வச்சிக்கிட்டு இருக்கணுமா...."

அவளுக்கு ஆவேசம் வந்து விட்டதா? தாத்தாவின் செல்லப் பேத்தி எல்லம்மாவைச் சுடுசொல் சொல்லியறியாத அவளா மகளைப் போட்டுத் துவைத்தெடுக்கிறாள்?

பிடரி வேர்த்து வடிய, கண்களில் நீர் தாரை தாரையாய் வழிய அசைவற்று நிற்கிறாள் எல்லம்மா.

திடீரென்று முகத்தை மூடிக்கொண்டு குலுங்குகிறாள்.

'அம்.....மா.....அம்....மா"

மூடிய கைகள் நடுங்குகின்றன. உடம்பு ஆடுகிறது. சோர்ந்து விழுந்து அலங்கோலமாகப் புரள்கிறாள்.

"அம்.... மா...."

தாயாரின் ஆவேசம் துக்கமாக மாறி மகளைச் சேர்த்துக் கட்டிக் கொள்கிறாள்.

“நான்.... என்ன ....செய்வேன் மகளே... மகளே” தலை மயிரைப் பிய்த்து கல் தூணில் முட்டி மோதுகிறாள்.

கிழவர் வீட்டுக்குள் நுழைகிறார்.

அந்த கூந்தல் அவளுக்கு எவ்வளவு பாந்தமாக இருக்கும்; வெள்ளிக்கிழமைகளில் ஈரக் கூந்தலில் நுனி முடிச்சோடு மஞ்சத் தண்ணிச் செம்போடு எல்லம்மா அம்மன் கோயிலுக்குப் போகும்போது தேவதையே இறங்கிவந்த மாதிரி இருக்கும். மாலை வெயிலுக்கு ஆவரம்பூ நிற உடம்பும் கன்னமும் பளபளக்க அவள் நடந்த தெருவெல்லாம் மணக்கும். அவள் பூசிக் குளிக்க வாசனைப் பொடி அவளுக்காக பாட்டனார் சிரமப்பட்டு சேர்த்தது. ஆடிமாசம் குத்தகைப் பணம் வாங்கவரும் பாப்பாத்தியிடம் கேட்டு கேட்டு பூலாங்கிழங்கும் மற்ற சரக்குகளும் சேர்த்து இடித்தது.

மேகம் போலப் படர்ந்து அடர்ந்த கூந்தல் அலங்கோலமாகக் கிடக்கிறது.

எல்லம்மா புழுவாய் துடித்துக் கொண்டிருக்கிறாள்.

சுற்றி நான்கு பெண்கள் கால்களை அகத்தி பாதங்களை இறுக்கப் பிடித்துக்கொண்டிருக்க உடம்பை வளைத்து முறுக்குகிறாள் வேதனை தாளாமல்.

வாசலில் பட்டியக்கல்லில் தலையில் முக்காடு போட்டுக் கொண்டு உட்கார்ந்திருக்கிறார் கிழவர். வருவோர் போவோரின் பார்வை வித்தியாசமாக மனசில் தைக்கிறது அவருக்கு.

சலனமில்லாத அவர் பார்வை புளிய மரத்தடியில் உருண்டு கொண்டிருந்த இரண்டு நாய்களின் மீது நிலைத்தாலும் பிரக்ஞை எங்கோ அலைகிறது.

நாய்கள் ஒட்டிக் கொண்டு ‘இழுபறி’ நடத்துகின்றன.

காறித் துப்பிவிட்டு துண்டை உதறித் தோளில் போட்டுக் கொண்டு கிளம்புகிறார். வடக்கே ஊரைத்தாண்டி, ஒற்றையடிப் பாதை வெகுதூரத்தில் தெரியும் கோபுரத்தை நோக்கி நீண்டு கொண்டே போகிறது.

வலி தாளாமல் தொண்டை கிழிய அலறுகிறாள் எல்லம்மா.

அந்தச் சத்தம் வெளியே வராமல் துணியைச் சுருட்டி வாயை அடைக்க மூச்சு திணறி படபடக்கிறாள்.

கனத்த அடிவயிறு பந்தாக உருண்டு ஏறி இறங்குவது போலிருக்கிறது. விலா ஒடிந்து விடும் வலி. இடுப்பெலும்புகளை நெருக்கி விட்டு குறடுகளால் அகற்றிப் பிடுங்கி எடுக்கிற வேதனையும் அறுத்தெடுத்த எரிச்சலும் நரம்புகளின் 'படீர் படீர்' வெட்டலும் தாள முடியவில்லை அவளால். இருகைகளையும் உயர்த்திக் கும்பிடுகிறாள்.

"ஐயோ.... என்னை விட்டுருங்க... அம்மா.... அம்மா.... நா செத்துப் போவேன் போலிருக்கே.... என்னை விடச் சொல்லேன்... அம்மா..."

மறு மூலையில் சுருண்டு கிடந்த தாய் விம்முகிறாள்.

எல்லம்மா கூந்தல் தரையில் படர இருகைகளும் விரித்து மல்லாக்க கிடக்கிறாள். தன்னுசிரில்லாமல் கிடக்கும் அவள் வாயில் நொடிக் கொருதம் ஏதோ ஊற்றுகிறாள்.

அடிவயிறு குடலோடு அறுந்து நழுவுகிற நேரத்திலெல்லாம் தலை உருட்டி அவள் அலறுவது வாயில்லாச் சீவனின் தீனமான ஊளை போல அவ்வப்போது கேட்டுக் கொண்டிருக்கிறது. வியர்த்து விறுவிறுத்து தெப்பமாக நனைகிறாள்.

இனி தாள முடியாது.

'அம்..... மா....!'

மூர்க்கமாக அவள் கதறி கை காலை உதைத்து எழும்ப முயற்சிக்கையில் -

அந்த 'சிசு' பூமியைத் தொடாதபடி பாய்ந்து பிடித்துக் கொண்டாள் ஒரு கிழவி. அருகில் கொதியாய் கொதித்துக் கொண்டிருந்த ஒரு அண்டா வெந்நீர் அந்தப் பாபத்தை ஏற்றுக்கொண்டது. அது முடிந்துவிட்டது!

வேண்டாம் வேண்டாமென்று துடைத்தாலும் மனசில் புழுக்களாய் நெளியும் அரிப்புக்களிலிருந்து மீள நெடு மூச்சுவிட்டு ஓய்கிறாள் எல்லம்மா.

இப்போது நிலா மோகனமாக இருக்கிறது. மருந்துக்குக் கூட

நட்சத்திரக்கைக் காணோம். வட்ட முகத்தோடு களங்கமற்ற குழந்தை சிரிப்பது போல சந்திரன்.... அந்த சிரிப்பே சிந்தி சிதறி ஒளியாய்ப் பரவுகிறது.

எல்லம்மாவின் உடம்பு புல்லரிக்கிறது. அந்த நிலாக் குழந்தையை அள்ளி அணைத்து மார்பில் இறுக்கி தன் பாரத்தைக் குறைக்கத் தவிக்கிறாள்.

தனங்களிரண்டிலும் குறுகுறுப்பு, ஊரல். நாக்கு வரட்சி; தாகம்; தவிப்பு. கடித்து விழுங்குவதுபோல நிலாவைப் பார்க்கிறாள்.

எங்கோ தொலைவில் குழந்தையழுகிற சப்தம்.

"ங்கா.... ங்கா...."

காதுகொடுத்து கேட்கிறாள். கிழக்கே புளிய மரத்தடியில், கல் பாலத்தில்,

"ங்கா......ங்க..."

"ஓ...அந்தப் பாப்பாத்தி தான் குழந்தையோடு வந்திருக்கிறாள்."

சின்ன வயசில் பலமுறை கேட்டது. ஞாபகத்துக்கு வருகிறது.

நாலு தலைமுறைக்கு முந்தி ஒரு பாப்பாத்தி மங்கம்மா சாலை வழியே போய்க்கொண்டிருந்தாள் கைக் குழந்தையுடன். குழந்தை பசியால் அழுதது. ஊருக்குள் வந்து குழந்தைக்கு பால் கேட்ட பாப்பாத்திக்கு, அகம்பாவம் பிடித்த அம்பட்டச்சி சுண்ணாம்புத் தண்ணியை ஆத்திக் கொடுக்கிறாள். குழந்தை துடித்துச் செத்துப்போனது. இது நடந்தது அந்த மர நிழலில்.

வருஷத்தில் நாலைஞ்சு தரம் அந்த சத்தம் அங்கே கேட்கும் போதெல்லாம் பெண்கள் இந்த வரலாறைச் சொல்லிக் கொள்வார்கள் ஒருத்தருக் கொருத்தர்.

"ங்கா....ங்கா...."

தனங்களின் நமச்சல் தாங்க முடியவில்லை. தாகம் வாட்டுகிறது. எழுந்து கதவைத் திறக்கிறாள்.

"ங்கா...."

குரல் வந்த திசையில் நடக்கிறாள். நிலா நகன்று நகன்று முன்னாலேயே அவளைக் கூப்பிட்டுக் கொண்டு போவது போல் பிரமை.

கவிந்த மர நிழலில் கல்பாலத்திலிருந்து அந்த சப்தம் தெளிவாகக் கேட்கிறது.

"ங்கா....ங்கா"

குழந்தை காலும் கையும் உதறி சின்னஞ் சிறு வாயைப் பிளந்து பாலுக்கழுவது போலிருக்கிறது.

அருகே செல்லச் செல்லச் சப்தம். பெரிய காட்டு வெருகு ஒன்று சலசலப்புடன் ஓடுகிறது.

வெருகு ஓடின திக்கில் பூவரசு மரக் கிணற்றிலிருந்து இப்போ கேட்கிறது.

"ங்கா.." வீறிடுகிறது.

எல்லம்மா தரையில் கால் பாவாமல் ஓடுகிறாள்.

கிணற்றருகில் போனதும் சத்தம் கேட்கவில்லை. பயங்கரத் தனிமையும் குளிர் காற்றும் பளிச்சிடும் நிலவும் அவளை என்னமோ செய்கிறது. மெல்லக் கிணற்றில் எட்டிப் பார்க்கிறாள்.

'இதோ... வட்டமான முகத்தோடு சிரிக்கும் குழந்தையின் பால் சிரிப்பு.....!'

"ங்கா.... ங்கா...."

காற்று அலைமீட்டிய நீரில் அசைந்தாடும் நிலாக் குழந்தை அவளை அழைக்கிறது.

தனங்கள் கசிகின்றன. இரு கைகளையும் விரித்துப் பாய்கிறாள்.

தண்ணீர் நாலுபுறமும் தெறிக்கிறது.

நேரங்கழித்து, கிணற்றில் விழுந்த நிலா. குப்புறக் கிடந்த அந்த சடலத்தினடியில் ஒளிந்தும், வெளிப்பட்டும் கண்ணாமூச்சி விளையாடிக் கொண்டிருந்தது.

◻

8. ஒரு ஃபைலின் முடிவு

ஆச்சரியம் தான்!

அதைப் போன்ற நூற்றுக்கணக்கான மனுக்கள் கிழிபட்டு, கசங்கி, நாய்ப்பய சுதந்திரம் வந்தாலும் வந்திச்சு.... மனுப்போட படிச்சுட்டானுவ. பேப்பயமக்க. எதுக்குத்தான் மனுப்போடறதுன்னு இல்லே. எளவுக்கும் கல்யாணத்துக்கும்கூட சர்க்காருதான?......, என்று வெறுப்புடன் கூடிய முணு முணுப்பு உதிர மேஜைக் கடியில் பரிதாபமாகக் கிடக்கையில் இந்த விண்ணப்பம் மட்டும் ராஜா மாதிரி நம்பர் குத்தி பதியப்பட்டு நடவடிக்கைக்கான கோப்புடன் மேஜை மேலேறியது ஒரு பேராச்சரியம் தான்!

ஒரு வேளை சில தினங்களுக்கு முந்தி இந்த வகை மனு ஒன்று கொஞ்சம் 'வரும்படி'க்கு வழி செய்த ஞாபகம் தான் அதைத் தப்பிப் பிழைக்க வைத்ததோ?

எப்படியோ, ஆவுடச்சிக் கிழவியின் மனுவுக்கு 'உசிர்' வந்துவிட்டது. இனி 'ரெண்டில் ஒண்ணு' தெரியாமல் போகாது என்பது மட்டும் நிச்சயம்.

எறிந்த கல்லைத் தேடிப் போகிற மாதிரி தன் மனுவைத் தேடி ரொம்ப நாட்கள் கழித்து அவள் அந்த ஆபீசுக்குள் நுழைந்தாள் மிகுந்த பயத்துடன்.

இது ரெண்டாவது தடவை. முதல் தரம் மனுவை நேரில் கொடுக்க வந்தாள். அப்பவும் அவளை தலையாரி சுப்பையாதான் கூட்டி வந்தான்.

முதல் தரம் இருந்த மாதிரி நடுக்கமும் உதறலும், இல்லாவிட்டாலும் இப்பவும் உள்பயம் இருக்கத்தான் செய்தது. யார் என்ன சொல்லி விடுகிறார்களோ என்று மனசு பக் பக்கென்று அடித்துக் கொண்டது. தூண்சுவர், மேஜை, ஜன்னல் அங்குள்ள எதைத் தொட்டாலும் அல்லது அவற்றின்மீது தன்மேல் துணி பட்டாலும் 'தலைக்கு கத்தி வந்துவிடும்' என்று பயந்த மாதிரி குறுகி ஒடுக்கிக் கொண்டாள் கிழவி.

எதுப்பில் காத்தாடிக்குக் கீழே சூட்டு கோட்டுப் போட்டுக் கொண்டு அந்த மனுவைப் பெற்றுக் கொண்டாரே அந்த 'ஆபீஸரு' இப்போ காணோம். காத்தாடி சுற்றாமல் வெறும் நாற்காலி பெஞ்சுகளோடு மூளியாகக் கிடந்தது அந்த இடம்.

கிழவியை ஒரு மேஜைக்கு முன்னால் கொண்டு போய் நிறுத்தினான் தலையாரி சுப்பையா.

அங்கே உட்கார்ந்திருந்தவரும் சூட்டுதான் போட்டிருந்தார். என்றாலும் அன்றைக்கு எதுப்பில் இருந்து மனுவை வாங்கினாரே அவரளவுக்கு 'பவுரு' முகத்தில் இல்லை. ஒல்லியாக சிகப்பாக இருந்தார். முகம் கொஞ்சம் வெளிறிப் போயிருந்தது.

சுப்பையா அவர் காதில் 'கிசு கிசு'த்தான். அவர் ஏழெட்டுப் பேப்பர் கட்டுகளைக் கலைத்து உலைத்துவிட்டு ஒரு தாள் உருவினார்.

அதைச் சத்தம் போட்டுப் படிக்கலானார்:

".....ஆகையால் தரும எசமான் அவர்கள் கிருபை கூர்ந்து எனக்கு முதியோர் பென்ஷன் சாங்ஷன் செய்ய ...இப்படிக்கு கீறல் இடது கைப் பெருவிரல் ரேகை ஆவுடிச்சியம்மாள்...."

தலையாரி சந்தோஷமாகத் தலை ஆட்டினான்.

"ஆமாங்க எசமான்...இதுதாங்க."

"சரி போங்க. நான் பார்த்து கவனிச்சுக்கிறேன்"

அவர் உறுதியாக, அப்பவே வேலையை முடித்துவிட்ட மாதிரி சொன்னார்.

கிழவியின் முகம் பிரகாசம் அடைந்தது.

"ஒங்க புள்ளே குட்டி நல்லாயிருக்கும்...நா. அனாதை.... என்னமோ ராசா நீங்கதான் எனக்கு தெய்வம்" கையெடுத்து கும்பிட்டாள் கலங்கின கண்களுடன்.

அவர் மறுபடியும் உறுதியாகத் தலையாட்டினார்.

வெளியே வந்ததும் அவளிடம் 'எவ்வளவு துட்டு இருக்குது' என்று கேட்ட சுப்பையாவிடம் முடிச்சை அவிழ்த்து ஆறு பத்து பைசாக்களை எண்ணி வைத்தாள் ஆவுடைச்சி.

கிழவி கையில் இருபது காசுகளை விட்டுவிட்டு மீதியை எடுத்து ஜேபியில் போட்டுக் கொண்டான் சுப்பையா.

அவள் மனம் ஓர்மைப் படவில்லை. 'இன்னும் பத்துக் காசு அவன் கூடக் கொடுத்திருக்கலாம். பரவாயில்லை. பூராவும் எடுத்துக் கொள்ளாமல் இதாவது கொடுத்தானே...'

உச்சிவெயில் தீயாகக் கொளுத்தியது. மலைப்பாகத் தான் இருந்தது. என்றாலும் கொஞ்சம் தெம்பாக இருக்கும்போதே ஊரில் போய் விழுந்துவிட வேண்டும், கொஞ்ச நேரம் போனால் பசிக் கிறக்கம் வந்துவிடும். பிறகு நாலு கல் தொலைவு நடப்பது எப்படி?

சுப்பையா எடுத்துக் கொண்ட நாற்பது காசைத் தொடர்ந்து அந்த கோழியின் ஞாபகம் வருகிறது.

இன்று காலையில்தான் தலையாரி கையில் பிடித்துக் கொடுத்தாள். அவனும் அதைக் கூடவேதான் கொண்டு வந்தான். டவுனுக்குள் நுழைந்ததும் கிழவியை புளிய மர நிழலில் நிறுத்திவிட்டு ஒரு சந்தில் புகுந்தான் கோழியுடன். திரும்பி வருகையில் வெறுங்கை.

"ம்.... மேற்படியார் வீட்லே சேர்த்தாச்சு"

அந்த கோழியை நினைக்கும் போது பத்தி எரியுது கிழவிக்கு.

ஒரு நாள் களை வெட்டிவிட்டு திரும்புகையில் சீமைக் கருவேல மரநிழலில் ஒரு ராசாளி காலில் சிக்கி வதைபட்டுக் கொண்டிருந்த கோழிக் குஞ்சைப் பார்த்தாள். குஞ்சு அலமோதி தீனக்குரலில் கீச்சிட்டது. 'சும்மா ஒரு இதுக்கு' கல்லை விட்டெறித்தாள் ஆவுடி. எப்படியோ தவறிப் போய் ராசாளி மேல் கல்பட்டு அது மிரண்டு குஞ்சை தவறவிட்டு ஓட கிழவி எடுத்து மாராப்புக்குள் ஒளித்துக்கொண்டு விரைந்தாள் குடிசைக்குள். ரொம்ப நாள் வரை ஓலைப் பொட்டியில் மூடிமூடி வளர்த்தாள். யாராவது அதை அடையாளம் கண்டுசொந்தம் கொண்டாடி வந்து விடுவார்களோ என்ற பயம்.

அவளுக்கு இருந்தாலும் இல்லா விட்டாலும் அந்த கோழிக்குஞ்சுக்கு இரை விழுந்து கொண்டேயிருந்தது. தூர் பெருத்து கிடா மாதிரி ஆகிவிட்டது அது.

'ஒரு வாரமாகத்தான்' அது சேவல்கூடத் திரிந்தது. எப்படியும் பத்து நாளில் முட்டைக்கு வந்துவிடும். சித்து வெடையில்லே இது; பெரிய கோழி வம்சமாகக்கும்! இருபதுக்கு குறையாம முட்டையிடும். இருபதும் பொரிச்சு அதிலே பதினைஞ்சு தங்கினாலும்... ம்...அதுக்கென்ன... இன்னும் கொஞ்சநாள்லே சுப்பையா சொன்ன

மாதிரி மாசம் ஒண்ணாந்தேதி பொறந்தா 'டாண்ணு' வாசல்லே வந்து தபால்காரன் இருபது ரூபாயோடு நிற்பான்... மாசா மாசம் ரூபாய்...'

கிழவி வாய்விட்டு முணுமுணுத்தாள்.

"ரூபா இருபது களுதை...இந்தக் கோழி மயிரு... வந்து தான் தாங்கப் போவுதோ?"

முந்தியை உதறித் தலைமீது போட்டுக் கொண்டு வண்டித்தடம் அரைத்த புழுதிச் சூடு பொறுக்காமல் எட்டுக்களை வேகமாகப் போட்டு நடந்தாள்.

ஆவுடச்சி நடையே ஒரு தினுசுதான்.

'7' மாதிரி ஒடிந்த முதுகு. தலையை ஆட்டி ஆட்டி சமனப்படுத்திக் கொண்டே நடை போடுவாள். புதுசாப் பார்க்கிறவர்களுக்கு அந்த வலிமையிழந்த முதுகில் கண்ணுக்குத் தெரியாதமாயப் பொதியைச் சுமக்க முடியாமல் சுமந்து கொண்டு நகர்கிற மாதிரி தெரியும். பஞ்சடைந்தகண்களின் கவிந்து அலையும் பார்வை எப்பவோ போக்கடித்து விட்டதை தேடியலைவதைப் போலப்படும்.

கல்யாணத்துக்குப் பிந்தி தானாகத்தான் உடம்பை வருத்தி இளைத்துக் கொண்டாள். கட்டுக் குலையாமல் வெட்டுப்படாது அலங்காரமாக நிற்கும் இளவேம்பு மாதிரி கட்டான மேனிவாகு அவளுக்கு.

குடிகாரத் தகப்பன் பார்த்துக் கட்டி வைத்த குடிகாரப் புருஷன் அவளை அடித்து நொறுக்கி விட்டு தாலிச்சரட்டை அறுத்துக் கொண்டு ஓடின பிறகு அவள் அழகு, பலம், தெம்பு எல்லாம் சன்னஞ் சன்னமாகக் குறைந்தது.

அந்த 'தங்' காலத்து முன்னிரவு இன்னும் மறக்கவில்லை.

'தூறல் நசநசத்து தரை குளிர்ந்து கிடக்கிறது. வாடைக் காற்று மார்பில் சில்லென்று குத்துகிறது.

ஆவுடி காத்திருக்கிறாள். மனம் நிலை கொள்ளாமல் தவிக்கிறது. உடம்பு புல்லரித்து கூச்சமெடுக்கிறது. நெஞ்சின் தாபத்தையடக்கக் குந்தி முழங்கால்களைச் சேர்த்து மார்பை இடுக்கி கைகளால் இறுக்கிக் கட்டிக் கொள்கிறாள்.

அறுத்து சலித்து உணர்வுகள் அயர்ந்து நீர்த்த பின்பு துக்கத்துடன் கதவை உடைத்து மூடிவிட்டுப் படுக்கிறாள். கண்கள் குளமாகி வழிகின்றன.

வெளியே சாரல் மழை... சாரல் மாறி மாறி வலுக்கிறது. கண்கள் உறுத்தலுடன் மூட மறுக்கின்றன. மனசும் பொட்டு பொட்டென்று விழித்துக் கிடக்கிறது. எப்பவும் வராத தாயின் நினைப்பு எழும்பி எழும்பி நிற்கிறது. விம்மலும் அழுகையும் பொங்கி அடங்குகிறது.

கதவு உடைபடும் சத்தம். கதவைத் திறக்கிறாள். அவன் தான். நேத்துமுன்தினம் தகப்பன் கூட்டி வந்து மூன்று முடிச்சு போட வைத்தானே அவன்தான்.

தலையைக் கவிந்து கொண்டாள். மனசில் உறவு நெருக்கம் இருந்தாலும் நாணம் விலகச் சொன்னது.

ஆவுடி நினைத்தபடி அவன் அவளை வாரி அணைக்கவில்லை. வெறி பிடித்தவன் மாதிரி குறுக்கும் நெடுக்குமாக நடந்தான். சாராய வீச்சும் குப்பென்று அடித்தது.

அவள் வெட்கத்தை விட்டு அவனை அணுகி அணைய ரெண்ட கைகளை நீட்டுகிறாள்.

“த்தூ.... நாயே.... அதான் குறைச்சல்... ரெண்டாயிரம் தாறேன்னு எங்கிட்டே உன்னைத் தள்ளிட்டு ஏமாத்திட்டான் ஙொப்பன். தேவடியா மகன்....” ஆவுடை மல்லாந்து விழுகிறாள். பிடறியில் அடித்து கண்கள் தெறித்து சிதறும் வேதனை.

திடீரென்று வெளி நாய் மாதிரி மேலே விழுந்து தாலிச்சரட்டை அறுத்துக் கொண்டு வெளியே பாய்கிறான்.

நாலு நாட்கள் அன்ன ஆகாரமில்லாமல் வாசலை வெறித்தபடியே உட்கார்ந்திருந்தாள். அழவோ கதறவோ இல்லை. ஊர்ப் பெண்கள் வந்து துக்கம் விசாரித்தார்கள். ஒரு வார்த்தை ‘ஊம்...’ போடவில்லை. கிறுக்குப் பிடித்து விட்டதோ என்று சிறுவர்கள் கூடிக் கூடி கூச்சல் கூடப் போட்டுப் பார்த்தார்கள். அசையவில்லை.

நடுச்சாமம் இருக்கும். திடீரென்று சலனமற்ற ராத்திரி அமைதியைக் கிழித்துக்கொண்டு ஊளைச் சப்தம் கேட்டது. நாய் மாதிரி... ஆந்தை மாதிரி... நரி மாதிரி தாயைத் தேடும் கன்று மாதிரி பல விசித்திரமான குரல்கள்.. எல்லோரும் வேடிக்கை பார்க்க கூடி

விட்டார்கள். அழுது அழுது புரண்டாள் விடிய விடிய. யாரும் நெருங்க முடியவில்லை. அவளை எப்படித் தேற்றுவார்கள். எதைச் சொல்லி தேற்றுவது?

எல்லாம் சரியாகிவிட்டது. பழசை மூடி விட்டு களை எடுக்க, பொறுக்க, பருத்தியெடுக்கப் போகத் தொடங்கினாள்.

வருஷக் கணக்கில் ஆகிவிட்டது, புருஷன் நினைப்பு மறந்து, தான் வேலை வெட்டி செய்து தன் வயிற்றைக் கழுவிக் கொள்வது என்றாகிவிட்ட பிறகு மற்ற நினைப்புகள் பஞ்சாய் பறந்துவிட்டன.

வயசு ஆக ஆக நடையில் தடுமாற்றம் ஏற்படத் தொடங்கியது. குறுக்கு விளங்காமல் நடையைத் தடை செய்தது. கொஞ்ச நாள் ஆதரவுக்கு வெறும் பொட்டியை இடுப்பில் இடுக்கி சாய்த்து சாய்த்து நடந்து பார்த்தாள். 'அனாசியமான அந்த ஆதரவு' பத்தவில்லை.

முதுமை வளர வளர சாவைப் பற்றின கவலை அடிக்கடி வர ஆரம்பித்தது.

'தனக்கு சாவு எப்போ வரும்? திடீரென்று வந்துட்டா நல்லது. அப்பேர்க்கொத்த நல்ல சாவு நமக்குக் கிடைக்குமா? பத்து நாள் தலைசாஞ்சு படுத்தா யார் கவனிப்பா? எந்தப் புள்ளைகுட்டி வரும்.... கையிலே நாலு துட்டு இருந்தாலும் அன்னிய மனுசங்க கூட நான் நீன்னு வருவாங்க... இப்படியே...?'

மனசில் விழுந்த இந்த திண்டு அவளை ரொம்பவும் உருக்கிவிட்டது. கொஞ்சத்துக்குக் கொஞ்சம் பரவாயில்லாமல் இருந்தவள். திடீரென்று கூனல்விழுந்து படுகிழவியாகி விட்டாள். இடுப்பு உளைச்சல் முதுகை சிறிது சிறிதாக வளைத்து ஒடித்துவிட்டது.

நல்லதுக்கோ கெட்டதுக்கோ இந்தச் சமயத்தில் தான் தலையாரி சுப்பையா அந்தச் செய்தியை ஆவுடச்சியின் காதில் போட்டான். கிழவி முதலில் நம்பவில்லை. பட்டாளத்துக் காரன்களுக்கு, சண்டையிலே செத்தவன் பெஞ்சாதிமார்க்கு 'பிஞ்சின்' வரப் பார்த்திருக்கிறாள். இது புதுசாயிருக்கிறதே. ஊர்லே அகப்பட்ட நாதியத்த கிழடுகளுக்கெல்லாம் சார்க்கார்லே பிஞ்சின் கொடுக்கிறதுங்றது நம்பக்கூடியதாக இல்லை அவளுக்கு.

பலநாள் பல பேரிடம் விசாரித்தாள். 'நெசம் என்று தான் சொன்னார்கள். கடைசியில் 'காயிதக்கார சாமி' விபரமாகச் சொன்ன பிறகுதான் அவள் நம்பினாள்.

தலையாரி சொன்னபடி முதல்லே வட்டில், சொம்பை விற்க மனசுக்கு கஷ்டமாகத்தான் இருந்தது. அந்தச் 'சாவும், சாவுக்கு முந்தி படுத்துக்கிடக்கிற பத்து நாட்கள் பயத்தை இந்த வெண்கல வட்டில் சொம்பு கொஞ்சம் தணித்துக் கொண்டிருந்தது இதுவரை.

"இப்போ என்ன கெட்டுப் போச்சு?...ஒரு மாசப் பிஞ்சின் பணம்... மாசா மாசம் வர்றதிலே..." சந்தேக பயம் அமுங்கி அதன் மேல பலமான நம்பிக்கைக் கோட்டை நிறுத்தப்பட்டது.

மேற்படி சாமான்கள் விலை போன மறுநாள் ஒரு விஸ்தாரமான புலம்பலுடன் கூடின மனு தயாராகிவிட்டது.

ஆவுடை மனுக்கொடுத்து ரொம்ப நாட்களாகிவிட்டன. சூரியனும் சந்திரனும் சட்டை செய்யாமல் மாறி மாறி வந்து போய்க்கொண்டிருந்தார்கள். அந்த இடைக்காலத்துக்கு முந்தின சம்பவங்களை எல்லோரும் மறந்து விட்டார்கள். ஆவுடையும் அந்த மனு சமாசாரத்தை நிச்சயம் மறந்திருப்பாள்; வட்டில் சொம்பும் அந்த பெரிய கோழி வம்சத்து முட்டைக் கோழியும் அடிக்கடி நினைப்புக்கு வந்து அரித்தெடுத்தது.

இப்பொழுதெல்லாம் அவள் காட்டு வேலைக்குப் போவதில்லை. கண்பார்வை மங்கிவிட்டது. காலையில் எழுந்ததும் ஏல மாட்டாத நாலு பெரிய வீட்டுப் பெண்களுக்கு அரிசி தீட்டிக் கொடுப்பாள்; கம்பு குத்திக் கொடுப்பாள். கஞ்சியோ கூழோ கொடுக்கிறதை மண் சட்டியில் வாங்கிக் கொண்டுவந்து குடித்துவிட்டுப் பொழுதைப் போக்குவாள். நாலுவண்டி சாணம் பொறுக்கியிருந்தாள். ரெண்டு சேலைக்காச்சு. பிறகு சாணி பொறுக்கக் கூட ஏலவில்லை. மாற்றுத் துணி இல்லை. கந்தலை சுற்றிக் கொண்டு தெரு வழியே போக 'பச்சை'யாக இருக்கிறது.

அந்த சாவைப் பற்றின ஞாபகம்தான் அடிக்கடி வந்து பயங்காட்டுகிறது. அவள் சாகப் பயப்படவில்லை. சாவு வரட்டும்; தாராளமாக வரட்டும்.... சாவுக்கு முந்தி பத்துநாள் தலை சாஞ்சி படுத்தா... அன்ன ஆகாரம் கொடுக்க நீர் மலமெடுக்க யார் இருக்க....?....தனியா உச்சி மோட்டை பார்த்துக் கொண்டு.....

'அந்த பொடிபொட்டு வெங்கலச் சாமான்கள் காலுக்குக் காலாய் கலித்து முதலாகியிருக்கக் கூடிய பெரிய கோழி வம்சத்து முட்டைக்கோழி...பருந்துக்கு தப்பின கோழிக் குஞ்சை அணைத்து

புண்களில் மஞ்சள் அரைத்துத் தடவி காப்பாற்றி...' நினைத்து நினைத்து தலைமயிரைப் பிய்த்துக் கொள்வாள் கிழவி. என்றாலும் இன்னும் நம்பிக்கை அழியவில்லை. அடிக்கடி சாதகமான கனவுகள் வந்தன.

"அந்த காயிதக்கார சாமி" வந்து பணத்தை எண்ணிக் கொடுக்கிறதாகப் பல இரவுகளில் கனவு வந்தது. முகம் மட்டும் மாறி மாறித் தெரிந்தது. ஒரு ராத்திரி மட்டும் மோசமான கனா. வாசலில் சைக்கிளுக்குப் பதில் எருமை; அதன்மேல் காயிதக்கார சாமி...'

'இந்த மோசமான கனா வந்தது முதக்கொண்ட அவள் உசிர் அவள் கையில் இல்லே... சாவு கிட்டக்க வந்திருச்சு ...சாவு... வரட்டும். அரிசு குத்தும்போது... கம்பு இடிக்கும்போது அப்படியே பொக்கெண்ணு போயிடனும்.... இல்லாட்ட பாயில் கிடந்து சீரழிந்து தவிச்ச வாய்க்கு தண்ணி கொடுக்கக்கூட நாதியத்து...பீ நாத்தம் குடலைப் புடுங்கி குமட்ட.. கடவுளே... நாலுபேரைப்போல எனக்கும் புள்ளே குட்டி உறவு சனம் இருந்தாக்க... இந்த கதி வருமா....'

அடிக்கடி வாய்விட்டு புலம்பலானாள் கிழவி.

ஒருநாள் கனா பலித்துவிட்ட மாதிரி இருந்தது. ஊருக்குள் போய் நாலு வீடுகளில் வேலை செய்துவிட்டு கஞ்சிச் சட்டியுடன் திரும்பிக் கொண்டிருந்தாள் கிழவி. சட்டி நிரம்பி இருந்தது. ஒரு வீட்டில் ஒரு கை நெல்லுப்பருக்கை. கொஞ்சம் சோளச் சோறும் கம்மங் கஞ்சியும், கேப்பைக் கூழ் ஒரு ஓரத்தில் - இப்படிக் கலந்திருந்தது.

அவள் குடிசை வாசலில் மூணு பேர் காத்திருந்தனர். கிராமப் முன்சீப் முதலியார். தலையாரி சுப்பையா இன்னொருத்தன் முகக் குறிப்பு தெரியவில்லை சூட்டுப் போட்டவர், அதிகாரியாய் இருக்கும்.

அவர் கேள்வி மேல் கேள்வியாகத் தொடுத்தார்.

கிழவி....உம் பேரு...?

....

வயசு.....?

....

சொத்து உண்டா......?

....

புருஷன் இருக்கானா.....?

....

போய் எவ்வளவு நாளாச்சு....?

....

உறவு சனம் யாரும் உண்டுமா?

....

கேள்விகளுக்கு பேர் பாதி கிழவி பதில் சொன்னாள். மறுபாதி முக்கி முனங்கினாள். தலையாரி சுப்பையா தான் ஒட்டி எடுத்துப் பேசினான் அவளுக்காக.

அவள் புரிந்து கொண்டாள். பிஞ்சின் பணம் விசயமாகத்தான் விசாரணை. நல்ல வேளை இப்பவாச்சும் வந்ததே.

அதிகாரி அவளை ஏற இறங்கப் பார்த்தார். கந்தல்.... கையில் சட்டி..... சட்டியில் பல கஞ்சி....

“ஏ....கிழவி...நீ பிச்சை எடுக்கிறயா... பார்த்தா அப்படித் தோணுதே.....”

கிழவிக்கு நறுக்கென்றது சட்டையைப் போட்டு உடைக்கலாமா என்று ரோஷத்தோடு பார்த்தாள்.

தலையாரி முந்திக் கொண்டு என்னமோ சொல்லப்போனதை முதலியார் பார்வை தடுத்துவிட்டது.

அதிகாரி அதே கேள்வியை கிராம முன்சீப் முதலியாரிடம் கேட்டார்.; முதலியார் உடனே பதில் சொல்லவில்லை. எந்த விதமான பதிலை சொன்னால் அதிகாரி மனம் திருப்தியுறும் என்ற தயக்கத்தில் இருந்தார்.

அதிகாரி ஏதோ எழுதிக் கொண்டார். மூவரும் கிளம்பிவிட்டார்கள். தலையாரி சுப்பையா மட்டும் திரும்பி திரும்பி கிழவியை பார்த்துக் கொண்டே அவர்களுக்கு பின் நடந்தான்.

ஆவுடிக்குப் பரம திருப்தி. வந்த அதிகாரி அவள் நெலமையை நேரில் பார்த்துக்கொண்டாரல்லவா? பிச்சைக்காரிக்கும் கேடான கோலத்தில் இருப்பவளுக்கு கிடைக்காமலா போகும்?

‘காயிதக்கார சாமி’ சொல்லியிருக்கிறார் முன்பே. இந்த விசாரிப்புக்கு பிறகுதான் ‘பணம்’ வருமாம். இன்னும் பத்து நாள் தான்; பணம் வந்துவிடும். மாசா மாசம் இருபது ரூபாய்... அடேயப்பா. கொஞ்சம் முந்தி கிடைத்திருந்தால் அவள் சீருக்கும் செட்டுக்கும் அபரஞ்சி விளக்குமாறு கட்டித் தொங்க விடுவாளாக்கும்...’

ஒரு மத்தியான வெயில். நாய்க்குட்டி மாதிரி சுருண்டு கிடந்தவள் ‘கிணுங் கிணுங்’ சத்தம் கேட்டு எழுகிறாள். வாசலில் தபால்காரர்.

‘வந்திருச்சா.... வந்திருச்சா... சாமீ... எல்லாரும் நல்லாயிருக்கணும்..... முதலியாரு... சுப்பையா ஆபீசரு.... எல்லாரும் நல்லாயிருக்கணம்...” கைளை சேர்த்து நீட்டுகிறாள்.

தபால்காரர் சிரிக்கிறார். “கிழவி....பணம் வல்லே...காயிதம் வந்திருக்கு....”

ஒரு வேளை பணம் வரப்போறதா தகவல் அனுப்பியிருப்பார்களோ?

காயிதக்கார சாமி படிக்கிறார்.

“பிச்சைக்காரர்களுக்கு முதியோர் உதவித் தொகை வழங்கலாகாது என்ற சட்டப்படி நீர் பிச்சை எடுத்து ஜீவனம் செய்துவருவது கண்டுபிடிக்கப்பட்டதால் உமது மனு தள்ளுபடி செய்யப்பட்டது.”

ஆவுடச்சிக்கு தலை சுற்றுகிறது. பூமி, ஆகாசம் எல்லாம் கிடுகிடு வென்று நடுங்குகிறது. தடுமாற்றத்தை தவிர்க்க கதவு நிலையைத் தாங்கலுக்குப் பிடிக்க நீட்டிய கைகளுக்கு அகப்படாமல் நழுவுகிறது.... குருட்டுக் கண்களுக்கு மங்கலாகத் தெரிகிறது. ‘வாசலில் காயிதக்காரசாமி பக்கத்தில் சைக்கிளா எருமையா.... கொம்பு வளைந்த எருமைக்கிடா’

கிழவியைப் பிடிக்க முயன்றார் தபால்காரர். சைக்கிள் நழுவி சாய்ந்தது. தண்ணீர்ப்பானையில் இரு கைநிறைய அள்ளிக் கொண்டு வந்து சளுப் சளுப்பென்று முகத்திலடிக்கிறார். ம்..... பிரயோசனமில்லை.

கொஞ்ச நேரத்துக்குள் கூட்டம் சிறுசும் பெரிசுமாகக் கூடி விட்டதும் தபால்காரர் நழுவுகிறார். அந்தக் காயிதம் சீந்துவாரற்று மிதிபட்டு கசங்கிக் கிடக்கிறது தரையில்.

அந்த மனு இறுதிச் சடங்குக்காக காத்திருக்கிறது.

மின் விசிறிக்குக் கீழ் மேசை மேல் ஃபைல் கட்டுகள். தாட்களின் படபடப்பு. கருமமே கண்ணான எழுதுகோல் கையெழுத்துக்களைப் பெய்கின்றது.

அந்த மனுவின் முறை வருகிறது. ஓரங்கள் கிழிபட்டு கசங்கி பழுப்பேறி நாலைந்து தாள்களின்பின் தாங்கலுடன் வெல வெலத்துக் கிடக்கிறது.

ஒரு தாளின் பின்புறம், இடது ஓரம்.

"பணிந்தனுப்பப்படுகிறது".

மேல் நடவடிக்கை தேவையில்லை. ஃபைல் முடிக்கப்படலாம்.

அதே தாளின் அதேபின்புறம். வலது ஓரம்.

...டிஸ்...நம்பர்

.... தேதி

கையொழுப்பம்

வலப்பக்கம் ஆபீஸர் கையொப்பமிட்டு மூடுகிறார்.

❑

9. நிறங்கள்

பொன்னுசாமிக்கு இது முதல் தடவையல்ல. இதற்கு முந்தியும் ரெண்டு தடவை பஸ் பிரயாணம் செய்திருக்கிறான்; சங்கரன்கோயில் ஆடித் தவசுக்கு ஒரு தரமும் துட்டி விசாரிப்புக்காக கழுகு மலைக்கு ஒரு தடவையுமாக.

இருந்தாலும் 'மதுரை அம்புட்டு' தூரம் பஸ்ஸில் போகிறது இப்போதான்.

பஸ்ஸுக்காகக் காத்திருக்கும்போது கடுகடுத்த கால்வலி இப்போதில்லை. எட்டுமைல் பறக்கப் பறக்க ஓடிவந்த அலுப்பையும் காணோம். ஓர சீட்டில் இடம்பிடித்து உடம்மை நெளித்து நீட்டி அலுப்பாறிக் கொண்டவன் திடுக்கென்று சட்டைப்பையைத் தொட்டுப் பார்த்தான். உள்பாக்கெட்டில் 'அது' பத்திரமாக இருந்தது.

சுற்றுமுற்றும் பார்த்தான். அவனுக்கென்னமோ எல்லோரும் அவனையே பார்க்கிற மாதிரியாகவும், மேலும் ஜேபடிக்காரன்கள் பருந்து மாதிரி தன்னையே சுற்றிச் சுற்றி வருகிறது போலவும் தோன்றியது.

டிரைவர் பஸ்ஸை நிறுத்தி விட்டுச் சலிப்புடன் வசவுகளை உதிர்த்தார். அந்த வசவுகள் யாருக்கு, மாடுகளுக்கா மாடுபத்துகிறவனுக்கா, பிரயாணிக்களுக்கா என்பது தெரியவில்லை. யாரையாவது தைக்கட்டும் என்று மேலும் மேலும் வாய்க்கு வராத வார்த்தைகளை மானாங் காணியாக வீசினார்.

பொன்னுவுக்கு எதிர் சீட்டில் உட்கார்ந்திருந்த கனமான சிவந்த ஆள் ஒருத்தர் இதுதான் சமயம் என்று வெற்றிலைப் பெட்டியை எடுத்து முன்னால் வைத்துக் கொண்டார்.

பஸ் புறப்பட்டு விட்டது. பழி வாங்குகிற வீம்பில் வேகத்தை அதிகப்படுத்தி விரட்டினார் வண்டியை. காற்று கிழிபட்டு விஸ்...விஸ்ஸ்...ஸென்று அலறியது.

முன்னால் உட்கார்ந்திருந்த ஆசாமி வெற்றிலை போடுவதே ஒரு அதிசயமாகத் தெரிந்தது. மஞ்சள் கலர் சில்க்துண்டு; மீசை

கீசையில்லாமல் மழுங்கலான உருண்டை முகம்; தடித்த உதடுகள். ரொம்ப ஜாக்கிரதையுடன் ஒவ்வொரு வெற்றிலையையும் துடைத்து கீறி சுண்ணாம்பு தடவினார் கருக்கடியான பார்வையுடன். பிறகு நேர் எதிர்பாவத்துடன் அலட்சியமாக வாயில் போட்டுக்கொண்டார் மடித்த வெற்றிலையை. நாலா திசையிலும் மேலோட்டமான பார்வை; பழையபடி அலட்சியமும் முறைப்பான பெருமிதமும் முகத்தில் பரவ அதை மென்றுமென்று அசை போட்டார். அந்த மனுசர் ஒவ்வொரு தரமும் பார்வையை அலையவிட்ட தினுசு எதிராளியை மென்று துப்ப தேடின மாதிரி இருந்தது.

பார்க்கப்பார்க்க வேடிக்கையாகவும் சிரிப்பாகவும் இருந்தது பொன்னுவுக்கு.

வெள்ளைப் பொட்டல் தரை மறைந்து கரிசல்காடு வந்துவிட்டது. நெடுக ஓரே பருத்திக் காடாகத் தெரிந்தது. தளிர்பச்சை பரப்பாக அடர்ந்த பருத்திச் செடிகளினூடே பட்டம் பட்டமாக நாத்துச் சோளப் பயிர்களும் பயறு வகைகளும் கொடி வீசிக் குதூகலமாகக் காற்றில் ஆடி அசைந்து கொண்டிருந்தன.

மண்ணின் வாகு அப்படியே அள்ளி வாயில் போட்டுக் கொள்ளலாம் போலிருந்தது. சரியான கரிசல். இப்படி நிலங்களை களை வெட்டணும்; வெட்டிக்கோ வெட்டிக்கோ என்று சுரண்டி சதக் சதக் பாய்கிறதே தெரியாமல் சுளுவாயிருக்கும். என்ன சுளுவாயிருந்தென்ன பழக்கமில்லாதவனுக்குக் கைகொப்பளித்து விடும்.

அவன் களைச் சுரண்டியைக் கையில் எடுத்த முதல் நாள் மாலையில் நாலைந்து கொப்பளங்கள் முத்துமாதிரி நீர் கோர்த்திருந்தன. மறுநாள் அழுந்தியழுந்தி நீர் வடிந்து எரிச்சலெடுத்தது. பிறகு எல்லாம் சரியாகத் தானாகிவிட்டது.

இவ்வளவுக்கும் தாயும் மகனும் பக்கத்தில் பக்கத்தில் தான் 'நிரை' பிடித்துக் கொள்வார்கள். சும்மா ஒப்புக்குத்தான் பொன்னுசாமி. அவன் 'நிரை'யையும் சேர்த்து அவன் தாயார்தான் இழுத்துக் கொண்டு போவாள்.

முதன்முதலில் ரொம்பவும் சங்கடமாகத்தானியிருந்தது. கூட களை வெட்ட வந்த பெண்களெல்லோரும் அவனை 'வேத்துமை' பாராட்டி மௌனம் சாதித்தார்கள். அவன் தாயார் தன் மனக்கோட்டையின் சரிவு தாளாது வேலையின் போதே கண்ணீர்

உகுப்பாள்; விம்முவாள். பொன்னு தாயார் படும் மனவேதனையறிந்து நீர்மல்க பெருமூச்சு விடுவான்.

பெருங்கொண்ட சம்சாரி வீட்டுப்பிள்ளைகள் கூட 'படிப்புவராமல்' ஏழு எட்டுடன் நின்றுவிட்டபோது அவள் மட்டும் பொன்னுவை பத்து வரை படிக்க வைத்தாள். ஊர்க்காரர்கள் ஏசினது போல 'அறுதலி முண்டை கூலி வேலை செய்தே பத்து' படிக்க வைத்தது நிஜமாகவே பெரிய காரியம் தான்!

'நமக்கென்ன நிலமா, நீச்சா? நாலெழுத்து படிக்கவச்சா பெறகு அவன் தலையெழுத்துப் போல...' என்று அடக்கமாகச் சொல்லிக் கொண்டாலும் அவள் மனோராஜ்யத்தில் மகன் கலெக்டர் ஆகி கையெழுத்துப் போடப் போகும் காட்சி மின்னியது.

படிப்பு முடிந்தது; பொன்னுசாமிக்கு வேலை 'வரவில்லை'. கொஞ்ச நாள் வரைக்கும் இந்த வேலையை எப்படித் தேடுகிற தென்பதே புரியாமல் திகைத்தார்கள் தாயும் பிள்ளையும். பிறகு பல வழிகளில் தேடித் தேடி அலுத்தார்கள். சர்க்கார் வேலையை 'மறுந்து'விட்டு மில்களுக்கும் கடை கண்ணிகளுக்ககுமாய் அலைந்தான். அலைச்சல் தான் மிச்சம்.

வயது முப்பதுக்கு மேலாகிவிட்டது, இனி எங்கே வேலை கிடைக்கப் போகிறது என்று சோர்ந்து இடிந்து விட்டான் பொன்னுசாமி. தாயாரும் மிகவும் மனம் நொந்து போனாள். கிராமத்தில் பலர் அவளை மேலும் நையாண்டி செய்ய ஆரம்பித்தார்கள்.

அவள் மூப்படைந்து கிழண்டு போனாள். துக்கமும் ஏமாற்றமுமே மூப்பைக் கொண்டு வந்து விட்டுவிட்டது. அடிக்கடி சீக்கு' நோக்காடு என்று ஆரம்பித்துவிட்டது. அப்படி வரும்போதெல்லாம் அரைப்பட்டினிதான். வீட்டில் மினுக்க ஒரு பித்தளைப் போகணி கிடையாது. எல்லாம் விற்றுச் சாப்பிட்டாகிவிட்டது.

தாய்படுகிற சிரமத்தைச் சகிக்காமல் தானும் வேலைக்குப் போனான் பொன்னுசாமி. அவனையொத்த ஆண்கள் கிணறு வேலைக்கு ரெண்டு ரூபாய் சம்பளத்துக்குப் போவார்கள். அவர்களோடு ஈடு கொடுத்து வேலை செய்ய அவனுக்கு உடம்பில் பலம் ஏது? சிறுபிள்ளையில் டவுனுக்கும் ஊருக்கும் ஏழும் ஏழும் பதினாலுமைல் நடந்து நடந்து நொய்ஞ்சு போய் பார்க்க சவலைப்பிள்ளை மாதிரி இருந்தான். எனவே பெண்களோடு களை வெட்டப் போனான்.

நாளாக ஆக எல்லாம் சரியாகிவிட்டது. வருஷத்தில் பாதி நாட்கள் தான் இருவருக்கும் வேலை. மறுபாதி நாட்களில் தாயார் மட்டும் வரகுதிரிக்க, அரிசி புடைக்க என்று போவாள். அப்படி வேலையில்லாத நாட்களில் பொன்னுவுக்கு ஊரின் வடகோடியில் உள்ள அம்மன் கோவில் வேப்ப மரம்தான் கதி.

மரத்துக்கு கீழே ஒரு நீளமான பட்டியல் கல் கிடைக்கும். அதில் படுத்துக்கொண்டே மரத்தில் கீச்சிடும் பறவைகள், அணில்களைப் பார்த்துக் கொண்டே தூங்குவான்; விழித்துக் கொண்டுமிருப்பான்.

அப்படி ஒரு நாள் இரு மைனாக்கள் காச்சு மூச்சென்று கத்தி ஒன்றையொன்று கொத்திக் கொண்டிருந்ததை வேடிக்கை பார்ப்பதில் மெய் மறந்திருந்தான். தலை மாட்டில் வந்து நின்றுகொண்டிருந்தார் அ.பி.

அ.பி. என்று புழங்கப்படுகிற அம்பலவாணன் பிள்ளை இரண்டு வருஷத்துக்கு முந்தி ஆட்சியிலிருந்த 'இந்திர ஜாலக் கட்சி'யிலே முக்கியமானவர். பொன்னுசாமி ஊர்க்காரர் தான். என்றாலும் இதுவரைக்கும் ஜாகை பட்டணத்திலேதான் இப்போ கட்சி தோற்றுப்போன பிறகு தான் சொந்த ஊருக்கு வந்திறங்கியிருக்கிறார். ஊரைவிட்டு வெளியேறி பல வருஷகாலம் ஆகிவிட்டது.

வெள்ளைக்காரன் காலத்திலே பருப்பு வியாபாரம் செய்து கொண்டிருந்தவர்தான் அ.பி. கொஞ்சம் கைத்துட்டு ஏறஏற பெரியமனுசத்தனம் வந்துவிட்டது. மேலும் 'யாவார' தோரணையில் இந்த வட்டாரம் பூராவும் பழக்கம். சமயம் பார்த்து 'இந்திர ஜாலக் கட்சி'யிலே சேர்ந்தார். கிடுகிடு என்று உயர்ந்து மந்திரிகளுக்கு வேண்டியவராகி விட்டார்.

ஓட்டு சமயம் ஊர்ப்பக்கம் தலைகாட்டுவார். எல்லாரும் நம்ம அ.பி. நம்ம அ.பி. என்று கொண்டாடுவார்கள்; தலைக்குமேல் வைத்துக் கூத்தாடி நம்ம சாதிக்காரர் என்று ஓட்டுகளைப் போட்டு அனுப்புவார்கள். இப்படியே நடந்து வந்தபோது திடீரென்று காற்று திசை மாறத் தொடங்கிவிட்டது.

மற்ற இடங்கள் எல்லாம் 'கிஜு கிஜு' வென்று வளர்ச்சியடைய இந்தப் பகுதி மட்டும் கருவேலங்காடு அழியாத மேனிக்கு அப்படியே நின்றது. ஊருக்கு நாலு பேர் படித்துவிட்டு வேலையில்லாமல் திண்டாடினார்கள். கடன் தொந்தரவு பெருத்துப்போய்விட்டது. மழைகள் இல்லை. எல்லாத்துக்கும் அ.பி.மேல் பாய்ந்தார்கள்.

‘நீரு.... என்னவே கிழிச்சீரு..... எங்களுக்கு?’ என்று கேட்கத் தொடங்கிவிட்டார்கள்.

அந்த ஊரைத் தானெடுத்துக் கொள்ளுவோம். புதுப் பள்ளிக்கூடம் உண்டா? இன்னும் அதே கிழட்டு வாத்தியார் தான் கூரைப்பள்ளிக்கூடத்தில் அரிசிரங்கு பத்தின தொடைகளை வரட் வரட்டென்று சொரிந்து கொண்டு உட்கார்ந்திருக்கிறார்.

கரண்டு, ரேடியோ, தபாலாபீஸ் உண்டுமா? அந்த ஊர் இருப்பது சர்க்காருக்கு தெரிவதே கிராம முன்சீப் கணக்கப்பிள்ளை ரிக்கார்டுகள் மூலம்தான்.

பெரிய மனசு வைத்து அ.பி. ஒரு வண்டி போகிறமாதிரி ரோடு’ ஒன்று சாங்ஷன் வாங்கிப் போட்டார். அதுவும் ஒருதரம் தீபாவளிக்கு ஊருக்கு வரும்போது ஜீப் சகதியில் மாட்டிக்கொள்ள, பெரும்பாடுபட்டுப்போன பிறகுதான்.

அ.பி.விடம் சொன்னால் வேலை வாங்கிக்கொடுப்பார் என்று சொன்னார்கள் சிலர். அவர்கள் பேச்சைக் கேட்டுக்கொண்ட அவரைப்போய் பார்த்தான் ஒருதரம். போகும்போது அவன் தாயார் ஒரு சங்கதியை ஞாபகப்படுத்தினாள் அவனிடம்:

‘மறக்காம இன்னார் மகன்னு சொல்லு. ஓங்கப்பாவும் அவுகளும் ரொம்ப இஷ்டமாயிருந்தவுக. சின்ன வயசுலே ரெண்டுபேரும் விட்டுப் பிரியமாட்டாக...’ என்று.

டவுனில் ஒரு பள்ளிக்கூடம் திறப்புவிழா அ.பி.தலைமையில். கூட்டம் முடிந்ததும் போய் அவர் எதிரில் நின்றான் பொன்னு.

“யாரு.... எந்தஊரு”

“ஓங்க ஊருதான்....”

“ஓங்க ஊருன்னா, எந்த ஊரு?”

“செவலூருதான்....”

“ஓகோ..... என்ன வேணும்....”

“பத்துப் படிச்சிருக்கேன்.....

வேலை வேணும்.....”

“ஹே...ஹே.... பத்துப்படிச்சிருக்கயா.... ஹே...ஹே..... நீ

மட்டுமா பத்துப்படிச்சிருக்கே... தேசத்துலே பாதிப்பேரு பி.ஏ..... எம்.ஏ.படிச்சுட்டு அலையிறாக... ஹே.... ஹே....."

"நா...நா....வந்து... அழகப்பன் மகன்.... ஒங்களுக்கு..."

"எந்த அழகப்பன்....?"

....

மறுவினாடி பொன்னுசாமி அங்கே நிற்கவில்லை. அதற்குப் பிறகு அ.பி.வைப்பற்றி அவன் நினைக்கவேயில்லை.

தேசம் பூராவும் 'இந்திரஜாலக்கட்சி' தோற்றுப் போனதுபோல அ.பி.வும் தோற்றார். பட்டணத்திலே நாதியற்றுப்போய் பழையபடி ஊருக்கு வந்து சேர்ந்திருக்கிறார்.

அந்தப் பட்டியல் கல்லில் உட்கார பொன்னுவிடம் அனுமதி கேட்கிற மாதிரி நின்றுகொண்டேயிருந்தார். முதலில் கொஞ்சம் நகர்ந்து இடம் கொடுப்போம் என்று நினைத்தவன் மனசை மாற்றிக்கொண்டு மரியாதையுடன் எழுந்த நின்று கொண்டான்.

____ இது தான் அ.பி.ஊருக்கு வந்த பிறகு நடந்த முதல் சந்திப்பு.

அப்புறம் அடிக்கடி மாலை நேரங்களில் இருவரும் சந்தித்துக்கொண்டார்கள்.

ஒருநாள் அ.பி.இப்படிக்கேட்டார்.

"இத்தனை வருஷமா நீ சும்மாதான் இருந்தயா... படிச்சிட்டு....?"

அவன் என்ன பதில் சொல்லுவான்? அ.பி.தொடர்ந்து அளந்து விட்டார். அவர் கையால் எத்தனை பேருக்கு வேலை வாங்கிக்கொடுத்தார் என்பதை. அதுமட்டுமா?

'உங்கப்பாவும் நானும் சின்ன வயசிலே எவ்வளவு அந்யோன்யம். அழகப்பன் மகனுக்கு நான் ஒரு வேலை வாங்கிக் கொடுக்கலைன்னா.... நா இருந்து என்ன போயென்ன....'

அ.பி. உண்மையாகத்தான் பரிதாபப்படுகிறாரா என்பதில் அவனுக்குச் சந்தேகம். திறப்புவிழாவன்று நடந்ததைச் சொல்வோமா என்று அவன் யோசித்தான்.

அ.பி. சொன்னார், "இந்த எழவு ஊர்லே கிடந்தா இப்படியே

மல்லாக்கப்படுத்திருக்க வேண்டியது தான். ஒனக்கு எப்படியும் வேலை பார்த்துக் கொடுக்கிறேன்" என்று உறுதியாக.

வீட்டுக்குக் கூட்டிப்போய் மதுரையில் ஒரு கம்பனிக்கு லட்டர் ஒன்று எழுதி முடித்த பிறகு அவருக்கு யோசனை வந்துவிட்டது. 'ஆமா. நா சொன்னா செய்வானா இப்போ? முன்னாலே என்கிட்டே அவனுக்குக் காரியம் இருந்தது செஞ்சான்... இப்போ...?'

கடிதத்தைக் கிழித்துப் போட்டுவிட்டு "டவுனில் இப்போ ஆளுகிற கட்சியான 'மந்திர ஜாலக் கட்சி'யிலே என் மூத்த மருமகளுக்கு அண்ணன் ஒருத்தன் இருக்கான்.' இப்போ அவனுக்குத்தான் நல்ல சான்சு. அவன் சொல்லை அந்தக் கம்பனிப்பயலுக தட்டமாட்டாங்க..."என்று சொன்னார்.

சொன்னபடி மறுநாள் இ.ஜா கட்சி பழைய தலைவர் அ.பி.பொன்னுவை அழைத்துக் கொண்டு டவுனுக்குப் புறப்பட்டார். ம.ஜா.கட்சித் தலைவரைப் பார்க்க.

ம.ஜா. கட்சி பிரமுகர் வயசு முப்பத்தைந்துக்குள் தான் இருக்கும். முன் வரிசையில் ஒரு பல் மட்டும் தெத்துப்பல். சினிமாக்காரன் மாதிரி தலையை வளர்த்து கலைத்துக்கொண்டு ஆள் ஒரு மாதிரி இருந்தார். முகம் வயதுக்கு மீறின மூப்போடு கன்னங்களில் சதைவைத்து அப்பியிருந்தது. இப்போதான் லேசாக 'தொந்தி' விழுந்து கொண்டிருந்தது.

அவரை மாதிரியே பேச்சு, நடையுடைபாவனை கொண்ட நாலைந்துபேர் கூடிக்கொண்டிருந்தார்கள். அவர்களும் அந்தக்கட்சி மாதிரிதான் தெரிந்தது.

"வாங்க வாங்க மாமா... பெரியவக... என்ன இப்படி... யாரு தெரியுமில்லே..... இவுகதான் இ.ஜா கட்சி பழைய தலைவர் அ.பி......." வரவேற்பும் அறிமுகமும் பலமாக இருந்தது. கிண்டலுக்குப் பாதி இப்படி மரியாதை கொடுக்கிறானோ என்று நினைத்த அ.பி. வுக்கு முகம் சுறுத்துச் சிறுத்து விட்டது.

விஷயத்தை மளமளவென்று சொன்னார். ம ஜா.கட்சிக்காரரும் அ.பி.மூத்த மருமகளுடைய அண்ணனுமான அந்த ஆள் மறு பேச்சுப் பேசாமல் ஒரு கடிதம் எழுதி கவருக்குள் போட்டுக்கொடுத்தார் மேற்படி கம்பனிக்கு.

பஸ்ஸை விட்டிறங்கினதும் பொன்னுசாமிக்கு ஒருவகையில்

ஏமாற்றமாகவும், பிரமிப்பாகவும் இருந்தது. அவன் கற்பனைபண்ணி யிருந்த மதுரைக்கும் நேரில் காண்பதற்கும் கொஞ்சமும் பொருத்தமேயில்லை.

சிறுவனாக இருந்தபோது படித்த கோவலன் கண்ணகி கதையில் இருந்த மாதிரி மதுரை அரண்மனைகளும் பெரிய பெரிய கடை வீதிகளும் 'ஒரு மாதிரியான' ஆட்களும் தென்படவில்லை. மாறாக ஜனக்கூட்டமும் பெரிய பெரிய கட்டடங்களும் கார்களும் தெரிந்தன. நடுநடுவே முளைவிட்ட மாதிரி எழும்பி நின்ற கோபுரங்கள் தான் அவன் நினைப்புக்கு அனுசரனை காட்டியது.

வெளேரென்று உடுத்தி சுறுசுறுப்பாய்த் திரிகிற ஜனங்களைக் கண்டதும் பொன்னுசாமிக்கு 'நறுக்'கென்றது. தனது பழுப்பேறிய சட்டை வேட்டியைப் பார்த்து வெட்கிப் போனான். சோர்ந்த முகத்தில் நூலாம்படை படர்ந்த மாதிரி அசடு தட்டியது. எதிர்சாரியில் இருந்த குழாய்த் தண்ணீரில் முகத்தைத் தேய்த்துத் தேய்த்துக் கழுவினான். தண்ணீர் தேங்காய்ப்பாலாய் இனித்தது. வயிறுமுட்ட குடித்தான்.

முகம் ஈரம் உலர உலர பழையபடி நூலாம்படை படர்ந்த மாதிரி கண்ரெப்பைகள் முதற்கொண்டு உறுத்தினது. மீண்டும் தண்ணீரை அள்ளியடித்துக்கொண்டு துடைத்தான்.

அந்தக் கம்பனி இருக்கிற தெருவைப் பிடிக்கிறது அவ்வளவு சிரமமாக இல்லை. பக்கத்தில் தான் இருந்தது.

இங்கே எல்லாம் விநோதமாகத்தான் தெரிந்தது. எதைக் கண்டுதான் மலைப்பது எதை விடுப்பது என்று தெரியவில்லை!

எதிரில் ரெண்டுபேர். புருஷன் பெண்சாதியாகத்தான் இருக்கட்டுமே, இப்படியா? 'ச்சே...நடுரோட்டில் நாலு பேருக்கு எதிரில்....' பொன்னுசாமிக்கு பார்க்கவே அசிங்கமாகவும் கூச்சமா கவும் இருந்தது. அந்தப் பெண் ரவிக்கையும் சேலை கட்டுமானமும் கொஞ்சம்கூடச் சரியில்லை.... பட்டிக்காட்டில் மாராப்பை இடுப்பில் சுற்றிக்கொண்டு காட்டு வேலை செய்கிற குமரிகளைப்பார்க்கையில் கூட இப்படி குற்றமாகப் படவில்லை பொன்னுவுக்கு.

குட்டை ரவிக்கையும் அதைப் பிய்த்துக்கொண்டு திமிருகிற மார்பும் முகமும் கண்களும் தோன்றத் தோன்ற கூச்சமெடுத்து தலைகுனிந்து நடந்தான்.

இந்தமாதிரி சமயம்தான் அவனுக்கு தான் 'ஆம்பிளை'ங்ற

நினைப்பேவரும். ரொம்பவும் கூச்சப்படுவான். அந்த வேப்ப மரத்தடியில் படுத்திருக்கும் போது உச்சி வேளைகளில் கீச்சுக் கீச்சு... என்று ஒற்றை அணில் தொடர்ச்சியாகக் கத்தும். கத்திக்கத்தி அலுக்கும்போது அதோட சேர்க்காளி ஓடிவரும். ரெண்டுமாக ஓடிப்பிடித்து விளையாடிக் களைத்த பிறகு உடம்பு இளைக்க அப்படியே கொப்பில் ஒட்டிக்கொண்டு...... அதற்கு மேல் அதை ஏறிட்டுப் பார்க்க வெட்கப்பட்டு கண்களை இறுக்க மூடிக்கொள்வான். கொஞ்ச நேரங்கழித்து திறந்தால், அந்தக் கமூதைகள் இன்னும் அப்படியே கிடக்கும்; நாலுகால்களுக்கிடையில் மற்றதை உள்ளடக்கி முகம் சாய்த்து மயங்கிக் கிடக்கும்.

கம்பனி வாசலில் நின்றிருந்த வாச்மேன் காட்டிய இடத்தில் உட்காரப்போன பொன்னுவுக்கு ஒரு ஆச்சரியம் காத்திருந்தது அங்கே.

'இவர் எங்கே வந்தார்?'

பஸ்ஸில் எதிரே உட்கார்ந்திருந்த வெற்றிலைக்காரர் இங்கேயும் அவனை முந்திக் கொண்டிருந்தார். அவர் அருகில் ஒரு இருபது வயசுப் பையன் உட்கார்ந்திருந்தான். இவனும் அவர்கூட பஸ்ஸில் வந்திருக்கக் கூடும்.

"எங்கே.... வேலைக்கா?"

"ம்....."

"யாரு சிபாரிசு....?"

அவனுக்கு பொன்னு விபரமாகச் சொன்னான். இ.ஜா. கட்சி அ.பி. மூலமாக ம.ஜா. கட்சி பிரமுகர் கடிதம் வாங்கி வந்ததை....

அ.பி. பேரைக் கேட்டதும் அந்த வெற்றிலைக்காரர் முகம் சுளித்தார். கொஞ்ச நேரம் அ.பி. யைப்பற்றி ஆவலாதி சொன்னார். எப்பவோ ஒருசிபாரிசுக்கு போனதுக்கு ஏனென்று கேட்கவில்லையாம் அவர்.

வெற்றிலைக்காரர் பேச்சிலிருந்து அவர் பெரிய காரியக்காரர் என்று தெரிந்தது. ஆள் பிடித்து காரியம் சாதிக்கிறதில் கைதேர்ந்தவர் மாதிரி காணப்பட்டார்.

தன்னிடமிருந்த சிபார்சுக் காகிதத்தை எடுத்து அவரிடம் காட்டினான் பொன்னு. கடிதத்தைப் பார்த்துவிட்டு உதட்டைப் பிதுக்கினர்.

"வெள்ளையா...." உனக்கு முன்னப்பின்னே அவனைத் தெரியாதா? இந்த 'வெள்ளை'க்கு இங்கே ஒண்ணும் நடக்காதே!" என்று கூறிவிட்டுச் சிரித்தார்.

பொன்னுவுக்கு அவர் என்ன பேசுகிறார் என்பதே புரியவில்லை; முழித்தான்.

அவர் தன் வசமிருந்த கடிதத்தைக் காட்டினார். அதே எழுத்துக்கள் தான்; மேற்படி ம.ஜா. கட்சி பிரமுகர் எழுத்துதான். ஆனால் கடிதம் மட்டும்ட நீல நிறம்!

"நீங்களும் அவுக சிபார்சுதானா?"

"ஆமா.... ஆனா ஒம்மாதிரி வெள்ளையில்லே... நீலம்....!" தொடர்ந்து பகபகவென்று செயற்கையாகச் சிரித்தார்.

மறுபடியும் பொன்னுசாமி ஒன்றும் புரியாமல் முழித்தான்.

அவர் அவனைச் சட்டை செய்யாமல் வெற்றிலைப் பெட்டியைத் திறந்தார். இந்த உலகத்தையே கீறி நரம்பெடுத்து வாயில் போட்டு மெல்லுகிற அலட்சிய பாவம் முகத்தில் பரவியது. அசைபோட்டுக்கொண்டே பேசினார்.

"பயித்தாரப் புள்ளே..... அனாபினா சொன்னா நடந்திருமோ... அவன் என்ன தருமத்துக்கா இருக்கான் வாரவன் போறவனுக்கு காயிதம்கொடுக்க? அவனும்பிழைக்கவேணாம்... சீஸன் தம்பி இதான் சீஸன்.... முன்னாலே அ.பி.சீஸன்.... லாட் லாட்டா அடிச்சாக. இப்போ இவுனுக சான்சு.... சில்றைமல்றை ஒண்ணு விடுறதில்லை..... ப்ஹ..... ப்ஹ...." குலுங்கிக் குலுங்கி நகைத்தார். இன்னும் அவனுக்கு சரியாகப் புரியவில்லை.

புரியும்படி விளக்கிச் சொன்னார்; பொன்னுவுக்கு நம்ப முடியவில்லை.

ம.ஜா. கட்சிக்காரர்கள் மேலேயிருந்து கீழேவரைக்கும் கூடிப் பேசியிருப்பார்களாம். அந்தப் படிக்கு பொன்னுவுக்கு காயிதம் கொடுத்த ம.ஜா. பிரமுகருக்கு இந்த கம்பெனிதான். 'இரை' போடுகிறதாம். மேலும் அவர் சொன்னால் இங்கே வேலை கிடைக்கும் என்று அறிந்து ஜனங்கள் அவரைப் போய் உபத்திரவம் செய்வார்கள். அல்லவா? அதற்காக வந்தவர்கள் எல்லாருக்கும் அவர் சிபார்சுக் கடிதம் கொடுப்பாராம் ஏற்கனவே சொல்லி வைத்தபடி கம்பனிக்

140 ❑ பா.செயப்பிரகாசம்

காரர்கள் வெள்ளைக் காகிதத்துக்கு மதிப்புக் கொடுக்காமல் நீலக் காகிதம் கொண்டுவந்தவர்களுக்கு மட்டும் வேலை கொடுப்பார்களாம். மேற்படி பிரமுகர் கணிசமாக 'வாங்கி'க் கொண்டுதான் 'நீலம்' கொடுப்பாராம்.

வெற்றிக் காரர் பிட்டுப்பிட்டு வைத்தார். அவர் இதுவரை எத்தனையோ பேருக்கு வேலைவாங்கிக் கொடுத்திருக்கிறாராம். அவருக்குத் தெரியாத ஆபீஸர்கள், தலைவர்கள் யாருமே இந்த வட்டாரத்தில் கிடையாதாம்!

இந்த 'ட்ரிக்' வேலைகள் மணிச்சத்தம் கேட்டதும் சேவகன் வந்து கூப்பிட்டான்.

வரிசைப்படி அந்தப் பையன்__வெற்றிக்காரர் கூட வந்தவன்-உள்ளே போனான் முதலில். ஐந்து நிமிசங்களுக்குப் பிறகு வெளியில் வந்த அவன் முகம் மலர்ந்திருந்தது.

"கிடைச்சிருச்சா...." ஆவலுடன் அவனைக் கேட்டான் பொன்னு. இவ்வளவு நேரம் இந்த வெற்றிலைக்காரர் சொன்னதெல்லாம் பொய்யாய்ப்போய் நீலக் காகிதம் செல்லாமல் போகக்கூடாதா என்ற ஆத்திரம் ஓங்கியிருந்தது மனசில்.

"நாளையிலேர்ந்து வரச்சொல்லியிருக்காங்க வேலைக்கு" என்றான் அவன் மகிழ்ச்சியோடு.

இதைக் கேட்டதும் குன்னிப் போய்விட்டான் பொன்னு. வெற்றி லைக்காரர் இளப்பமாக அவனைப் பார்த்துவிட்டு வெறியேறினார். பொன்னுசாமியின் நெஞ்சு பலி பீடம் போகிறவனுடையதைப் போலத் துடித்தது. உள் குளிரெடுத்து, மேலெல்லாம் கதகதப்பு மூண்டது.

மணிச்சத்தம் கேட்டதும் உள்ளே காலடி எடுத்து வைத்தான்.

குளுகுளு என்றிருந்த இலைப் பச்சைநிற வர்ணமடித்த ரூமில் ஒண்டியாக ஒருவர் அமர்ந்திருந்தார். சிபார்சுக் கடிதத்தை வாங்கி பருவெட்டாக ஒரு பார்வை பார்த்தார்.

"முன் அனுபவம் ஏதாவது இருக்காப்பா?"

"இல்லேங்க... சார்"

"ஏன் வயசு முப்பத்திமூணு ஆகுது....!"

"கிடைக்கல்லே வேலை..."

“ச்சு.....ச்சு...” பரிதாபமாக உச்சுக்கொட்டினார் அவர். இதுதான் சமயவென்று அவரைக் கெஞ்சி பஞ்சப்பாட்டு பாடத் தொடங்கினான்.

“சார்... நான் ஏழை... எனக்கு அப்பா இல்லை..... யாருமே இல்லே.... ரொம்ப ரொம்ப கஷ்டப்படுகிறேன்....”

“சரி ....இப்போ வேலைஒண்ணும் காலியில்லை.... காலி யாறப்போ உத்தரவு வரும் ......சரிதானா?”

“சார்.... அந்தப் பையனுக்கு மட்டும் கொடுத்திருக்கீக.......சார்... எனக்கு”

“ஷட்-அப்! ப்யூன்....” மணியடித்தார் ஆவேசமாக. அவருக்குக் கோபம் வந்துவிட்டது. கண்கள் அனல் பறக்கக் கத்தினார்.

“போ ....வெளியே!”

அவர் கத்தாமல் மெதுவாகச் சொல்லியிருந்தாலும் பொன்னு வெளியேறத்தான் செய்வான். பாவம். இதற்கு அவர் இவ்வளவு சக்தியை வீணாக்கியிருக்க வேண்டியதில்லை.

“அயோக்கியப் பயல்கள் .....எல்லாவனும் ஏமாற்றுக் காரன்கள்...!” பொங்கிய துக்கத்தை அடக்கிக் கொண்டு வெளியே வந்தான். அவனவன் பணம், காசு, இடம், பொருள் என்று சௌகர்யமாக இருக்க தனக்கு மட்டும் குடிக்க கஞ்சிகூடப் புலப்பட வில்லையே... யார் மேல் தான் குற்றம்?

கிராக்கு ஆறுமுகம் பயல் எதிரில் நின்று சிரிப்பதுபோல் இருந்தது.

‘நம்ம கிளாஸ் லீடர் ராமசாமி வக்கீலு... கடைசி பெஞ்சு சுப்பராஜ் டாக்டர் ஹி... ஹி... நீ மட்டும் அழுக்குச் சட்டை சேசய்யர் மாதிரி வேலைக்காக அலையிறே... ...ஹி..இரு...இரு..நம்ம தலைமுறைக்கும் ஒருசேசய்யர் வேணும்மில்லே... இரு.....!’

தலைமயிரைப் பிய்த்துக்கொண்டு சட்டையைக் கந்தல் கந்தலாகக் கிழித்துவிட்டு ‘ஓ’ வென்று அலறி கண்டவனையெல்லாம் குரவளையைப் பிடித்து நெருக்கணும் போல ஊறலெடுத்தது அவனுக்கு. நிச்சயம் ஆகியிருக்கும், அந்த சப்தம் கேட்டிராவிட்டால்

ஹோ.... வென்று இரைச்சல். திரும்பிப் பார்த்தால் பிரமாண்டமான ஊர்வலம் வந்துகொண்டிருந்தது. ரோடு நிரம்பி

வழியக்கூட்டம். அடுக்கு அடுக்காய் வரிசை ஒழுங்கு தவறாமல் ஏகப்பட்ட நீளத்துக்கு ஜனக்கூட்டம்.

வேலை......கொடு!

லஞ்சம்.......ஒழிக!

..................ஒழிக!

..................ஒழிக!

..................ஓங்குக!

காது கிழியக் கோஷங்கள். தலை தூக்கி நின்ற அட்டைகளும் பதாகைளும் புதுமையாகத் தெரிந்தன. பொன்னு இதற்கு முந்தி இப்படிப் பெரிய ஊர்வலம் பார்த்ததில்லை.

சூட்டுப் போட்டவர்கள் வேட்டி கட்டினவர்கள், பெண்களில் குமரிகள் கிழவிகள் கைப்பிள்ளைக்காரிகள் - என்ன உற்சாகமாய் கத்தி கையை வீசினார்கள். அவர்கள் ஒவ்வொருத்தர் முகத்திலும் வேண்டும்; அடைவோம்'ங்கிற நிச்சயம் எழுதியிருந்தமாதிரி உறுதி தெரிந்தது. ஆக்ரோஷமாக முழங்கும்போது கழுத்து நரம்புகள் புடைத்து வெடிப்பன போல் துடித்தன.

விண்ணதிர முழங்கிய பேரொலியைக் கேட்கக் கேட்க பொன்னுசாமியின் உடம்பு சூடேறியது. ஆரவாரம்மிக்க கூட்டத்தைக் கண்டு மனம் குதூகலமும் தெம்பும் அடைந்தது.

பொன்னுசாமிக்கும் வேலை வேண்டும்; லஞ்சம் ஒழிய வேண்டும்!

“வேலை கொடு”

“லஞ்சம் ஒழிக!”

தொண்டைகிழிய ஆவேசத்தோடு கத்தினான் பொன்னு. ஊர்வலம் ஆற்றின் கழிப்புபோல அவனையும் இழுத்து உள்ளடக்கி நகர்ந்தது.

வட்டமாகத் தெருக்களைச் சுற்றி முழக்கிவிட்டு ஊர்வலம் பொதுக்கூட்ட மைதானம் நோக்கி ஊர்ந்தது.

கூட்டத்துக்கு வழிவிட்டு ஒதுங்கி தெற்கு முகமாகத் திரும்பி நின்ற பஸ்ஒன்று தென்பட்டது பொன்னுசாமிக்கு. அவ்வளவுதான்.

ஆவேசம் கரைந்து, அவசரமாக பஸ்ஸை நோக்கி ஓடி வந்தான். அவனுக்கு ஊர் ஞாபகம் வந்துவிட்டது.

கிடாக் குட்டி பிடிக்கச் சேர்த்து வைத்த பதினைந்து ரூபாயை அடுக்குப் பானைக்குள்ளிருந்து மனச்சடவுடன் எடுத்து கொடுத்தபடியே, “இந்தப் பதினைஞ்சை நூறு நூறாக்கணும்னு நெனச்சேன்... செலவு வந்தருச்சி...” என்று கண்ணீர் உகுத்த தாயார் நினைவு வந்ததும் மனம் பின் வாங்கி விட்டது.

பஸ்ஸில் உட்கார்ந்தபடியே தூங்கி வழிகிறான்.

ஆலைக்குள் ஒரே இரைச்சல்!

‘வெள்ளம்.... நீலம்..... பச்சை...... சிவப்பு ரத்தச் சிவப்பு... வேலை கொடு!......ஒழிக.....ஒழிக!’

டக்....! தலை கம்பியில் இடிக்கிறது. லேசாகத் தடித்து முறப்பேறின உள்ளங் கைகளைப் பார்த்துக் கொள்கிறான்.

அவன் தாயார் சொன்னது நினைவு வந்தது: ‘__எல்லாம் நம்ம தலையெழுத்து... அன்னிக்கி எழுதினவன் அழிச்சா எழுதப் போறான்... யோகமில்லே..... கவலைப்படாதே; மனசை விட்றாதே.....!’ அவளுக்கு எங்கே மனம் முறிந்து மகன் தற்கொலை செய்து கொள்வானோ என்று அச்சம்.

அது ஞாபகத்துக்கு வந்ததும் மூச்சை இழுத்து நீ....ண்ட பெருமூச்சு விடுகிறான்.

யாராவது புதிய ‘பாடம்’ படிப்பிக்கிற வரைக்கும் அவனுக்குத் துணை அந்தப் பெருமூச்சுத்தான்!

❑

10. ஜெயிப்பு

அகப்பட்டுக் கொண்டது வசமாக.

மூடிய கோழிக் கூண்டில் கடபுடா சப்தம். ஏழெட்டுப் பேர் கையில் அகத்திக் கம்பு, பேட்டரி லைட் வகையராக்களுடன் தயாராகக இருந்தார்கள். நாச்சியாரம்மா ஓட்டமாகப் போய் பெரிய லாந்தரைப் பொருத்திக் கொண்டு வந்தாள்.

நாச்சியாரம்மா போட்ட சப்தம் கேட்டு, சாவடியில் சீட்டாடிக் கொண்டிருந்த நாலு பேரும் அப்படியே போட்டுவிட்டு ஓடிவந்தனர். கிட்டா நாயகரும் ஒரு டார்ச் லைட்டுடன் வந்தார். பெருமாள்சுவாமி அங்கே ஜலதாரை குத்திவிட வைத்திருந்த நீண்ட மூங்கில் வரிச்சியைக் கையில் எடுத்துக் கொண்டான்.

இனி அது எந்த வகையிலும் தப்பிக்க முடியாது. அது சரி; அதைப் பிடிக்கணுமே, எப்படி? கோழிக் கூண்டோ நீளமானது. பெரிய ஆள் கைப்பாகத்துக்கு ஒண்ணரைப் பாகம் இருக்கும் நீளம். ஒரே ஒரு வாசல்தான் உண்டு. வாசலாவது ஒண்ணாவது. ஒரு பெரிய தேங்காய் உள்ளே போய் வரும்படியான பொந்து. அதுக்கு ஒரு தகரக் கதவு.

பிரசினையைத் தீர்ப்பதற்குக் குட்டையன் ஒரு கோணிச் சாக்கைக் கொண்டு வந்தான். மேற்படி கோணியின் வாயை விரித்து, கோழிக் கூண்டின் வாசல் பொந்தில் பொருத்திவிட்டுக் கலைப்பது. எது எப்படியும் வெளியே ஓடி வந்தாகணும். கோணிப் பையில்தானே பாயும்? அப்படியே அமுக்கி விடுவது.

கோணியோடு தயாராக உட்கார்ந்திருந்தான் குட்டையன். எல்லோரும் சேர்ந்து கூண்டின் பக்கவாட்டில் தட்டிச் சத்தம் எழுப்பிக் கலைத்தனர்.

மறுகணம் நாச்சியாரம்மா அலறினாள்.

"அங்கனே...........அங்கே.........அட பாவிகளா.........விட்டுட் டீங்களே! போச்சே.........அந்தா! அங்கிட்டு காடியிலே! சீமைக்கடாரி கால்மாட்டிலே!" நாட்டியம் ஆடாத குறையாகக் குதித்தான்.

எல்லோரும் ஆளுக்கொரு மூலைக்குப் பரபரப்போடு ஓடினார்கள். அதன் இருப்பையும் போக்கையும் மூன்று பேட்டரி லைட்டுகள் இருந்தும் நிதானமாகக் கண்டு கொள்ள முடியவில்லை.

நாச்சியாரம்மா போட்ட கூப்பாடும் அதையடுத்த பரபரப்பும் மாடுகள் கட்டுத்தறியில் மிரண்டு குதிப்பதும் சேர்ந்து ஒரே களேபரம்.

கடைசியில் ஒரு மூலைச் சுவரில் பரபரவென்று ஏற முயன்ற அதைச் சாக்கு கொண்டு மொத்தினான் குட்டையன்.

கிட்டா டார்ச் லைட் ஒளியைப் பாய்ச்சினார் அதன்மேல். அந்த வெளிச்சத்தில் சின்னஞ்சிறு கண் முட்டைகள் பளபளத்தன. அலுப்பில் உடம்பு ஏற இறங்க இளைத்தது. அசந்து போய்ச் சுவரையொட்டி பம்மிக்கிடந்தது.

குட்டையன் சாக்கைப் போட்டு அமுக்கிப் பிடித்து வெளியே கொண்டு வந்து வீதியில் விட்டதும் நாச்சியாரம்மாள் தொழுவம் கூட்டுகிற ஈர்க்கிமார் கொண்டையால் மண்டையில் ஒரு போடு போட்டாள்.

"கழுதை..... கழுதை.... ஒரு மாசமா நானும் கண்ணு வச்சிட்டேயிருந்தேன். இன்னிக்குத்தான் ஆப்டது. மொத்தம் பதினாலு கோழிக் குஞ்சு தின்னிருக்கு. வவுறு எரியுது...."

சீட்டாட்டக்காரர்கள் திரும்பிப் போனார்கள்.

குட்டையன் அதன் வாலைப் பிடித்து லைட் வெளிச்சத்தில் எல்லோருக்கும் காட்டிக் கொண்டிருந்தான்.

சிறிது நேரத்தில் பெண்டுகள் கூட்டம் கூடிவிட்டது. உறக்கச் சடவு நீங்காத முகத்தில் தலைமயிர் பறக்கக் கொட்டாவி விட்டபடியே அவனைச் சூழ்ந்து கொண்டனர்.

ஒருத்தி வியப்போடு கூவினாள்.

"பெருச்சாளி......!"

"அடேயப்பா. எம்புட்டு பெரிசு! மிருகம் கணக்கா...."

கிட்டா மறுபடியும் சீட்டு விளையாட்டைப் போட்டுவிட்டு ஓடி வந்தார்.

"லே..... குட்டையா, இதெ என்ன செய்யப்போறே?"

"கிட்டப் போட்டா நாறும். ஓடையிலே கொண்டு போய் விட்டெறியணும்"

"அரவெட்டு, அரவெட்டு! இது எப்படி சரக்கு.....வதக்கினா எப்படியிருக்கும் தெரியுமா.... அப்படியே நெய்யா மணக்கும்...."

"ச்சீ.....இதெத் திம்பாங்களாக்கும்..." குட்டையனும் கூட இருந்த பெண்களும் முகம் சுளித்தார்கள் அருவருப்பில்.

"மூதிகளா.... என்ன சிரிப்பு, நெசத்துக்குத்தான்....ஒரு வாட்டி".......ஏதோ சொல்ல வாயெடுத்தவர் சடாரென்று நிறுத்திவிட்டு யோசனையிலாழ்ந்தார்.

இதற்குள் எப்படியோ தகவல் எட்டி, புளியமரத்தடியில் படுத்திருந்த குறவன் முத்தன் தன் மனைவி பின்தொடர ஓடிவந்தான். மேல் துண்டின் இருமுனைகளையும் கையிலேந்தி, பணிவுடன், "சாமி, அதெ இப்படிப்போடுங்க...." என்று கேட்டு வாங்கி, சுருட்டிக் கொண்டு விரைந்தான். கிட்டாவின் முகத்தில் நிராசையும் ஏமாற்றமும் படர்ந்ததை இருட்டில் யாரும் பார்த்திருக்க நியாயமில்லை.

அவர் குறவனைத் தொடர்ந்தார். பின்னாலிருந்து "ஹே...ஹே...." என்று எழுந்த சிரிப்புக்களைச் சட்டை செய்யவில்லை.

"பொல்லம் பொத்தலையா சாமி, சுளவு, பொட்டி போடலையா.... சுளவு பொட்டி...." என்ற குரல் தெருவில் கேட்டால் போதும் கிட்டா மனசு உசும்பிவிடும். விறுவிறு என்று வாசலுக்கு வந்து விடுவார். சில சமயங்களில் ஏமாந்துவிடுவதும் உண்டு. அப்படிப்பட்ட நேரங்களில் முத்தன் மட்டும் ஒண்டியாகத் தெருவில் போய்க் கொண்டிருப்பான். கூட அவன் பெண்சாதியும் இருந்து விட்டால் கிட்டாவின் மனசு ஜிலு ஜிலுவென்று ஆட்டமாடும்....என்னமோ நடு வயசுக்குப் பிறகும் அந்தக் குட்டியிடம் இப்படி ஒரு சபலம்.

அவள் கட்டையாக, கையும் காலும் கடைந்தெடுத்த மாதிரி இருப்பாள். தூசி படித்த செம்பருத்திப் பூ நிறம் உடம்பு. முகக் களையும் தலையில் கூடை கவிழ்த்த மாதிரி கூந்தல் கொப்பும் பார்ப்பவர் மனசைச் சுண்டியிழுக்கும்.

அவர்கள் குடியிருப்பு இங்கில்லை. தெற்கே கிட்டா சம்பந்தம் பண்ணின ஊர். தானிய சீசனுக்கு மட்டும் வருவார்கள். இரண்டு நாளோ மூன்று நாளோ இருந்து வேலை பார்த்து விட்டுப் போவார்கள்.

மரத்தடியில் ஒரு ஓரத்தில் கட்டிவைத்த அருகம்புல் புல்லுமாறு அடுக்கிவைக்கப்பட்டிருந்தன. கழித்த அருகம்புல் சிதறிக் குப்பையாகக் கிடந்தது. நாலைந்து பித்தல் சொளகுகள், பொட்டிகள், ஒரு பாளை அரிவாள்.

நடுவில் முத்தன் மனைவி படுத்திருந்தாள்.

கிட்டா தூரத்தில் நின்று, மாராப்பு சரிந்து, சோம்பல் முறிபட்ட அவள் உடம்பின் செழிப்பைப் பார்த்துக் கொண்டு நின்றார். 'சிவப்பான செவப்பா உருட்டுக் கட்டை மாதிரி..... எப்படியிருக்கா... லட்டு... லட்டு..... ஸ்ஸ்' என்று ஊறிய ஆசையுடன் குத்துக் காலிட்டு அங்கேயே உட்கார்ந்தார்.

அடுப்பை ஊதிப் பற்ற வைத்து விட்டாள் அவள். தீ யொளியில் பிரகாசித்த உடம்பில் ரவிக்கையின் இறுக்கத்தை மீறிய புடைப்புக்களும் துணி படாத பாகங்களின் பளபளப்பும் வெளிச்சத்தில் துணிப்பாகத் தெரிந்தன.

முத்தன் கீறிப் பருவம் செய்தான். தோலைக் கழற்றிச் சதை அறுத்து உலைமூடியில் ஏற்றினான். ரத்தம் உறைந்து செவந்திருந்தது மாமிசம். சதசதவென்று மாம்பழம் போல அறுபட்டுச் சரிந்தது.

தற்செயலாக நிமிர்ந்த குறத்தியின் பார்வை கிட்டா மீது பட்டதும் கவனிப்பற்று வேகாரியாகக் கிடந்த மாராப்பை எடுத்துப் போட்டு மறைத்துக் கொண்டாள். கமறிக் காறிக் காறி மூன்றுதரம் 'த்தூ' வென்று தப்பினாள்.

கிட்டாவுக்கு தன் முகத்தை துடைத்துக் கொள்ளணும் போல இருந்தது. முகம் செத்துவிட்டது. எழுந்தார்.

'.....படவா கழுதே.... காறியா துப்பறே.... அண்ணிக்கே ஒன்னெ.... யாருமில்லாத வேளையிலே வீட்டுக்குள்ளே பொட்டி குடுக்க வந்தே பாரு.... அந்நேரம் ஒன்னெ விட்டது தப்பு...'

நழுவவிட்ட சந்தர்ப்பத்தை ஏமாற்றத்துடன் நினைத்து பொருமிச் கறுவினார். ஓர்மையடையாத மனத்துடன் மறுபடியும் சாவடிக்கு வந்தார்.

"என்ன மாமோவ்.. முத்தன் பெஞ்சாதிகிட்ட பெருச்சாளி கறிதிங்கப் போனீங்களா...?" ஒரு சம்மந்த காரன் கிண்டல் செய்ய எல்லோரும் நகைத்தனர்.

“மாமா...... நீங்க பெருச்சாளிக் கறி தின்னுவீங்களா....?”

உடனே கிட்டா இளப்பமாக “ஆமாடா... இவுக பரம்பரை திர்நேலிச் சைவம்..... போடா போடா.... பூனை தின்னிப் பயமவனே! நொப்பனுக்கு ஏழூருப் பூனை காணாது!” என்று ஒரு போடு போட்டார். பிறகு, “இல்லேன்னு சொல்லலை. ஒருவாட்டி தின்னுருக்கேன். சின்ன வயசிலே எங்க தாத்தாவுக்கு கிராணி பிடிச்சு ரொம்ப சங்கடப்பட்டாரு. அப்போ ஒருபக்குவத்துக்குப் பெருச்சாளியைப் புடிச்சுப் பசு நெய்யிலே சுக்கா வரட்டி மசால் போட்டு...... துண்டு துண்டா... ப்ஸா... எப்படி இருக்கும்!” என்றார்.

சொல்லும்போது ‘ஜொள்ளு’ வடிந்தது அவருக்கு.

“நம்ம முத்தன் பெண்டாட்டி கைப்பக்குவம் அதுக்கு ருசியாயிருக்கும் மாமா! போங்க....” குறும்புக்காரன் ஒருவன் கண் சிமிட்டினான். எல்லோரும் சேர்ந்து கொண்டனர் சிரிப்பில்.

“போங்கடா களவாணிப்பயல்களா!”

சீட்டுக்களைக் கீழே எறிந்து விட்டுத் துண்டை உதறித் தோளில் போட்டு எழுந்தார். மனம் அந்தக் குறத்தியிடமே திரும்பத் திரும்ப...

மெதுவாகத் தெருவைச் சுற்றிப் புளியமரத்தடிக்குப் போனார்.

மூணு கல்லுக்கு மத்தியில் சாம்பல்தான் இருந்தது. கங்குகளைக் காணோம். மர நிழலின் இருட்டில் இரண்டு பேரும் கொஞ்சம் விலகியே படுத்திருந்தார்கள்.

கிட்டா நெஞ்சில் ஏதோ ஒன்று புழுவாய் நெளிந்தது. மனசைத் திடப்படுத்திக் கொண்டு காரியத்தில் இறங்குவோமா என்று யோசித்தார். எக்குதப்பாக ஆகிவிட்டால்... நிச்சயம் கள்ளி கூப்பாடு போட்டுவிடுவாள். இந்த வயசில் இப்படி ஒன்றைச் சம்பாத்தியம் பண்ணிக் கொள்ளணுமா....

பக்கத்தில் இருந்தகட்டை வண்டிச் சக்கரத்தைப் பிடித்துக் கொண்டு நின்றார் கொஞ்ச நேரம்.

குறத்தி எப்படியோ இந்த அலுக்கடியை உணர்ந்து விழித்துவிட்டாள். புரண்டு படுத்தவள் தலையைத் தூக்கிப் பார்த்தாள். காறி உமிழ்ந்து விட்டுப் புருஷனை எழுப்பினாள்.

“ஏய்....ஏய்.... கரிச்சட்டியை நல்லா மூடி மேலே கல்லைத்

தூக்கி வை.... நாய் நடமாடுது. பத்திரம்.... க்சேட....போ....ச்சேட...." என்று நாயை விரட்டும் பாவனையில் அதட்டுப் போட்டாள்.

குறவன் எழுந்திருக்கவில்லை. முனகிவிட்டுக் கால்களை மடக்கிப் படுத்தான்.

நாக்கைப் பிடுங்கிச் சாகலாமா என்று ஆகிவிட்டது கிட்டாவுக்கு. மனம் புழுங்கிக் கறுவியது. 'சிறுக்கி....சிறுக்கி! நாய் நடமாடுதாமில்லே... ஏட்டீ.... ஒன்னை அண்ணிக்குத் தப்பவிட்டேன் பாரு.... அது எம்மேலே குத்தம்....'

கதவைத் தள்ளிவிட்டுக் கிட்டா வீட்டுக்குள் நுழைந்ததும் நடையில் படுத்திருந்த அவர் சம்சாரம் விழித்துக் கொண்டாள்.

"யாரு....?"

"நான் தான்....வே...."

கிட்டா படுக்கப் போகவில்லை. மனைவி கால்மாட்டில் உட்கார்ந்து சீண்டினார்.

"வே....வே.....ய்....." முப்பது வருஷ காலமாகப் பேர் சொல்லிக் கூப்பிட்டவரில்லை தன் பெண் சாதியை. அப்படி ஒரு பழக்கம்.

"ம்....ம்.....ம்....."

"நாளக்கி.... அந்தக் கறுப்பு வெடையை அடிக்கணும்.... வே...." சொல்லோடு நிற்காமல் கை என்னமோ செய்திருக்க வேணும். படுத்திருந்தவள் ஆக்ரோஷமாக எழுந்து சீறினாள்.

"ச்சீ....த்தூ... ஒமக்குக் கொஞ்சமாச்சும் புத்தி இருக்கா. பாலியம் திரும்புதாக நெனப்போ... புத்தி கெட்ட மனுஷன். இங்கே மனுசி வேகாத வெயில்லே காட்டிலே கெடந்துட்டு... ராவுலே எங்கன விழுந்து சாவோம்னு கிடக்க... வெள்ளாட்டு..... ஒமக்கு வெள்ளாட்டு.... வெட்டித் தீனி தின்னுட்டு வெடலைக்கூட சாமம் மட்டும் கும்மாளம் போட்டுட்டு இங்கனே வந்து ஊத்தர்யமா பண்றீரு...."

கிட்டா அவமானத்தால் குன்றிப்போனார்.

"மெள்ள..... மெள்ளப் பேசு. ராத்திரி நேரம். பக்கத்திலே வீடுக இருக்கு" என்று அடக்கி அமர்த்தி விட்டு, "நா இப்ப என்ன சொன்னே.... அந்தக் கறுப்பு வெடையை .....நாளக்கி......." என்று தயங்கினார்.

“யோவ்....பேசாமப் படுக்கிறீரா.... சத்தம் போட்டு ஊரைக் கூட்டவா... என்ன..... ஒம்மக் கட்டிக்கிட்ட நாளிலேயிருந்து இந்த எழவா.....”

“ஊரைக் கூட்டுவயோ...... ராங்கி ஏறிப்போச்சு.... திமிர் பிடிச்ச....” - கிட்டாவுக்குக் கோபம் பொத்துக் கொண்டு வந்துவிட்டது.

ஓங்கிப் பலமெல்லாம் ஒன்று சேர்த்து நாலு மிதி மிதித்தார் பெண்சாதியை. அவள் அலறினாள். கதறக் கதற மேலும் மேலும் உதைத்தார்.

லட்சியம் செய்யாமல் பாயை உதறிப் போட்டுப் படுத்தார். இப்பத்தான் ஓர்மையடைந்த மனசுக்குப் பெண் சாதியின் அழுகை தாலாட்டு மாதிரி இருந்தது போலும். நிம்மதியாகக் குறட்டை விட ஆரம்பித்தார்.

❑

11. வயிறும் மானமும்

ஜெயராமன் பாலத்தை விட்டு இறங்கும்போது மணி நாலு இருக்கும். சுள்ளென்று உறைத்த வெயிலையும், ஆற்று மணலில் புதைந்த பாதங்களில் இளஞ் சூடான ஒத்தடச் சுகத்தையும் அனுபவித்துக் கொண்டே நடந்தான்.

அவ்வளவாகக் கூட்டமில்லை. நடுத்தெருவில் நாலு ஆண்களுக்கு மத்தியில் நாணிக்கோணி ஒதுங்கி விரையும் பட்டிக்காட்டுக் கன்னியைப் போல அந்த அகண்ட மணல் பரப்பின் ஒரு ஓரத்தில் தண்ணீர் சலசலத்து ஒதுங்கி ஓடிக் கொண்டிருந்தது.

துவைப்புக் கல்லையணுகி சட்டையையும் சோப்பையும் வைத்துவிட்டு உறிஞ்சிக் கொண்டிருந்த சிகரெட்டின் கடைசி இழுப்பை ரசித்து விட்டுக் கீழே எறியும் நேரத்தில் அந்தச் சிறுவன் வந்தான். நிமிர்ந்த நெஞ்சையும், வேர்த்து ஈரம்பட்ட அக்குளையும் மாறி மாறி நெருடிக் கொண்டே அவனை ஏற இறங்கப் பார்த்தான் ஜெயராமன்.

"சார்...சார்.....சோப்பு போடட்டுங்களா சார்... நல்லா வெளுப்பாக்கித் தாரேன்... என்ன சார்... நிசமா சார்"

அனுமதியை எதிர்பாராமாலேயே துணிகளைத் தண்ணீரில் நனைக்க ஆரம்பித்தான். ஜெயராமன் மறுத்துச் சொல்லாமல் பையனையே பார்த்தான்.

பன்னிரண்டு வயசு இருக்கும். சுமாரான சிவப்பு. அகன்ற விழிகளில் வறுமையின் தேக்கம். கையும் காலும் குச்சிப் பூச்சி மாதிரி. அழுக்குச்சட்டையும் கிழிசல் டிராயரும்.

கால்களை நனைத்து குதிகாலின் வெடிப்புக்களை கல்லில் தேய்க்கத் துவங்கினான். பையன் வேலையைச் செய்து கொண்டே சளசளக்கிறான்.

"சாருக்கு எந்த ஊரு...."

....

"என்ன சார் பேசவே மாட்டேங்குறீக-"

... ...

பா.செயப்பிரகாசம்

“திர்ற வேலியா சார்....... கல்யாணமாயிருச்சா....”

பயலுடைய கேள்விகளைப் புறக்கணித்து விட்டு மும்முரமாக குளிப்பில் மூழ்கினான் ஜெயராமன். தண்ணீர் முழங்காலுக்கு சற்று கீழே ஓடியது. படுத்துக்கொண்டு தான் குளிக்க வேண்டியிருந்தது. நீரோட்டத்தில் நழுவும் வேட்டையை ஒரு கையால் பிடித்துக் கொண்டு தலையைக் கோதி விட்டான். ஆசை தீரப் புரண்ட எழுந்து தண்ணீரிலேயே உட்காரவும் பையன் சோப்புப்போட்டு உலர்த்தவும் சரியாக இருந்தது.

‘நான் தேச்சு விடுகிறேன் சார்.....’ என்ற படியே தண்ணீரில் இறங்கி முதுகைத் தேய்க்க ஆரம்பித்தான் பையன். ஜெயராமனுக்கு வெறுப்போ கூச்சமோ ஏற்படவில்லை. ‘கூடக்கொஞ்சம் காசுக்கு வழி பண்ணுகிறான் பயல்’ என்று நினைத்துக் கொண்டான்.

“ஏன் சார்... நா ஒண்ணு கேக்குகிறேன்... கோவிச்சுக்க மாட்டீங்களே....” உங்களுக்கு கல்யாணம் ஆயிருச்சா சார்”

“ஏண்டா .... இப்படிக் கேட்குறே....”

“சும்மா தான்.... .... இன்னும் ஆகலையில்லே.....சார்?”

‘இல்லை’ என்று தலையசைத்தான் ஜெயராமன்.

“ம்... எங்க வீட்டிலே கூட எங்க அக்காவுக்கு இன்னும் கல்யாணம் ஆகலை சார்”

“ம்.... ம் ம்”

“நெசமாத்தான் சார்... வயசு பதினெட்டாச்சு....”

“.... ....”

“நல்லா சேப்பா இருப்பா சார்.... உங்க ஒசரம்.... தேவி கணக்கா ஒல்லியா இருப்பா சார்... இன்னும் கல்யாணமே ஆகலை சார்”

‘ஒகோ இது ஒரு புது ரகமோ....’ ஜெயராமனுக்கு அர்த்தமாகி விட்டது. ஸ்டேஷனில் இறங்கி மங்கம்மா சத்திரத்திற்கு முன்னால் நடக்கும்போது “எல்லா” வசதிகளுடன் ரூம் தருவதாகச் சொல்கிற பேர் வழிகளைப் பார்த்திருக்கிறான். அவர்களை மிஞ்சி விட்டான் இந்தப் பொடிப் பயல்!

அவன் விடவில்லை.

ஆமா சார்..... நெசமாத்தான். எட்டுப் படிச்சிருக்கு.... நல்ல சேப்பு.... ஒருதரம் பார்த்தா மயங்கிப் போவீங்க சார்..."

ஜெயராமன் குணசித்திர பாகத்திலே நூத்துக்கு நூறு சுத்தமானவன் இல்லை என்றாலும் நல்ல தின்பண்டத்தைக் கண்டதும் தின்னத்துடிக்குற குழந்தை மாதிரி எதுக்கும் ஆலாப் பறக்கிறவன் இல்லை. ரோட்டில் போகிறவர்களில் அழகான பெண்களைக் கண்டதும் மனசுக்குள் துகிலுரித்துப் பார்க்கிற ரகமும் இல்லை.

அப்பேர்ட் பட்டவனின் மனம் கூடக் கொஞ்சம் கீழே இறங்கி விட்டது.

"ஏன் லே உங்க வூட்லே எத்தினி பேரு..."

"நானு... எங்கக்கா, அம்மா. அம்மா இல்லே சார். கோயம்புத்தூரு போயிருக்கு சார்... சார், சார் எங்க வீட்டுக்கு வாரீகளா, சார் பக்கத்திலேதான் சார்.... தோ.... அந்த மேட்டுலே... சும்மா வாங்கசார், பயமில்லே சார்."

பொடியன் எமப்பயல் தான். நல்ல சுதாரிப்பு! ஜெயராமன் துண்டை உடுத்திக் கொண்டு தலையைத்துவட்டினான். உலர்ந்திருந்த வேட்டி, சட்டையை மடித்தான். பையன்முன் நடக்க உடுத்திய துண்டுடன் அவனைத் தொடர்ந்தான் ஜெயராமன்.

மணலைத் தாண்டி வளைந்து பாலத்தில் ஏறி மேல்புறத்தில் இருந்த கரிக்கடை மறைவில் நின்று கொண்டு பயலிடம் ஐம்பது காசு கொடுத்து லாண்டரிக்கு அனுப்பினான். ரோடில் போகிறவர்களுக்கு முகம் தெரிந்து விடாமல் ஜாக்கிரதையாக ஆற்றைப் பார்த்து திரும்பிக்கொண்டான். கண்கள் நெடும் பரவலான மணற்பரப்பை அளந்து கொண்டிருந்தாலும், அந்தப் பயலின் கல்யாணமாகாத அக்காவையே வட்ட மிட்ட மனம் கனத்த கட்டையில் பத்திக்கொண்ட நெருப்பு மாதிரி கனன்று குமைந்து கொண்டிருந்தது.

"சார்...போவோமா...." பயல் தேய்த்த துணிகளை நீட்டினான். கரிக்கடை மறைவில் டிரஸ் பண்ணிக் கொண்டிருக்கும்போது தலைக்கு எண்ணெய், கண்ணாடி சீப்பு கொண்டு வந்தான்.

"இப்போ ஆளு ஜம்முனு இருக்கீக சார் புது மாப்ளே மாதிரி' தொழில் ரீதியாகப் பையன் புகழ்ந்தாலும், ஜெயராமன் தோற்றம் வெளேரென்ற உடையில் கவர்ச்சியாகத்தான் இருந்தது.

“சார்.... சார்.... நாளைக்கும் நம்ம வீட்லேயே தங்கணும் சார்.... அம்மா வர மூணு நாளாகும் சார்... எங்கக்கா நல்ல..... சிகப்பு சார். ரொம்பப் பிரிய்யமா நடக்கும் சார்....”

பையனின் தொணதொணப்பு எங்கேகாட்டிக்கொடுத்து விடுமோ என்று பயந்து சொன்னதுக்கெல்லாம் ‘சரி சரி’ என்று தலையை ஆட்டிக்கொண்டே தொடர்ந்தான்.

ரெண்டு பேரும் தெற்குமுகமாக ஏழெட்டு அடி எடுத்து தைத்திருப்பார்கள். அதற்குள் ஒரு கார் கிறீச் சிட்டு அவர்களருகே நின்றது. ஜெயராமன் திடுக்கிட்டுத் திரும்பினான்.

“டேய்...! ஜெய்.... எப்படா வந்தே...”

டிரைவர் சீட்டிலிருந்து தலையை நீட்டிக் கத்தினான் ஒரு வாலிபன்.

“ஹாய்... சங்கர் நீயா.... பயந்துட்டேன் யாரோன்னு.... ஏது இந்தப்பக்கம்.....”

“ம்ம்.. வண்டியிலேறு. ஒரு முக்கியமான சமாச்சாரம். மேலூர் வரை போகணும்.... வா... வா.. ஏறு... போகும்போது சொல்றேன்........” துரிதப்படுத்தினான் காரோட்டி வாலிபன்.

ஜெயராமனையும் அந்த வாலிபனையும் மாறி மாறி பார்த்து பரிதாபமாக விழித்தான் சிறுவன்.

“சார்.... சார்....”

ஜெயராமன் பயலைத் தெரிந்ததாகக் காட்டிக்கொள்ளவில்லை. எங்கோ பார்த்துக் கொண்டு காரில் ஏறினான்.

“சார்.... போறீகளா சார்... வரல்லையா சார்...சார்” குனிந்து காருக்கு வெளியே ஊன்றியிருந்த ஜெயராமனின் ஒரு காலைப் பிடித்துக் கெஞ்சினான்.

“க்சீ... க்களுதெ... விடப்பா வண்டியை....” ஒரு உதை. அந்த சுத்த வீரனின் உதையில் கீழே விழுந்த சிறுவன் தடுமாறி எழுந்து கைகளில் படிந்த புழுதியைத் துடைத்தான். சோப்புச் சொரி படர்ந்து வெளிறிய உள்ளங்களைக் கண்ணீர் மல்க பார்த்து நின்றான்.

கார் தூசியைக் கிளம்பி விட்டு தொலைவெட்டில் போய்விட்டது.

❑

12. மீட்சி

நொடிகள் விரிந்து நிமிடங்களாகாது நிலைத்து நிற்பது போல் ஒரு கன அழுத்தம் மனசில்.

கடிகாரத்தின் டிக் டிக், மின் விசிறியின் கிர்ர்ர்..., பேஸின் ஏந்திய ஆயாவின் நடமாட்டம் எல்லாம் மெதுவா.... ரொம்ப மெதுவா நடக்கிறதாக மனம் சலித்துக் கொள்கிறது.

கையிலிருக்கும் பத்திரிக்கையைப் பிரித்தால் நடுப்பக்கத்தில் ஒரு கதைக்குப் படம், நர்ஸ் ஒருத்தி கையில் குழந்தையுடன் ஓ... நல்ல சகுணம் தான்!

கதையைத் தடவும் பார்வை கதை முடிவில் நிற்கிறது. ‘ச்சே... என்ன முடிவு... அப சகுனம்’

மூட மனசைப் பிரிகட்டி இழுத்தடிக்கணும். காலை முதல் இப்படித்தான் இடக்குப் பண்ணுகிறது. சகுனங்களையும் அசவாக்குகளையும் வலுவாய்த் துணைக் கிழுக்கத் துடியாய்த் துடிக்கிறது.

வெள்ளென்று விடியாத காலைச் சோம்பலுக்கு இதமான வாடைக் காற்றின் ஒத்தடச் சொகத்தை கலைத்து எழுப்புகிறாள் அம்மா.

“சரோவுக்கு ‘வலி’யாம். ஆஸ்பத்திரிக்குப் போயிருக்காங்களாம்.”

அம்மா வாய் மூடவில்லை. சட்டை போட்டுக் கொண்டு பர்ஸைத் தேடி வாட்ச்சைப் பார்த்தால் மணி ஆறு-நாலு. ஆறு - அஞ்சுக்கு பஸ்.

நர்ஸிங் ஹோமை நெருங்கினதும் எதிரில் -

அட கண்றாவியே.....!

மனசு நறுக்கென்று கடிபடுகிறது ‘கடவுளே....’ ஒருமிப்புடன் கண்களை மூடித் திறந்து அனைத்தையும் உதிர்த்து விட்டு மோன லயிப்பில் ஒரு கணம்....!

எதிர் வீடு-நர்சிங் ஹோமுக்கு எதிர் வீட்டில் கூட்டம். ஒரு கிழட்டுப் பிணத்தை முழுக்காட்டி சடங்குகள் செய்து கொண்டிருக்கிறார்கள். பெண்கள் ஒப்பாரி ஓய்ந்து வளமை பேசிக் கொண்டிருக்கிறார்கள். கிழட்டுப்பொணம் தானே!

மனசுக்கு அச்சாணியமாகப்படுகிறது.

இருக்கட்டுமே... இதுவே புது ஜீவன் வருகையைக் காட்டுகிற குறிப்பாகக் கொள்ளலாமே... ஒண்ணு போய்த்தானே ஒண்ணு வரணும்....' தலை தூக்கும் பயமுளைகளை அடித்து சமப்படுத்துகிற வேலை நடந்தாகிவிட்டது உள்ளுக்குள்ளே.

அவள் கட்டிலில் படுத்திருக்கிறாள். டவல்கள் நாப்கின் பெட்ஃபான் இதர சாமக்கிரியைகள். டெட்டால் நெடி.

அவனை எதிர் பார்த்துக் கொண்டிருந்தாள் போலும். கலவரமில்லாது பார்வை வரவேற்பு கூறுகிறது.

"நேரமாகுமாம். ராத்திரி வரைகூட இழுக்குமாம்... சால்றாங்க..."

அவனுக்கு பதில் சொல்லத் தெரியவில்லை. புதூ அனுபவத்தின் திகைப்பு. என்ன பேசுவது. அங்கேயே நிற்பதா உட்காருவதா நகர்வதா என்கிற குழப்பத்திலிருந்து விடுவித்து, பீங்கான் போகணியும் ரப்பர் குழாயுமாக வந்த ஆயா அவனை வெளியேற்றுகிறாள்.

சிகப்புத் துணிகள் மூடின பல்லக்கு. வெள்ளை, பச்சை, மஞ்சள் பூச்சரங்கள் தொங்கலாட.... கொட்டு வருவதற்கு காத்திருக்கிறது போலும்.

அவன் ஊரில் செத்தவங்களுக்குப் பல்லக்கு யோகம் கிடையாது; பாடை தான்! கொட்டு முழக்கும் இல்லை. ஒரு தரம். அவன் சின்னப் பயலாக இருந்தப்போ சுப்பையாப் பண்டாரம் பெண்சாதி செத்ததற்கு சப்பரம் கட்டித் தூக்கினார்கள். கொட்டும், குழலும்... வேட்டு கூடப் போட்ட ஞாபகம்.

நர்ஸ் திடீரென ஓடி வருகிறாள். போனைக் கையிலெடுக்கிறாள்.

'ஹலோ.... அம்மாவா.... யெஸ்.... சரோஜா... நேற்று அட்மிட் ஆன கேஸ்.. யெஸ்... பெயின் சீக்கிரம் வரணும்'

போனின் ‘டக்’ சப்தம். பரபரப்பு மனசைப் பிறாண்டி விரட்டுகிற நிலை கொள்ளாத் திணறல் மறுபடியும்.

வாசலில் கார் வந்து நிற்கிறது. அவன் அர்த்த மில்லாமல் கிறுக்கன் போல நடந்து கொள்கிறான். ரெண்டு கைகளையும் தூக்கிக் கூப்புகிறான்.

டாக்டரம்மா ஜோராக வெளேரென்று உடுத்தியிருக்கிறாள். சிவந்த முகத்தின் ஜொலிப்புக்குப் பாந்தமான குங்கும வட்டம்.

சிரித்து விட்டு உள்ளே போகிறாள்.

சரோஜாவின் அலறல் நெஞ்சைப் பிழிகிறது. இருப்புக் கொள்ளாமல் வாசல் கேட்டின் இருபுறமும் வளைந்து படர்ந்த காட்டு ரோஜாக் கொடிகளில் கொத்துக் கொத்தாய் பூத்திருக்கும் சிவப்பு வெள்ளைப் பூக்களை-மணமில்லாத சொர சொரத்த அந்தப் பூக்களைப் பறித்து நுகர்கிறான்.

கொட்டுச் சத்தம். அழுகையிழுப்பில் டிர்ரிண்ட்... டிவ் விண்ட்... என்று ஆரம்பம். நடுவே துள்ளுகதியில் ‘டண்ட்..... டண்டணக்க... டண்ட்....’ இன்ப துன்பக் கலவையாக ஓ... மனசில் படிமமேற்றி ரசிக்கும் போது இதுவும் ஜோராகத்தானிருக்கு!

எதிர் வீட்டுக்கு நடுவே பத்தடி இடைவெளிதான் என்றாலும் ரோட்டுக்காரன் குமித்த கருங்கல் குமி தொடர்பைத் தொலைவாக்கிப் பிரிக்கிறது.

பிணத்தைத் தூக்கி பல்லக்கில் வைத்து திறந்த வாயில், கண்களில் சந்தனத்தை அப்புகிறார்கள்.

பெண் பிரேதம்!

‘அப்படியென்றால் சரோவுக்குப் பொறக்க போறதும்......?’

அம்மாவுக்கு ஏமாற்றம் தான். முப்பது வருஷங்களுக்குப் பிறகு குடும்பத்தில் ஒரு ஜனனம். அதுவும் பெண்ணென்றால் அம்மா, அக்கா, அத்தை எல்லாருக்குமே மனத் தாங்கல் தான்.

‘இந்தகாமாந்த காரப் பயலோகத்திலே ஒரு பொண்ணைப் பெத்து வளர்த்து ஆளாக்கி பெண்டாளக் கொடுத்து... ச்சி...’

பெண்ணாயிருந்து அதுவும் ஏதாச்சும் ஊனம் கீனம்...

‘ச்சீ... என்ன அசிங்கம் ஜான்ஸிராணி என்ன, மங்கம்மா, கவிக்குயில்... இந்திரா நேரு.....’ இப்படி மனசு துடைக்கப் படுகிறது.

நர்ஸ் குதியாளம் போட்டு ஓடிவருகிறாள்.

அவன் முகத்தில் பரவசம். சிலிர்ப்பில் மேனி நடுங்குகிறது. மறுபடியும் நர்ஸ் சிரிக்கிறாள். உருண்டைக் கன்னங்கள் மேலும் உருண்டு மேலேற வாய் காது வரை நீள ‘கல கல’ என்று உதிர்க்கிறாள் சிரிப்பை.

சரோ உதடுகள் வரண்டு கண்கள் பாதி மூடின நிலையில் சொக்கிப் போய் படுத்திருக்கிறாள்.

பயலைக் கையில் ஏந்திக் காட்டுகிறாள் ஆயா.

தலை மயிர் மொசு மொசு வென்று ‘முசக்குட்டி’ மாதிரி. பொட்டுப் போல சின்னஞ் சிறிய கண்கள். மூக்கு மட்டும் தனியே பிட்டு எடுத்து வைக்கலாம்; அவ்வளவு பெரிசு. அது அவன் குடும்பவாகு. பெருமிதம் தான்....!

டாக்டரம்மா கேலி செய்கிறாள். “நர்ஸ் சாரோட முகத்திலே மூக்கு இருக்கான்னு பாரு....”

“இல்லேம்மா...அதான் அவர் பையன் புடுங்கிட்டானே...”

‘கல கல’ச் சிரிப்பு.

ஒரு இறுக்கம் தளர்ந்து தடை விலகி வழிவிட்ட மாதிரி ஆசுவாசம்... சுயேச்சை... மார்பு விரிந்து மூச்சு இழுக்கிறது. இதுவும் ஒரு சொகம் தான்.

ஸ் ஸ்.. அப்பாடா...! அம்மாவுக்குச் சொல்லணும்கிறது நெனப்புக்கு வருகிறது.

கொட்டுச் சத்தம் மெலிந்து ஓய்ந்து விட்டது.

வீதியில் திட்டுத் திட்டாய் மஞ்சள் தண்ணீர்க் கறை. செவ்வரளிப் பூச்சிதறல். அந்த வீட்டில் அப்பத்தான் தூக்கச் சடவு நீங்கியது போலச் சலனமற்ற நாலைந்து முகங்கள். முழுமூச்சுடன் பார வண்டியை உந்தி நகர்த்தி விட்டு அது நகண்டு விட்ட லயத்திலேயே அமைதி தேடுகிற மாதிரி, சுமையின் அழுந்தலிலிருந்து விடுபட்ட மீட்சி....

அதுவும் ஒரு ‘சொகம்’ தானே?

❑

13. லட்சுமி ஓடிப்போகிறாள்

லட்சுமி மறுபடியும் ஓடிப்போகத் தீர்மானம் செய்துவிட்டாள்.

ஏற்கனவே ஒரு தரம் இப்படிச் செய்து தோத்துப் போனவள்தான். இந்தத்தடவை செத்தாலும் திரும்பி வர மாட்டாள். ராகவனும் சுந்தரியும் 'பேபி'யைக் காட்டி கெஞ்சுவார்கள். கெஞ்சட்டுமே. இந்த உலகத்திலே பேபியைத் 'தூக்கி வைத்துக் கொள்ள' லட்சுமி ஒருத்திதானா? காசு எறிந்தால் நூறு லட்சுமி கிடைப்பாளே! அவள் இனி திரும்பப் போவதே இல்லை.

பேபிக்குட்டி லட்சுமி மீது 'உசிரா'யிருக்கிறாள். நிசம் தான். விடிந்ததும் 'எச்சுவி' வேணும் அவளுக்கு. குளிப்பாட்ட, ஊட்ட, டிரஸ் மாட்ட, தூங்கப் பண்ண எதுக்கும 'எச்சுவி' தான்.

பேபிக்கு மட்டுமா, ஊரில் இருக்கிற லட்சுமியின் தம்பி 'கோயிந்து'க்குக் கூட அக்கா மேலே 'உசிர்' தான். ஆனால் அவளால் அங்கேயிருந்து தம்பியைப் 'பார்த்துக் கொள்ள' முடியுதோ? இங்கே சுந்தரியக்காவும் மாமாவும் வேலைக்குப் போய்விட்டு வருகிற மாதிரிதான் லட்சுமியின் ஆத்தாளும் களை எடுக்கவோ கதிரறுக்கவோ போனால் உச்சி மதியம் தான் திரும்பணும். மறுபடியும் போய் பொழுது சாயத் திரும்புவாள்.

அந்த நேரத்தில் கோயிந்துவைப் பார்த்துக் கொள்வது யார்? பக்கத்து வீட்டுக் குருட்டுப் பாட்டியிடம் பாதி நாள் விட்டு விட்டுப் போவாள். சில நாட்களில் கூட எடுத்துப் போய், நடுப்புஞ்சையில் தூளிகட்டிப் போட்டுக் கொண்டு வேலை செய்வாள். வேலைக்கு நடு நடுவே வந்து 'எடுத்துவிட்டு'ப் போவாள். வேலை மெனக்கிடு கிறதென்று மானங்கெட்ட வசவு வைவான். புஞ்சைக்காரன். இதுக்காவே பிள்ளைத் தாச்சிகளை வேலைக்குக் கூப்பிடவும் மாட்டான்.

இங்கே வருவதற்கு முந்தி தாயார் வேலைக்குப் போய்விட்டால் லட்சுமிதான் கோயிந்துவை பார்த்துக்கொள்வாள். இடையில் அழுதால் வேலை செய்கிற புஞ்சைக்கு கொண்டு போவாள் பசியமர்த்த. கரிசக்காட்டில் வெயிலுக்கு தலையில் வண்டு கட்டிக் கொண்டு

வேலை செய்கிற அம்மாவைப் பார்த்து அடையாளம்ம் பிடிபடாமல் தடுமாறி 'பக்கர பக்கர' முழிப்பான் கோயிந்து. இதைப் பார்த்து தாயும் மகளும் கலகலவென்று சிரிப்பார்கள். குரலைத் தெரிந்து குதித்துத் தாவுவான். அம்மா மடியில் உறிஞ்சிக் கொண்டே ஒரு கள்ளப் பார்வை; பின்பு கொஞ்ச நேரத்தில் அந்த சுவைப்பு லயத்திலேகிறங்கி கண்ணசந்து விடுவான்.

பேபிக்கு பால் கொடுக்க சுந்தரி அக்கா ரவிக்கையை ஒதுக்கவே மாட்டாள். டப்பாப் பால்தான் வேளாவேளைக்கு. லட்சுமிக்குக் கூட பால் கலக்கத் தெரியும். சுடுகிற வெந்நியைக் கவனமா துணியை வெச்சு இறக்க வேணும். பவுடரைப் போட்டுக் கலக்கி ஆத்தணும். பேபியைக் குளிப்பாட்ட, துணி மாற்ற எல்லாம் தெரியுமே, அது மட்டுமா சந்தைக்குக் கூடப் போய் காய்கறி, ஸ்டோரில் சாமான்கள் வாங்கி வரவும் லட்சுமியால் முடியும்.

வந்த புதுசில் ரோட்டில் நடப்பதற்கே பயமா இருந்தது அவளுக்கு. சைக்கிள், மோட்டார், லாரின்னு இரண்டு பக்கம் மாறி மாறி விஸ்ஸ்.... விஸ்ஸ்ஸென்று பறக்கும் போது பறந்து நடுங்கி ஓரமாக ஒண்டி ஒண்டிப் போவாள். இப்போ பயப்படுவதில்லை. சில சமயம் வேணுமென்றே நடு ரோட்டில் மெதுவா அசைந்து நடைபோடுவாள். வேகமாக வந்து கொண்டிருக்கும் லாரிக்காரன் திடீர் பிரேக் போட்டுக் குலுக்குவான். 'சின்ன நாயே... பேயே' என்று ஏசுவான். பதிலுக்கு 'வெவ்வே' காட்டி விட்டு ஓடுவாள் லட்சுமி, தமாஷாயிருக்கும் இது.

என்றைக் காவது லாரிக்காரன் அவள் மேல் ஏத்தி விட்டால் அவ்வளவு தான்... ப்சக்! நடுரோட்டில் மூளை சிதறக் கிடப்பாள், அந்த இஞ்சினீயர் வீட்டுக் குழந்தையைப் போல. அந்த சேகர் பயல் நடுரோட்டில் 'குடுகுடு' என்று ஓடினான். வேலைக்காரி பேச்சுப் பராக்கில் விட்டுவிட்டாள். லாரி வந்துவிட்டது. பயல் திகைத்து மறுகி ஓடினான், லாரி அடித்து விட்டது தலை தெறித்து துண்டாக ஓடிவிட்டது. உடம்பு மட்டும் துடித்து துடித்து நெளிந்தது. லட்சுமி பால் வாங்கப் போன போது கண் திறந்து மூடுற நேரத்தில் அவ்வளவும் நடந்து விட்டது. இஞ்சீனியர் பெண்சாதி வீதியிலே புரண்டு புரண்டு அழுதாள்.

லட்சுமி அடிபட்டுச் செத்தால் யார் யாரெல்லாம் அழுவார்கள்?

பேபிக் குட்டி அழுவாளா? அழுவாள் நிச்சயமாக. அவளுக்கு லட்சுமி மேல் கொள்ளைப் பிரியம். லட்சுமிக்கும் அப்படித்தான். ஒரு

நிமிசங் கூட கண் கசக்க விட மாட்டாள். எந்நேரமும் விளையாட்டு வேணும் பேபிக்கு. கூடை கூடையாய் பொம்மை, ரயில், மோட்டார்...... சதங்கை மாட்டியடமாரம். அதெல்லாம் பிடிக்காது. லட்சுமி ரெண்டு கைகளையும் ஊன்றி முழங்காலில் நடப்பாள். அவள் முதுகில் உட்கார்ந்து கால்களைப் பின்னிக் கொண்டு சடையைப் பிடித்து குதிரை ஓட்டுவாள் பேபி. நாள் முழுவதும் அலுக்காது அவளுக்கு. கால்முட்டி கடுக்கும். தலைமயிர் சுளீரென்று வலிக்கும். கண்ணீர் கூடத் தளும்பும். என்றாலும் லட்சுமிக்கு அழுகை வராது, சிரிப்புத்தான்.

அந்நேரம் திடீரென்று தம்பி ஞாபகம் வந்துவிடும். அவனுக்கு இப்பேர்ப்பட்ட விளையாட்டுக் காட்ட முடியவில்லையே என்று மனசு ஏங்கும். பேபிக்கு பால் கொடுக்கும் போது, பழம் பிஸ்கோத்து ஊட்டும் போது கூட கோயிந்து ஞாபகம் வந்து மனசு கலங்கும். அவன் இப்படி பழமும் பிஸ்கோத்தும் கண்ணால் கூடப் பார்த்திருக்க மாட்டான். கடையில் வட்டமாக இருக்குமே சோளமாவு ரொட்டி, அஞ்சு பைசாவுக்கு காரச் சேவுபோதும்; நாள் பூராவும் வாயில் வைத்து நமட்டிக் கொண்டேயிருப்பான். சாயங்காலம் மட்டும் யார் வீட்டிலாவது ஒரு கிண்ணம் நெல்லுச்சோறும், பருப்பும் வாங்கிப்பிசைந்து ஊட்டுவார்கள். மற்ற நேரமெல்லாம் ‘நொச்சு நொச்சு’ வென்று அம்மாவிடம் ஒரே பால்குடி தான். அவளிடம் சம்பித் தொங்கலாடுகிற மார்பிலே எவ்வளவு பால்தான் இருக்குமோ நாள் முழுதும் குடிக்கிறானே. உடம்பிலே ஓடுகிற ரத்தம் தானே பாலா மாறுகிறது. அதனாலே தான் அம்மா இப்படி நோஞ்சலா ஒடுங்கிப் போயிருக்கிறாள்.

பேபிக்குட்டி சிகப்பா, குண்டாயிருப்பாள். கையும் காலும் கன்னமும் கடித்துப் பார்க்கணும் போல மொழுக் மொழுக்கென்று இருக்கும். ரோஜா முகத்துக்கும் கறுப்புச் சுருட்டை முடிக்கும் பார்க்கப் பார்க்க திகட்டாது. இந்த சுருள் சுருள் கறுப்பு முடி இன்னும் கொஞ்ச நாளில் பறிபோய் விடும். ஆமாம், தை பிறந்ததும் பேபிக்கு திருப்பதியிலே முடி யிறக்கணும் என்று சுந்தரி அக்கா சொல்லியிருக்கிறாள். திருப்பதிக்கு போக ரொம்ப.... ரொம்ப ரூபாய் வேண்டும். ரெண்டு நாள் ரயிலிலேயே போகணுமாம்!

லட்சுமியின் தம்பி கோயிந்துவுக்கு மாரியம்மான் கோயிலில் மொட்டை எடுப்பார்கள். அதுதான் அவர்கள் குலதெய்வம். கோயிந்து தலைமுடி நன்றாகயிருக்காது. நார் நாராய் கலப்பாக இருக்கும். செம்பட்டை முடி. பொது நிறமாக உடம்பு வரிச்சி மாதிரி

வாடலாயிருப்பான். பேர் கூட நல்லாவே யில்லை. 'கோயிந்து... கோயிந்து கோந்து'. அவனுக்கு வேறு பேர், நல்ல பெயராக வைக்கணும். ரவி....சதீஷ்...சங்கர் ....ரமேஷ் ....ரமேஷ் நல்ல பேர்தான்.

ஒருதரம் வைத்த பேரை அழிச்சு மறுதரம் மாத்திவைக்கலாமா? வைக்கலாம். லட்சுமிக்கு நன்றாகத் தெரியும். அவங்க ஊரிலே தாயம்மா தன் குழந்தைக்கு முதலில் வெச்ச பேர் 'வள்ளி' ஆனால் அவள் புருஷன் பட்டாளத்திலிருந்து வந்ததும் பேரை மேனகர் என்று மாத்திட்டான். இப்போ எல்லோரும் கூப்பிடுகிற பேர் மேனகா தான்.

ஊருக்குப் போனதும் லட்சுமி எல்லோரிடமும் சொல்லுவாள் 'இனிமே என் தம்பியை 'ரமேஷ்' னுதான் கூப்பிடனும் என்று. திகைப்பார்கள். அவள் தாயார் கூட லட்சுமியின் சமர்த்தைப் பார்த்து மூக்கில் விரலை வைப்பாள்.

ஆனால், ஒண்ணு மட்டும் நடக்காது. அவள் லட்சுமியை பழையபடி விரட்டப் பார்ப்பாள். திரும்பப்போய் இருக்கும்படி கெஞ்சுவாள்; அழுவாள்; அடிப்பாள். இந்தத் தரம் அது மட்டும் முடியவே முடியாது.

போன தடவை சுந்தரியக்காவிடமும் மாமாவிடமும் சொல்லாமல் வேகுவேகென்று விளக்கு வைக்கிற நேரத்துக்கு வீடுபோய்ச் சேர்ந்தாள் லட்சுமி. வீடு மிதிச்சதுதான் தாமதம், மொலு மொலு வென்று பிடித்துக் கொண்டாள் அவள் தாயார். போதாதென்று நூறு தடவை முகத்தில் இடித்தாள்.

லட்சுமி வரும்போது மனசில் ஒரு வண்டி ஆசை. தாயாரைச் சேர்த்துக் கட்டிக் கொண்டு குதிக்கணும். தம்பியை இழுத்து அணைத்துத் தூக்கிப் போட்டு கொஞ்சணும் என்று. ஆனால் அம்மா கேட்டாள்.

'இங்கே எதுக்கடீ வந்தே...?'

லட்சுமிக்கு அழுகை வந்தவிட்டது.

'அழுடீ... அழு.... அப்பன் என்னிக்கோ செத்துப்போனான்.... அம்மா இன்னிக்குத்தான் செத்தான்னு அழுடீ... அழு' என்று ஆங்காரமாக இரைந்தாள்.

'நா... அங்கே போக மாட்டேன்... இங்கேதான் இருப்பேன்.'

நீ போகமாட்டே..... இரு இரு. ஒன்னைப் கூப்பிட்டுப் போகும் போது சுந்தரி அக்கா கிட்டே அறுபது ரூவா வாங்கினமே கூரை மேயணும்னு. அதை நொப்பனா திருப்பிக்கொடுப்பான்? மாசம் அஞ்சு அஞ்சா கழிச்சாலும் முப்பது போக இன்னும் முப்பது கொடுக்கணுமே.......'

"நீ தான் கொடு... முப்பது.... பெரிய்ய முப்பது.... நா அங்கே போகவே மாட்டேன்..." என்று நீட்டினாள் லட்சுமி.

"ஓகோ... மவாராணி இங்கனே சாப்பிட ஆளில்லேன்னு வந்தீகளோ... தேவடியாச் சிறுக்கி மவளே.... அங்க ஒன்னை என்ன கட்டுத்தறியிலே கட்டி வைக்கலா போடுறாங்க..... மூணு வேளை பலகாரம் பச்சடின்னு திண்ணு கொழுத்துப் போனேயில்லே... ஒன்னச்சொல்ல குத்தம்..... நண்டு கொழுத்தா செலவுக்குள்ளே இருக்குமா.... கேடுகெட்ட சிறுக்கிமவளே....." கெட்ட வார்த்தைகள் சொல்லி வைதாள். தொடர்ந்து ராப்பூராவும் தூங்க விடாமல் புலம்பிக் கொண்டேயிருந்தாள் அவள் தாயார், பொழுது விடிந்ததும் லட்சுமியை எழுப்பி ஒரு டம்ளர் கடுங்காப்பி கொடுத்தாள்.

"டீ..... நா சொல்றதைக் கேளு.... இங்கனே வேறெ வேலை ஒண்ணும் கிடைக்கலை... என் ஒருத்திக்கே சோத்துக்குத் திண்டாட்டம்... தை பொறந்ததும் வந்துரு... அதுக்குள்ளே அவங்க பணமும் கழிஞ்சிரும்... அவுங்க தான் யாரு, நமக்குத் தூரமா, பாரமா? அந்த சுந்தரி எனக்கு சின்னப்பாட்டி பேத்தி... உனக்கு அக்காதானே? கூடப் பிறந்தாத்தானா...."

இங்கே வந்ததும் வாசலில் பொக்கை வாய்ச் சிரிப்போடு 'எச்சுவி... எச்சுவி...என்று குதித்த பேபிக்குட்டியைக் கண்டதும் எல்லாம் பறந்துவிட்டது லட்சுமிக்கு. சுந்தரியக்கா ஒன்றுமே சொல்லவில்லை.

"என்னம்மா, ஊர் ஞாபகம் வந்துட்டதா... சொல்லி விட்டுப் போனா என்ன?" என்று மாமா கோபித்துக் கொண்டதும் லட்சுமிக்கு ரொம்ப வெட்கமாய்ப் போய்விட்டது.

இப்போது கூட லட்சுமி அவசரப் படுவதற்குக் காரணம் உண்டு. நேற்று ராத்திரி அக்காவும் மாமாவும் பேசிக் கொண்டார்கள்.

'தையிலேயிருந்து லட்சுமிக்கு மாசம் பத்து ரூபா போட்டுக் கொடுத்திற வேண்டியது தான். எப்படியும் இன்னும் ரெண்டு மூணு

வருஷம் அவ சடங்காகிற வரைக்கும் அவளை அணைச்சு வெச்சுக்கணும். அவளும் தான் எம்புட்டு வேலை செய்றா... மாவரைக்கிறா.... பாத்திரம் தேய்க்கிற... ரெண்டு வருஷம் போனா பேபியை நர்ஸரியிலே சேர்த்திரலாம்....'

அப்பா.... ரெண்டு வருஷமா? லட்சுமிக்கு தொண்டை வறண்டது. ஊரைத் துறந்து கோயிந்துவை மறந்து ரெண்டு வருஷம் எப்படி இருக்க முடியும்?

வரவர இங்கே இருக்கப் பிடிக்கவில்லை. இங்கே என்ன இருக்குது? ஒரே டர்ர்.... புர்ர்..... மோட்டார் சத்தம் தான். ஊரிலே எப்படி இருந்தாள் லட்சுமி!

அம்மாவுக்கு வேலை கிடைக்காதபோது லட்சுமி கூடையைத் தூக்கிக் கொண்டு சாணம் பொறக்கப் போவாள். மாட்டுக்காரப் பையன்களோடு. மதியம் தோப்பிலே அமர்த்தி விட்டு விளையாடுவார்கள். கம்மாயில் குதித்து விளையாடலாம். லட்சுமியும் குதிப்பாள். அவளுக்கு நீச்சு தெரியும்; ஆண்பிள்ளைகளுக்கு சமமா முங்கி நீச்சலடிப்பாள். மரத்துக்கு மரம் தாவி 'கம்பளி' விளையாடுவார்கள். கோடை மழை பெய்ததும் காளான் பெறக்கலாம். காளான் குழம்பு லட்சுமிக்கு ரொம்பப் பிடிக்கும். வடகாட்டுக்குப் போனால் நிமிசத்திலே மடி நிறைந்து விடும். அம்மா இனி 'அறை செலவு' சாமான்கள் வாங்கணுமேன்னு புலம்புவாள். பாதி நாட்கள் பக்கத்து வீட்டுக்கு கொடுத்து விடுவாள். அவர்கள் சாயங்காலம் லட்சுமிக்கு கொஞ்சம் குழம்பு மட்டும் கொடுப்பார்கள்.

லட்சுமி புறப்பட்டு விட்டாள் பக்கத்து வீட்டிலே சாவியைக் கொடுத்து விட்டு. சுந்தரியக்காவும் மாமாவும் பேபியுடன் பகல் சினிமாவுக்குப் போனது நல்லதாப் போச்சு. புதுசா தைத்த கட்டம் போட்ட பாவாடை சட்டையை மட்டும் கையில் எடுத்துக்கொண்டாள். அம்மா சொன்னபடி இன்னும் பத்து நாள் இருக்கிறது தை பிறக்க. என்றாலும் அவளால் இனி ஒரு நிமிஷம் கூட தாமசிக்க முடியாது.

இப்பவே ஓடிப்போய் தன் கிராமத்து மண்ணை மிதிச்சுப் புரளணும்னு ஆசை துளும்புகிறது. கோயிந்து கைகளை அசைத்து அக்கா என்று கூப்பிடுகிற காட்சி விரிகிறது மனசில்.

இங்கேயிருந்து கிட்டத்தில் தான். இதோ இந்த மலை மட்டும் நடுவே இல்லை என்றால் ரொம்ப ரொம்ப பக்கம். மலையைச் சுத்தி கண்மாயில் இறங்கி ஏறினால் ஊர் வந்துவிடும். என்ன செய்வது,

ராமருக்கும் ராவணனுக்கும் சண்டை நடக்காமலிருந்தால் இந்த மலை இங்கே இருந்திருக்காது. சண்டையிலே விழுந்த லட்சுமணருக்காக அனுமான் கொண்டு வந்த சஞ்சீவி மலையை வீசி யெறியும்போது விழுந்த துண்டுமலை இது.

இந்த மலைமீது ஏறியிருக்கிறாள் லட்சுமி. மேலே அனுமார் அடித்த வால் தடம், ராமர் பாதம் வைத்த இடமெல்லாம் அவளுக்குத் தெரியும். அடிவாரத்தில் ஒடை மரங்களும் கருவேல மரங்களும் நிறைய இருக்கும். கருவமரங்களில் பொன் வண்டுகள் மேயும்.

வழியில் கருவ மரத்தில் பொன் வண்டு கிடைத்தால் பிடிப்பாள். அதற்காக மடியில் காலித் தீப்பெட்டி வைத்திருக்கிறாள். கோயிந்துக்கு விளையாட்டுக் காட்டலாம். சோடியாகக் கிடைத்தால் நல்லது. கருவேலங் கொழுந்து போட்டு மூடினால் தின்று விட்டு முட்டை வைக்கும்.

அவள் கொஞ்சம் வேகமாகவே நடக்கிறாள். இருட்டிவிட்டால் பூச்சி பொட்டு கிடக்கும். போனதரம் ஒரு பாம்பு, கருவ மரத்தில் சரசர வென்று ஏறியதைப் பார்த்தாள். தங்க நிறத்தில்மஞ்சள் வெயிலில் நக நகவென்று மின்னியது. அப்படியே சரடாப் பண்ணிக் கழுத்தில் போட்டுக் கொள்ளலாம். அப்படி ஜொலிப்பு.

வழியில் ஆளரவம் எதுவுமில்லை. ரொம்ப தொலை வெட்டில் வெள்ளாடுகள் திரிவதும் ஆட்டுக்காரர்கள் வளர்த்தியான தொரட்டிக் கம்புகளுடன் தோளில் கலயங்களுடன் பாறைகளின் மேல் நின்று கொண்டிருப்பதும் தெரிகிறது. மேய்ந்து திரும்புகிற சின்னப் பசுக் கூட்டத்தின் பல தரப்பட்ட 'களபுளா' மணியோசை ஒலிக்கிறது. அந்தி மசங்கி விட்டது.

இதோ ஊர் தெரிகிறது. பள்ளிக்கூடத்து சிகப்பு ஓட்டுக் கூரை பெரிய கொடி பறக்கிற மாதிரித் துணிப்பாத் தெரிகிறது. பக்கத்தில் அரசமரம் தலை விரிதிதுக் காற்றில் ஆடுகிறது. அதோ எதுப்பில்...லட்சுமியின் சின்ன வீட்டுக் கூரை கூடத் தெரிகிறது.

ஊரை நெருங்க நெருங்க நெஞ்சு திக் திக்கென்று அடித்துக் கொள்கிறது. அம்மா என்ன சொல்வாளோ? கோயிந்து - தப்பு - தப்பு - ரமேசு எப்படி இருப்பான்? அக்கா அக்கா என்று குதித்து கை கொட்டிப் பாய்வான். லட்சுமி தூக்கியணைத்துக் கொஞ்சுவாள். தம்பீ..... ரமேசு ரமேசு!

லட்சுமி மடியைத் தடவுகிறாள். பெட்டிக்குள் பொன்வண்டு பத்திரமாக இருக்கும். ரெட்டையாகக் கிடைக்கவில்லை. இருந்தாலும் பெரிசுதான். பச்சைக் கண்ணாடிச் சிறகுகளின் மீது பொன் ரேக்குகள். ராத்திரியில் காட்டக் கூடாது. விடிஞ்சதும் வெயிலில் திறந்து காட்ட ணும். அப்போ தான் மின்னாப்பில் சொக்கிப்போவான் கோயிந்து.

அம்மா இன்னும் விளக்குகூட வைக்காமல் என்ன செய்கிறாள்? கதவு திறந்து கிடக்கிறது. அம்மா கதவோரத்தில் முடங்கிக் கிடக்கிறாள். அவளுக்கு என்ன வந்துவிட்டது. மேலுக்குச் சேட்டமில்லையா. கோயித்து...?

லட்சுமி மெல்லக் குரல் எழுப்புகிறாள். "அம்....மா" அம்மா அசைந்து தலைதூக்கிப் பார்க்கிறாள். பாய்ந்து லட்சுமியைக் கட்டிக் கொண்ட கதறுகிறாள்.

அம்மா கதறிக் கதறிக் ஊரைக் கூட்டுகிறாள். திமு திமுவென்று வாசலில் கூட்டம். குருட்டுப் பாட்டி கூட வந்து நிற்கிறாள். எல்லோரும் அம்மாவைத் திட்டுகிறார்கள். லட்சுமிக்கும் அழுகை பொங்குகிறது.

"பாவி... இவளையும்.. இந்தச் சின்னமதலையையும் அழுதே கொல்லலாம்னு நெனைச்சுட்டயா....."

இதுக்கு என்ன அர்த்தம்?

கூட்டத்தில் ரெண்டு பேர் பேசிக் கொள்கிறார்கள். 'நானுந்தான் கூட வேலைக்குப் போனேன். ஒரேயெடுப்பு வேலை எப்பவும் போலத்தான் கருவ மரத்திலே தூளி கட்டிப் போட்டிருந்தா.

ஆடெழுப்புற நேரம்... பய 'வீரு வீருன்னு கத்துனான். நா போகச் சொன்னே... போய் எடுத்துவிட்டு வாடீன்னேன்.

'கத்தட்டும் கத்தட்டும்.. இங்கே குடிக்கிறதுக்கு என்ன இருக்கு... மூணு நாளாச்சு உலைவச்சு... வெறும் நீச்சுத் தண்ணிதான். ரத்தமிருந்தாலும் சப்புவான். அதுவுமில்லேன்னு' கண்ணீர் வடிச்சா பாதகத்தி. எனக்கும் கண்ணுலே தண்ணீ வந்துடுச்சு.

ஆச்சா... கொஞ்ச நேரத்திலே அழுகை சத்தம் ஓஞ்சது... சரித்தான், பய அழுது அலுத்து கண்ணசந்துட்டான்னு நெனச்சோம்... தண்ணீ கொண்டு வந்த புஞ்சைக் காரம்மாதான் பார்த்துட்டு சத்தம் போட்டாங்க. ஓடுறோம். புள்ளே தொங்குது... நாக்குத் தள்ளி கண்ணு முழி பிதுங்கிக் கிடக்கு.... தூளிகட்டுன சேலை பழைய பீத்தச் சேலை...

கிழிஞ்சி ஓடம்பு நழுவி கழுத்து மட்டும் சிக்கி பய ஓழட்டுன ஓழட்டுலே தூளி முறுக்கிட்டது. தூக்கிலே தொங்குன மாதிரி...."

லட்சுமி குருட்டுப்பாட்டியைத் தள்ளிவிட்டுப் பாய்கிறாள்.

"அம்மா... அம்மா...."

'பட்டீர் படீர்' என்று மண் சுவரில் முட்டிச் சாய்கிறாள் அம்மா லட்சுமி அவள்மேல் புரண்டு கேவி கேவிக் கதறுகிறாள்.

'கோயிந்து...கோ....' அடிவயிற்றிலிருந்து எழும்புகிற குரல் மிதமிஞ்சிய சோகத்தில் தொண்டைக்குள்ளே அடங்கிவிடுகிறது.

தூக்கம் எங்கே வருகிறது? மாடக்குழியில் கிளியஞ் சட்டியைப் பொருத்திவிட்டு சன்னமாகக் குரலெழுப்பி அழுதுகொண்டே யிருக்கிறாள். அழுது அழுது கண் வீங்கி சரம் உலர்ந்து, லேசாகக் கண் அசர்கிறாள் லட்சுமி. கண்ணுக்கு நீலத்திரை போட்டமாதிரி இருக்கிறது. நடு...க்காடு. கருவமரம் மாதிரிப் பிசாசு.... கையிலே பச்சைக் குழந்தை....பேபிக் குட்டியேதான். தலை செத்துப்போன கோழிக்குஞ்சு போல கொழக்கென்று தொங்குகிறது.

திடுக்கிட்டு எழுந்தாள் லட்சுமி. வேர்த்துக் கொட்டுகிறது. கண்ணைக் கசக்கிக் கொண்டு உட்கார்ந்தாள்.

அம்மா முனகிக் கொண்டே புரண்டு படுக்கிறாள். பளாரென்று விடியும்நேரம். அடுப்படியில் பூனை லாந்துகிறது. மங்கலான அகல் வெளிச்சம். நாலைந்து அலுமனியப் பாத்திரங்கள்... மண்சட்டிங்கள்.... சுருண்டு படுத்தியிருக்கும் தாயார், எதுவும் பிடிக்கவில்லை லட்சுமிக்கு. கசப்பு.... வேப்பங்காயைக் கடித்த குமட்டல், இருக்கவே பிடிக்கவில்லை.

படுத்திருந்த இடத்தில் கைகளால் தடவி அந்த தீப்பெட்டியை எடுத்து மடியில் கட்டிக் கொண்டாள், வெளியே ஒருத்தர் முகம் மற்றொருத்தருக்குத் தெரியாத இருட்டு.

இந்தத் தரம் போக்குவண்டிகளுக்காகக் காத்திருக்கப் போவதில்லை. அவசரம்... அவரசம் அவளுக்கு. கொஞ்சம் தயங்கிவிட்டு ஓசைப் படாமல் கதவைத் தள்ளுகிறாள்.

ஆமாம். லட்சுமி மறுபடியும் ஓடிப்போகத் தீர்மானம் செய்துவிட்டாள்.

❑

14. மொய்

வெள்ளென எழுந்து முக்குரோட்டுக்குப்போய் முதல் வண்டியைப் பிடித்துவிட வேண்டும் என்று தான் நினைத்தான் ரகுபதி.

எங்கே முடிகிறது?

எழுந்தது என்னவோ தலைக்கோழி கூப்பிடும்போதுதான். அதைத்தொட்டு இதைத்தொட்டு என்று வேலைகளை முடித்துவிட்டுக் கிளம்ப எப்படியும் நேரமாகிவிடுகிறது. மாடு, கன்று என்றிருப்பவன் பாடு, இப்படித்தான். காணாக்குறைக்கு வெள்ளாடு வேறு, அவனுக்கு குழை, தழை பார்த்துக் கட்டிவிட்டு வரத் தாமசமாகிவிட்டது.

போகாமல் இருந்துவிடலாமா என்றுகூட நினைத்தான். சரோஜினிதான் பிடிவாதமாக "போயிட்டு வாங்க.... போகலைன்னா இளப்பமா நெனப்பாங்க..." என்று சொல்லிக் கட்டாயப்படுத்தி விட்டாள்.

அவள் சொல்வதும் சரிதான். சரிக்குச் சமானமாய் பிழைத்தால் ஒண்ணும் வராது. தாழ்ந்து போனால் நாலுபேர் நாலுவிதமாய் பேசுவார்கள்.

ஊர்க்காரர்கள் நினைக்கிறதும் பேசுவதும் இருக்கட்டும். செல்லம்மா அத்தை சும்மா இருப்பாளா? பேச்சுக்குப் பேச்சு சொல்லிக் காட்டுவாள். இந்த குடும்பத்தில் நடந்த நல்லது பொல்லதுகளுக்கு அவள் செய்த மொய் வரிசைகளை மனப்பாடமாக ஒப்பிப்பாள்.

மாமா ஒண்ணும் வித்தியாசமாக நினைக்கமாட்டார், "நான் தின்னு வளர்ந்ததே அங்கதானே. எங்கமாமனும் அக்காளும் இருந்து அவுகளுக்கு நான் செய்யக் கொடுத்து வைக்கலையே..." என்று உருகுவார்.

மாமாவுக்கு ரொம்ப இளகின மனசு. ரகுபதியின் தாய் தகப்பனார் பேச்சு எடுத்தவுடன் அவர் கண் கலங்கிவிடும்.

சின்னவயசில் அவருடைய அப்பா குடும்பத்தை பரிதவிக்க விட்டுவிட்டு கொழும்புக்கு போனதிலிருந்து மாமா வேலைக்குப் போனதுவரைக்கும் நடந்த கதையை விடாமல் சொல்லுவார்.

“ரகு... உங்கப்பா சாகுறப்போ உனக்கு பத்து வயசு... உன்னைக் கூட்டிப்போய் படிக்க வைக்கணும்னு ஆசைப்பட்டேன்.... முடியலை.... உங்க அத்தை... ராட்சஸி...” என்று சொல்லிவிட்டு பல்லை நறநறவென்று கடிப்பார். இதெல்லாம் அத்தை இல்லாத சமயங்களில்தான். அத்தைக்கு முன் மாமா பெட்டிப் பாம்புதான்.

மாமாவுக்கு மதுரையில் போலீஸ் வேலை செல்லம்மா அத்தைக்கு புருஷன் சம்பளத்தை வாங்கி வட்டிக்கு விடுகிற வேலை. அப்படிச் சம்பாதித்து நாலு வீடு கட்டியிருக்கிறாள் அத்தை. மெயினான இடத்தில் ரெண்டு கடைகட்டி வாடகைக்கு விட்டிருக்கிறாள். எல்லாம் அத்தையின் சாமர்த்தியம். வெறும் போலீஸ் சம்பளத்தில் நடக்குமா இதெல்லாம்?

பத்திரிக்கை கொடுக்கும்போது, “நீயும் சரோஜினியும் நாலுநாள் முன்னதாகவே வந்துடணும்.... அங்கே டவுனில் நம்ம இன ஜனம் யாரு இருக்கா.... அத்தை ஒங்கரெண்டு பேருக்கும் சேலை வேட்டி எடுத்துவச்சிருக்கா....” என்று திரும்பத்திரும்ப சொல்லிவிட்ப் போனார்.

ரகுபதிக்கும் அவன் பெண்சாதிக்கும் பகீரென்றது. சேலை வேட்டின்னா அதுக்குத் தக்கபடி ‘மொய்’ எழுதணும்... ஈடு முன்னூறு ரூபா... போவர செலவுக்கு அறுபது....

சரோஜினியும் மதுரையைப் பார்த்ததில்லை. அவளுக்கும் ஆசைதான். நேற்றுவரை ரெண்டு பேரும் கிளம்புவதாகத்தான் இருந்தது.

பால் பண்ணைக்காரன் ஆத்திர அவசரத்துக்கு கொடுக்கிற அட்வான்சும் பணம் கிடையாதுன்னு ஆனது. தரகர் பொன்னையாவும் டிமிக்கி கொடுத்துவிட்டார். நெனச்சதும் கொண்டுபோய் வைத்து வாங்க கையிலே தங்கச் சாமானா இருக்கு?

கடைசியிலே அடுக்குப்பானையில் விதைக்கு வைத்திருந்த பத்துப்படி ஆமணக்கு முத்தும் பயறும்தான் மானம் காத்தது. இதுவே விதைப்பு நேராமாயிருந்தால் மூணு பங்கு பணம் பார்த்திருக்கலாம் என்ன செய்வது?

சரோஜினிக்கு மனசே இல்லை. “அந்த பெரியப்பா நம்ம கல்யாணத்துக்கு வந்து அம்பது ரூபா அருள் வச்சாரு...” என்று புலம்பிக் கொண்டேயிருந்தாள்.

வழக்கமாக வருகிற எவர்சில்வர் பாத்திரக் கூடைக்காரனைக்கூட

எதிர்பார்த்தாள் நேற்று முழுவதும். ஏதாவது பாத்திரம் பண்டம் எடுத்துவைத்துவிடலாம் என்று. அந்தப் பாத்திரக் கூடைக்காரனிடம் இந்தக் கிராமத்துப் பெண்களுக்கு பற்றுவழி உண்டு. அன்றாடம் ரெண்டு தரம் தெரு வழியாப் போறவன். ரெண்டு நாளாக ஆளே வரக்காணோம்.

"சரி.... அறுபது ரூவா செலவுக்கு வெச்சிக்கிட்டு இருபது ரூபாய் மொய் எழுதிட்டு வந்திருங்க... அதோட அடுத்த மாசம் நம்ம ஊர்ப் பொங்கலுக்கு வரும்படியா அழைச்சுட்டு வாங்க... வந்தா பொண்ணுமாப்பிள்ளே ரெண்டு பேருக்கும் சேலை துணிமணி எடுத்து வச்சி கையிலே ஏதாச்சும் கொடுத்து அனுப்பிருவோம்..."

அதுவும் சரிதான். அவர்களும் அந்நியர்களில்லையே. மாப்பிள்ளையின் அப்பா ரகுவுக்கு தாய்மாமன். சரோஜினிக்கு சொந்த பெரியப்பா.

ரகு கல்யாணம்கூட மாமா செய்த ஏற்பாடுதான். முதலில் சரோஜினியை ஒரு வசதியான குடுமபத்தில் கொடுக்க ஏற்பாடு செய்துவிட்டார்கள் அவள் வீட்டார். தற்செயலாக வந்த மாமாதான். சண்டை போட்டு ரகுவுக்கு முடித்து வைத்தார்.

*

மதுரை பஸ்நிலையம் சேருகிறபோது மணி பதினொன்று.

தல்லாகுளம் பெருமாள் கோயிலில் முகூர்த்தம். பத்துக்கு மேல் பதினொன்றரைக்குள்.

வேகவேகமாக டவுன்பஸ் பிடித்துப் போய்ச்சேர்வதற்குள் முகூர்த்தம் முடிந்து பெண்ணும் மாப்பிள்ளையும் கோயிலைவிட்டு வெளியேறுவதற்குத் தயாராக இருந்தார்கள்.

கூட்டம் அவ்வளவு அதிகம் இல்லை. ஒரு வேளை முகூர்த்தம் முடிந்ததும் பாதிப்பேர் கலைந்திருக்கலாம்.

ரகு கூசிக் குறுகு நெளிந்து ஓரத்தில் ஒதுங்கினான். அத்தை அவனைப் பார்த்துவிட்டு பாராததுபோல முகத்தைத் திருப்பிக் கொண்டாள். மாமா ஓடோடி வந்து செல்லமாகக் கடிந்துகொண்டார்.

"ஏண்டா... ரகு... இப்படி வர்றதுக்கு... நீ வராமலே இருந்திருக்கலாமே... சரோஜினி எங்கே...?"

"அவளுக்கு சொகமில்லே மாமா... அதான் நேரமாயிருச்சு..."

ரகு சொன்ன தோரணையிலேயே இது பொய்யென்று தெரிந்துகொண்டதால் மாமா மேற்கொண்டு விசாரிக்கவில்லை.

புதுமணத் தம்பதிகளை மையம்கொண்டு கூட்டம் கொஞ்சம் கொஞ்சமாக நகர்ந்து கோவில் வாசலில் நின்றது.

ஒரு சின்னப்பயல் வெற்றிலைக்கட்டுக்கள் கொண்ட பிளாப்பொட்டியைத் தூக்க முடியாமல் தூக்கிக்கொண்டு மாப்பிள்ளையை உரசிக்கொண்டிருந்தான். பெண்ணைச் சுற்றி நாலைந்து இளவயசுப் பெண்கள். அவர்களில் ஒருத்தி சொகுசாக மணப்பெண்ணின் இடக்கரத்தைப் பற்றிக் கொண்டு ரொம்பவும் வெட்கப்படுகிறமாதிரி முகம் சிவந்து தலைகுனிந்து காணப்பட்டாள். நெத்திச்சுட்டியும் பின்புற சடை அலங்கார வித்தியாசமும் புதுப்புடவையும் இல்லாவிட்டால் அவள்தான் மணப்பெண் என்று நினைக்க வேண்டிவரும்.

அடிக்கொருதரம் கல்யாணப் பெண்ணின் புடவையைச் சரி செய்வதும், கைக்குட்டைகொண்டு முகத்தை துடைத்து ஒத்திவிடுவதும் சரியா இருக்கும் தலைப்பூவை கலைத்து மறுபடியும் சரியாக்குவது மான சேட்டைகளை செய்வதன்மூலம் அந்தகல்யாணத்தில் தங்களுடைய முக்கியத்துவத்தை நிலைநாட்டிக் கொண்டிருந்தார்கள் சில பெண்கள்.

ஆண்களிலும் சிலர் இதேபோல பரபரப்புடன் தென்பட்டார்கள். மேளகாரர்க்கு உத்தரவு போடுவதும் எதிரில்பட்டவர்களுக்கெல்லாம் ஏதாவது வேலை சொல்வதுமாக இருந்தார்கள். ‘அதைக்கொண்டா, இதைக் காணோம்’ என்று வெற்றுக்கூச்சலிட்டுக்கொண்டு எதிர்ப்பட்டவர்களிடமெல்லாம் ஏதாவது பேசி ஏவிக்கொண்டிருந்தார் ஒருவர். இன்னுமொருவர் மேளக்காரர்களிடம் ஏதோ தர்க்கம் பண்ணிக்கொண்டிருந்தார். கேளாமலேயே பெண் வீட்டுக்காரர் களுக்கும் மாப்பிள்ளை வீட்டுக்காரர்களுக்கும் ரொம்ப வேண்டியவர் களாகப் பாவித்து இலவச யோசனைகளை ரொம்ப அக்கறையுடன் வழங்கிக்கொண்டிருந்தனர் ரெண்டு மூணு நபர்கள்.

ஓரத்தில் ஒதுங்கியிருந்த ரகுவுக்கு இதெல்லாம் பார்க்கும்போது மிகவும் சங்கடமாக இருந்தது. அவன் ஒருவனைத் தவிர எல்லோரும் அந்தக் கல்யாணத்தில் முக்கிய பங்கு வகிக்கிற மாதிரியும் அனைக்கழித்து குப்பைக்கிடங்கில் தள்ளிவிட்ட மாதிரியும் உணர்ந்தான்.

திருப்பூட்டு மட்டும்தான் கோவிலில் சாப்பாடு மற்ற சங்கதிக ளெல்லாம் வீட்டில்தான் வைத்திருந்தார்கள். கோயிலிலிருந்து வீடு பக்கம்தான். என்றாலும் வேன் ஒன்று 'ஷண்டிங்' அடித்துக் கொண்டிருந்தது.

ரகு வேனுக்காகக் காத்து நிற்கவில்லை. நடந்தே வீடு போய்ச் சேர்ந்தான்.

முதல் பந்தி நடந்து கொண்டிருந்தது. ரகுவுக்கு சும்மா இருக்கப் பிடிக்கவில்லை. அந்த இடத்தில் தனது உறவு நெருக்கத்தைக் காண்பிக்கத் துடித்தது அவன் மனம். பந்தி நடக்கிற இடத்துக்கு விரைந்தான்.

வட்டித்துக் கொண்டிருந்தவர்களில் ஒருவர் "சாதம்... சாதம்... கொண்டுவாய்யா... வெரசா... வெறும் இலையை வெச்சுக் கிட்டிருக்காங்க..." என்று கத்தினார்.

ரகு அடுப்படிக்கு ஓடினான். தூக்கி வாரற்று இருந்த சூடான பிளாப் பெட்டியை இருகைகளாலும் சுமக்க முடியாமல் கொண்டுவந்தான். அடுத்த நிமிசம் அவன் கையில் காலியான சாம்பார் வாலி திணிக்கப்பட்டது. ஓடிப்போய் தளும்பத்தளும்ப சாம்பார் கொண்டு வந்து கொடுத்தான்.

இதற்குள் மாமா அவனை அழைத்தார். அவர் கையில் பெரிய பிளாஸ்டிக் டப்பாவும் தடித்த அட்டை போட்ட நோட்டும் இருந்தது.

வாசல் ஓரத்தில் நீண்டபெஞ்சின் ஒரு கோடியில் பெரிய தாம்பாளம் நிறைய வெற்றிலை அடுக்கு அடுக்காக வைக்கப்பட்டு நடுவில் பாக்கு குவியல் ரோசாப்பாக்குப் பொட்டலம் தனியாக.

ரகுவின் கையில் நோட்டையும் பிளாஸ்டிக் டப்பாவையும் கொடுத்து அந்தப் பெஞ்சியில் உட்கார வைத்தார் மாமா. உதவிக்கு ஒருவரையும் அவன் அருகே அமர்த்தினார்.

"ரகு... ஞாபகம். ரூபாயை வாங்கின பிறகுதான் பேர் எழுதணும்... அவரசப்படாம... நிதானமா எழுது..." என்று சொல்லிவிட்டு அவர் நகர்ந்த சிறிது நேரத்தில் ஒலிபெருக்கியில் பாட்டு நின்று அறிவிப்பு வந்தது.

செல்லம்மா அத்தை லொக் லொக்கென்று அடைகோழி மாதிரி ஓடிவந்தாள். மொய்ப்பணம் வாங்குவதும் எழுதுவதும் யாரென்று பார்க்க.

“ரகுவதீ... நீயா... எழுதிருவயா... ஞாபகமா எழுதணுமே...” அவநம்பிக்கையோடு கையைப் பிசைந்தாள்.

பின்னாலேயே வந்த மாமா “ரகுவதியே எழுதட்டும்... அவனும் பத்து படிச்சிருக்கான்... எழுதமாட்டானா... நீ வேறே தொண தொணப்பு...” என்று அதட்டி அத்தையை இழுத்து கொண்டு போனார்.

ரகுவின் முகம் மலர்ந்தது. இந்த காரியத்தை ஏற்றுக் கொண்டதன் மூலம் தனது முக்கியமும் உறவு நெருக்கமும் நிலை நிறுத்தப்பட்டுவிட்டது. இந்த கல்யாண வீட்டில் என்ற பெருமிதத்தில் விறைப்பாக நிமிர்ந்து உட்கார்ந்தான்.

கையில் ரூபாய்களை வைத்துக்கொண்டு கூட்டம் காத்திருந்தது.

அவன் அருகில் உதவிக்கு வந்திருந்தவர் பணத்தை வாங்கி ரகுவிடம் கொடுத்து, கொடுத்தவரின் பேரும் ஊரும் சொல்லச் சொல்ல பணத்தை வாங்கி டப்பாவில் வைத்துக்கொண்டே நோட்டில் எழுதிக்கொண்டான் அவன்.

பலசரக்குக்கடை சுப்பையா.... நூத்தியொண்ணு

புதூர் சொ.மா. சங்கு செட்டியார்.... அம்பது

தேனி சு. ராமையா நாயக்கர்..... இருபது

பி.சி. இருநூற்றிப் பதினாறு.....இருபத்திஐந்து

“தம்பீ... ஒரு நூறுக்கு சில்லறை கொடு...”

“இதுலே... இருவத்தைஞ்சு... புதுப்பட்டி சு.க. சுப்பையா... எழுதிக்கோ... மீதிகொடு...”

இதுவும் சிரமமான காரியம்தான். ரகு திக்குமுக்காடிப் போனான். சிலபேரிடம் நோட்டுகளை வாங்கிப் போட்டுக்கொண்டு பேர் எழுத முடியாமல் திகைத்தான். ஆனால் பணம் கொடுத்தவர்கள் கண் கொத்திப் பாம்பாக இருந்து தம் பெயர் பதிவாகிறதைப் பார்த்துவிட்டுத்தான் நகர்ந்தனர்.

செல்லம்மா அத்தை சில நிமிசங்களுக்கு ஒருதரம் வந்து பார்த்துவிட்டுப் போனாள். அவளுக்கு உள்ளே வேலை சரியாக இருந்தது. பாத்திரம், பண்டங்களாக செய்துவிட்டுப் போகிறவர்களை விசாரித்து லிஸ்ட் எழுதி பொருள்களை அடுக்கி வைத்துக் கொண்டிருந்தாள்.

மூணாவது பந்தியும் முடிந்தது. ரகுவுக்கு பசி கிள்ளியது. யாரிடமாவது ஒப்படைத்துவிட்டு சாப்பிடக் கிளம்ப வேண்டுமென்றால் வகையான ஆள் அகப்படவில்லை.

மாப்பிள்ளைப் பையன் புதுவேட்டி சட்டை மினுமினுக்க அங்குமிங்கும் உலாத்திக் கொண்டிருந்தவன் ரகுவின் அருகே வந்து உட்கார்ந்தான்.

நோட்டை வாங்கி 'வரவு'கள் ஒரு பார்வை பார்த்தான்.

முன்புறப் பந்தலில் கொஞ்சம் கொஞ்சமாக கல்யாணக்களை விடுபட்டு வெறிச்சோடிக் கிடந்தது.

பெண் வீட்டுக் காரர்களில் முக்கியமானவர்கள், சாவகாசமாகப் புறப்பட வேண்டியவர்கள் உட்கார்ந்து வெற்றிலையைப் பதம் பார்த்துக் கொண்டிருந்ததைத் தவிர வேறு கூட்டம் இல்லை.

"ரகுவநீ... கணக்கை முடித்து எடுத்துவச்சிட்டு நீ... சாப்பிடு... வே... ரகுவதியைக் கூட்டிட்டுப்போ..." அத்தைக்கு உத்தரவு போட்டார் மாமா.

ரகு தொகையைக் கூட்டிக் கணக்கிட்டான். மொத்தம் ரெண்டாயிரத்து நூற்றி நாற்பத்தி ஆறு. அவறுதியிட்டு விட்டு நோட்டுக்களை எண்ணலானான்.

கணக்கு உதைத்தது. கூட்டல் தொகைக்கும் பண இருப்புக்கும் வித்தியாசம். வேர்த்து வழிய மறுபடியும் கூட்டினான். தொகையை எண்ணினான்.

பக்கத்தில் உட்கார்ந்திருந்த மாப்பிள்ளையிடமும் கொடுத்து கூட்டச் சொன்னான். கூட்டல் சரிதான். ஆனால் இருப்புத்தொகையில் இருபத்தைந்து ரூபாய் குறைகிறது.

ரகுவுக்குத் தலை விண்ணென்று தெறித்தது.

எத்தனை தரம் சரிபார்த்தாலும் நூறு ரூபாய் குறைபடி.

யாரிடமாவது பணம் வாங்க விட்டுப் போயிருக்குமோ? பேர் எழுதினபிறகு தவறுதலாக பணம் கொடுக்க மறந்திருப்பார்களோ? கூட உட்கார்ந்திருந்தவர் ஆள் எப்படியோ... எண்ணம் பல திசைகளில் அலைந்தது.

கூட்டம்... கூட்ட நெரிசலில் நூறு ரூபாய்க்கு சில்லறை

கேட்டாரே அவர்... சில்லறை கொடுத்துவிட்டு பணம் வாங்க விட்டுப்போச்சோ... ம்... அப்படித்தான் இருக்கும்... அந்த ஆளை எங்கே பிடிச்சு எப்படிக் கேட்கிறது...

மாப்பிள்ளைப் பையன் ரகுவின் திணறலைக் கவனித்துக் கொண்டிருந்தான்.

"என்ன மாமா... கணக்கு சரியா இருக்கா...?"

ரகு பதில் சொல்ல எத்தனிக்கும்போது அத்தை வந்துவிட்டாள் பணத்தை எண்ணி வாங்குவதற்கு.

ரகு சடக்கென்று சட்டை உள் பாக்கெட்டில் கைவிட்டு நூறு ரூபாய் நோட்டை எடுத்து டப்பாவில் சேர்த்தான்.

"எண்ணிப் பார்த்துக்கோங்க... அத்தை... ரெண்டாயிரத்து ஆயிரத்து நூத்தி நாற்பத்து ஆறு... சரியாயிருக்கு..."

அத்தை வாயெல்லாம் பல்லாகத் தெரிய இரு கரங்களையும் நீட்டினாள்.

சாப்பிட்டு எழுந்த ரகுவுக்கு வெற்றிலைப் பாக்கும் புதுவேட்டி துண்டும் எடுத்து வரும்படி அத்தையிடம் சொன்னார் மாமா.

அத்தை கவனிக்காதது போல மரமாக நின்றாள்.

"இருக்கட்டும் மாமா... நா... போகும்போது வாங்கிக்கிறேன்... இப்போ... செல்லூரிலே அரிசிக்கடை வச்சிருக்கிற நம்ம ஊரு செட்டியார்கிட்ட ஒரு தாக்கல் சொல்ல வேண்டியிருக்கு... போயிட்டு வந்துடறேன்..."

ரகு உண்மையிலேயே அரிசிக்கடை செட்டியாரைப் பார்க்கத்தான் கிளம்பினான்.

தாக்கல் சொல்வதற்காக அல்ல. ஊர் போய்ச்சேர இருபத்தைந்து ரூபாய் பணம் வேணுமே... அதுக்காகத்தான்.

❑

15. இப்படியும் ஓர் உலகம்

ரெண்டாவது நாள்.

சீனு சரளைக்கல் மேட்டிலிருந்து கையை ஆட்டியதும் மூலைக்கொருத்தனாக இருந்த பயல்கள் ஒண்ணுசேர்ந்தனர். ஒவ்வொருத்தனிடமும் கை நிறைய கல்.

முதலில் கோபாலு ஒரு கல்லை ‘உச்சி’னான். தொடர்ந்து எல்லோரும் சரமாரியாக வீசினார்கள்.

எறிதாங்காமல் தீனமாகக் கத்தி ஊளையிட்டது அது. வசமாக துண்டு வால்க் கயிற்றால் கட்டி ஆவாரந்தூரில் ‘சுருக்காமுடிக்க’ போட்டிருந்ததனால் இழுக்க இழுக்க முடிச்சு இறுகியது. வட்டம் போட்டு சுற்றி சுற்றி வந்தது. கல்லடி ஒரு பக்கம்; கழுத்தில் கயிறு இறுகும் வேதனை மறுபக்கம்.

நேற்று முதல் முதலில் கல்பட்டதும் சிம்மம் போல உறுமிக்கொண்டு ஆக்ரோஷமாக துள்ளிப்பாய்ந்தது. கோபாவேசமான பாய்ச்சலைக்கண்டு நடுங்கிப் போனார்கள் பயல்கள். பிறகு, கயிறு போட்டு கட்டியிருப்பது ஞாபகத்துக்கு வந்து திடமாக்கிக் கொண்டனர் மனசை. நேரம் ஆக ஆக பயம் குறைந்து உற்சாகம் அதிகப்பட்டது. கண்ட மேனிக்கு கற்களை வீசினார்கள்.

இது புதுவிளையாட்டு மாதிரி இருந்தது அவர்களுக்கு. முந்தியும் இப்படிச் செய்தது உண்டு. என்றாலும் அதெல்லாம் பெரியவர்கள் ஒத்தாசையுடனும் ஏவலுடனும் செய்தவை. வெறிபிடித்து அடங்காமல் கடிக்கிற அல்லது சீக்குப் பிடித்து சாகாமல் வதைந்து கொண்டு வேதனைப்படுகிறதை சுருக்காங்கயிறு மாட்டி கட்டைவண்டி மூக்காணியில் கட்டி பின்புறம் வாரிவிடுவார்கள். கழுத்து சுருக்கி கால்கள் உதற நாக்கு தள்ளிவிடும். அல்லது இந்த மாதிரி கட்டிப்போட்டுக் கல்லெறிந்தே கொல்றதும் உண்டு. பெரும்பாலும் கிறுக்குப் பிடித்ததைத்தான் இப்படி. ஊருக்குள் அது பண்ணின அட்டகாசத்தையும் அழும்பலையும் மனசில் வைத்து பழிவாங்குகிற மாதிரி ஒவ்வொருத்தனும் கல்லால் அடித்து நொறுக்குவான்.

‘யாரோ வருகிறார்கள்!’

சீனு கையை உயர்த்தி ஆட்டுகிறான். அவ்வளவுதான். பசங்கள் ஆளுக்கொரு மூலையில் சிதறி ஓடைகளுள் சீமைக் கருவேலம் புதர்களில் சொருகிக் கொண்டார்கள்.

வந்தவர் வேறுயாருமில்லை; கோபாலுவின் பெரியப்பா திருப்பதி நாயக்கர், சீனுவைப் பிடித்துக் கொண்டார்.

“லே.... சப்பாணி மகனே-சீனு தகப்பனாருக்கு பட்டப்பெயர் சப்பாணி - உள்ளதெச் சொல்லு. யார்ரா இதெப் பிடிச்சு கட்டுனது...?”

சீனு கம்மென்று இருந்தான்.

“ஏண்டா ஓங்களுக்கு போங்காலம் பிடிச்சு ஆட்டுதா... இப்படிச் செய்றீக... இது ஓங்களோட போகுமா...”

“நா இல்லே மாமா.... சும்மா வேடிக்கை பார்க்க வந்தேன்... எனக்குத் தெரியாது...”

“கொஞ்ச நேரத்துக்கு முந்தி கல்லைக்கொண்டு எறியலை நீ... கண்ணுமுழியைத் தோண்டிப்புடுவேன்... சொல்லு... ஒஞ்சேக்காளிக எங்கே... படுக்ககளிப்பயமக்களா...” என்று கையை ஓங்கினார்.

ஓங்கினதுதான் தாமசம், பயல் ஏழூருக்கு எட்டுகிறாப்போல ஊளையிட்டு பலமாக அழ ஆரம்பித்தான். நாயக்கர் அவனைவிட்டு விட்டார். இது ஒரு சாகசம் அவனிடம்.

“புள்ளைகளாவா பொறந்திருக்கீக... வானரப்படை..... எங்க காலத்துலே இப்படியா...” சலித்துக் கொண்டார்.

பாவம்; வெயிலுக்கு நாக்கை வெளியில் நீட்டக்கூடத் திராணி இல்லாமல் ஓய்ந்து கிடந்தது அது.

ஒரு நிமிசம் யோசனை செய்து தயங்கிவிட்டு நடந்தார் திருப்பதி நாயக்கர்.

‘கிட்டப் போய் அவுத்துவிட்டிருக்கலாமோ?.... சே... அது கிடக்குற கிடப்புலே அவுத்ததும் நம்மேயே பாஞ்சு கடிச்சதுன்னா என்ன செய்றது... ம்... வேணும் வேணும் அந்த பட்டாளத்துக்காரப் பயலுக்கு இதுவும் வேணும்; இன்னும் வேணும்... திமிருப் பிடிச்சபடுவா... இப்ப என்ன பண்ணுவான்?’

*

பத்து தினங்களுக்கு முந்தி ஒருநாள் அந்த பட்டாளத்துக்கார மேஜர் வீட்டுக்குப் போயிருந்தார் திருப்பதி நாயக்கர்.

ஊருக்குள் ஒரே அவலாதியாகக் கிடந்தது. மேஜர் கொண்டு வந்திருக்கும் அந்த நாய் செய்கிற அக்கிரமத்தைப் பற்றிதான். இதுக்கு முன்பு இதே ஊரில் ஒரிஜனலாக ஜாதி நாய்கள் இருந்திருக்கின்றன. உசுக்காட்டிவிடாமல் அறுத்துப்போட்ட கோழியைக் கூடத் தொடாது. அதுதான் லட்சணம் வீட்டுநாய்க்கு ஏன், வேட்டைப்பிரியத்துக்கு வயசுலே திருப்பதி நாயக்கர்கூட சரியான சிப்பாறை ரெண்டு வைத்திருந்தார், ராம லட்சுமணர்மாதிரி. ஜமீந்தார் ஒருத்தர் ஒற்றைக்காலிலே நின்று கொண்டுபோய் விட்டார் அவைகளை.

இது ஒரு களவாணிக் கழுதை. தெருவில், ஆட்டுக்காரர்கள் கிடையில் பால் குடிப்பாட்டிப் பத்திவந்த பச்சைக்குட்டிகளைக் கடித்து சேதப்படுத்திவிட்டது. ஏகாலி வளர்த்துவந்த ‘பண்ணிக்குட்டி’களில் ஒன்றைக்காணோம். கோழிக்குஞ்சுகள்... இப்படிச் சில்லறை பண்ணிக்கொண்டேயிருக்கிறது. ஒருவனாவது மேஜரிடம் போய் என்னன்னு கேட்க நாதியில்லே. பயம்.

அந்த மனுஷனும் அப்படித்தான். ஊரோட ஒட்டிப் பழகுவதில்லை. சின்ன வயசுலே ஒரு களவு செய்து அகப்பட்டு ஊருக்கு கட்டுப்படாமல் பட்டாளத்துக்கு ஓடிப்போனவர். முப்பத்தைந்து வருஷங்கழித்து வந்த அவரை ஊர்க்காரர்களுக்கு அடையாளமே தெரியவில்லை.

வந்த மனுஷன் யாரோடும் ஒட்டவில்லை. வேண்டுமென்றே ஊரைவிட்டு ஒதுங்கி வீடு கட்டிக் கொண்டார். ஆள் நெட்டைக் கொக்கு மாதிரி வளர்த்தி. சின்ன நொங்கு மூஞ்சி, மூக்கையும் உதட்டையும் மறைத்து பெரிய மீசை. கரையான் அரித்த மாதிரி சின்ன கிராப்பு. முட்டை விழிகள் என்னேரமும் தீக்கங்குமாதிரி சிவப்பாயிருக்கும்.

எல்லோரும் முறையிட்டதன்பேரில் தான் திருப்பதிநாயக்கர் மேஜரைத் தேடிப்போனார். அவர் பிரம்பு நாற்காலியில் ரட்ணக் கால்போட்டு உட்கார்ந்து சுருட்டுப் பிடித்துக் கொண்டிருந்தார்.

நாயக்கர் தமது பிரசன்னத்தை ஒரு செருமலினால் தெரியப்படுத்தினார். எச்சிலைக்கூட்டி முழுங்கிக்கொண்டே மறுபடியும் கனைத்தார்.

ஏறிப்பட்டுப் பார்க்காமல் அலட்சியமாக இருந்தார் மேஜர். வேணுமென்றே அவமானப்படுத்துவது நாயக்கருக்கு தெரிந்துவிட்டது. திரும்புவோமா என்று யோசித்தார். 'வந்தது வந்தாச்சு எதுக்கும் ஒருவார்த்தை கேட்போம்' என்ற வலிய முன்னால் நின்று பேச்சை ஆரம்பித்தார்.

"ஒரு விஷயம்..."

"....................."

"நம்ம நாய்.... ஊருக்குள்ளே ரொம்ப அவலாதியா இருக்கு... புள்ளெ குட்டிங்களைக்கூட கடிக்க ஆரம்பிச்சுட்டது... கொஞ்சம்...."

மேஜர் எழுந்தார். எழுந்தவர் சுருட்டை வீசியெறிந்துவிட்டு அட்டகாசமாகச் சிரித்தார்.

"ஹஹ்... ஹா... ஹ்ஹா.... அப்படித்தான்.... அப்படித்தான்.... ஒனக்கென்ன மேன் தெரியும்... செகண்டராபாத்லே ஒன்டயம்... ஆபீஸர் மெஸ்ஸிலே வேலை செஞ்ச மலபார் பாய்... குவார்ட்டஸ் பக்கம் வந்திருக்கான். அப்படி.... அப்படியே.... பாஞ்சு தொடையைப் பிச்சு எடுத்திருச்சு.... ஹஹ்...ஹா... நான் நானே.... மைசெல்ப் செலவழிச்சு க்யூர் பண்ணினேன்.... ஏன், ஜெபல்பூர் சிக்னல்லே கூட இருந்த ஆர்டர்லி தொண்டை.... அப்படி.... அப்படியே..." கண்களை உருட்டி உற்சாகமாக பம்மிப் பாவலா செய்து ரெண்டு கைகளையும் மாறி மாறி நீட்டி திருப்பதியை நெருங்கினார். பத்து விரல்களும் நீண்டு நீந்தி வருவது என்னமோ போல் இருந்தது. உதறல் எடுக்க ஆரம்பித்துவிட்டது திருப்பதிக்கு மெல்ல பின்னடித்தார்.

இதுக்குள் எங்கிருந்தோ அந்த எழவெடுத்த சனியன் வேறு வந்து தொலைந்துவிட்டது. கூரான கோரைப் பற்களைக் காட்டி நாக்கை ஒருமுழம் நீட்டி வெறியுடன் மோப்பம் பிடித்தது.

"ஹா...ஹி...நா...வாரேன் பதிலுக்குக்கூட காத்திருக்கவில்லை திருப்பதி"

மந்தையில் கசமுசவென்று கூட்டம். இளவட்டங்கள் குமுறிக்கொண்டிருந்தனர். மேஜர் சொன்னதை கொஞ்சம் காரம் சேர்த்து ஒப்பித்து ஆத்திரத்தை விசிறி விட்டார் திருப்பதி நாயக்கர்.

"நா... என்னப்பா செய்றது. எம்புட்டோ எடுத்துச் சொன்னேன். நாயைக்கட்டிப் போடும்... இல்லேன்னா நடக்கிறது வேறேன்னு.

அவன் மசியலை... ரெட்டைக்குழல் துப்பாக்கியை எடுத்துக் காட்டுறான்.... எவனாச்சும் எந்நாய் விஷயத்துலே தலையிட்டான்னா தெரியும் சங்கதி..ங்கிறான்...'' என்று அள்ளிவிட்டார்.

தொடர்ந்து அவருடைய மச்சினர் புளுகுணி தாத்தன்னா ‘என்ன மாமா...! அவன் அந்த பெரிய பீரோவைத் தெறந்து அடுக்கு அடுக்கா ரூவா நோட்டைக் காட்டி... வே... இத்தனையும் ஒங்க ஊருக்காரங் களைச் சுட்டுப்பொசுக்கிட்டு போலீசைத் தன்னக்கட்டத்தான் வச்சிருக்கேன்னு சொன்னான்’னு சொன்னீகளே நேத்து'' என்று வீசனார். உண்மையில் திருப்பதி அப்படிச் சொல்லவில்லை. இருந்தாலும் மச்சினர் கைச் சரக்கை மறுக்கவும் இல்லை.

கூட்டத்தில் ஒருவர் நேத்து கிராமின்சு சொன்னாரு... பயமேசரு சொன்னானாம். ... எந்தப்பயலாவது பதிவு போடலைன்னா லோன் கெட்டலைன்னா சொல்லுங்க... ஏலத்துகு கொண்டுவாங்க... நான் எடுக்கிறேன் ஏலத்துலே அவன் நிலத்தை அப்படின்னு'' என்றார்.

“அந்த படுக்காளிப் பய பெட்டி நிறையத்துட்டைக் கொண்டுவந்து நம்ம வீடு காடுகளைப் புடுங்கிக்கிட்டு நமக்கு ஒரு எடுத்துக்கொடுக்கப் போறானா?... செய்வான்... செய்வான் படிக்கவன்... பணக்காரன் சலுக்காரும் போலீசும் அவன் பேச்சைத் தானே கேக்கும்''

*

அதே நேரத்தில் ஊருக்கு மேற்கே கம்மாய்க்கரையில் பழனி மரத்தில் ஏறி உலுப்பிய புளியம்பழங்களை தனது பரிவாரங்களுக்கு ‘பகுந்து’ கொடுத்துகொண்டிருந்தான்.

சீனு தான் பேச்சைத் தூண்டினான்.

“அந்த மேசரு பெரிய்...ய துப்பாக்கி வச்சிருக்காராமே...''

“ம்... பெரிய்...ய துப்பாக்கி.... இவன ஒருத்தன், நம்ம பழனி கவட்டை வில்லுக்கு பதில் சொல்லுமா அந்த துப்பாக்கி....''

கோபாலுவைத் தொடர்ந்து ராம அப்பவும் “அதானே... அவரு துப்பாக்கியை எடுத்து மருந்து கிட்டிச்சு குறிபார்க்கிறதுக்குள்ளே நம்ம பழனி... ஒரு கல்லை எடுத்து எச்சியைத் தொட்டு குறிபார்த்தான்னா... அம்புட்டுத்தான்... மேசரு டொப்பி கழண்டு போயிரும்...''

பயல்களிடம் சிரிப்பு கலகலத்தது.

பழனி இதில் கலந்து கொள்ளவேயில்லை. அவன் வேறு ஏதோ யோசனையிலிருந்தான்.

“அந்த நாயி நேத்துக்கூட மக்காளியோட பெரிய செனப் பண்ணியைக் கடிச்சு வவுத்தெக் கிழிச்சுட்டது. பாவம். மக்காளியும் அவன் பொஞ்சாதியும் அழுதுகிட்டே போனாங்க...”

“மேசரு... முன்னேயெல்லாம் தினமும் நாய்க்கு ஒரு எடை கறிவாங்கிப் போடுவாராம்... இப்ப இல்லேயாம். அதான் இப்படி...” பழனி பலமான யோசனையிலிருந்து மீண்டான்.

“லே... சீனி! போயி ஒங்கவீட்லே மண்டைவெல்லம் ஒரு உருண்டை கொண்டு வா... போ... போ... எதுக்குன்னு கேட்காதே... ஆமா...”

சீனு ஓடினான். ராமாசாமியை “வண்ணாக்குடியிலே அந்த பெரிய பொட்டெ நாயை ஏய்ச்சு அணைச்சுக் கூட்டி யா” என்று விரட்டினான் பழனி.

பழனியை குட்டிப்பயல்களுக்கு மட்டுமில்லாமல் ஊர் நாய்களுக்கும் ‘ராசா’ என்று தான் சொல்லணும். அந்த ஊர் நாய் களெல்லாம் அவன்மேல் விழுந்து விளையாடும். பார்ப்பவர்களுக்கு அதிசயம். ‘பய உடம்புலே எதாச்சும் நாய்வாசனை வீசுமோ... எந்நேரமும் நாய்களோடே அலையுறானே... வசியம் கிசியம் வெச்சிருப்பானோ’ என்று. எப்பேர்பட்ட கடிநாயும் அவன் முன்னால் வாலை மடக்கி, வீசி ஆட்டும்.

அவை சோடி சேருகிற நாட்களில் ரெவ்வண்டா தனிச்சு சேரவிட்டு மற்றதுகளை விரட்டியடிப்பான். கடைவாசலில் கழிவு தூசி வெல்லத்தை வாங்கி நாய்களிடம் போட்டு நக்கவைப்பான். ரொம்ப பிரியம் கொண்டாடுகிற மாதிரியே திடீரென்று வக்கிரமும் முளைத்துவிடும் அவன் மனசில். “முரட்டு நாய்களை பொட்டை நாய்களை வைத்தோ வெல்லத்தைக் காட்டியோ பாழுங் கிணற்றருகே கொண்டுபோய் சரசமாடுவான். திடுப்பென்று உள்ளே தள்ளிவிட்டு ஒண்ணும் அறியாத மாதிரி நகர்ந்துவிடுவான். நாலைந்து நாடகள் பரிதாபமான ஊளைச்சத்தம் இரவு நேரங்களில் ஊரை உலுக்கியெடுக்கும்.

ஒரு கெட்ட பழக்கம் உண்டு அவனிடம். தினவெடுத்த ஆண் நாயின் கவட்டுக்குள் கையைக்கொடுத்து ‘அது’வைப் பிடித்து ஆட்டுவான். ‘சொகத்தில் பல்லைக்காட்டிக் கொண்டு சொக்கி நிற்கும்

அது. பலசந்தர்ப்பங்களில் வேணுமென்றே பெண்களுக்கு மத்தியில் இருந்துகொண்டு ஆண் நாய்களை 'சொடக்கு' போட்டு கூப்பிடுவான். அதுவந்து தயாராக காலைத் தூக்கி காட்டிக்கொண்டு அவனருகே நிற்கும். பெண்கள் இந்த அசிங்கத்தைச் சகிக்காமல் கையில் அகப்பட்டதை எடுத்து நாயையும் பழனியையும் மாறி மாறி மொத்துவார்கள். அவனுக்கு இது ஒரு அலுக்காத விளையாட்டு.

கிராமத்து பெரியவர்கள் பழனி விஷயத்தில் தலையிடாததற்கு காரணங்கள் பல. அவன் தகப்பன் படுபோக்கிரி. அதுமட்டுமல்ல பழனி கையில் ஒரு பட்டாளத்தையே வைத்திருந்தான். அவன் ஏவலில், எந்தப் புஞ்சையிலும் தோட்டத்திலும் அழிவு செய்யத் தயங்கமாட்டார்கள் அந்த சிறுவர்கள். பல பெரிய வீட்டு ரகசியங்கள் தாட்சண்யமில்லாமல் சுவர்களில் அரங்கேற்றமாகிவிடும்!

நீண்ட கருவமுளைக்கம்பின் நுனியில் கண்ணி மாதிரி பலமான கயிற்றில் சுருக்கு முடிச்சு. கையில் வெல்லமும் பொட்டை நாயும்.

அதுவும் சாமானியப் பட்டதில்லை. லேசுக்குள் மசியவில்லை. வெல்லத்தை மோந்து கூடப் பார்க்க மறுத்தது. உர்ர்... உர்ர்...ரென்று முகத்தை தூக்கிக்கொண்டு பிணங்கிப் பார்த்தது. பதிலுக்குப் பெட்டையும் 'உர்ரட்டாம்' போட்டது பயமில்லாமல். அதுக்கென்ன பயம், அருகில் பழனி இருக்கும்போது.

மேஜர் வீட்டில் இல்லை. டவுனுக்குப் 'பிஞ்சின்' வாங்கப் போனவர் வரவில்லை இன்னும். அதுவும் ஒருதோதுதான்.

வேலைக்காரன் வெளியேறி வந்து "தம்பி, அது கெட்ட சாதிக் களுதெ.... சொல்லிட்டேன். அதோட வெளையாடாதே..." என்று சொல்லிவிட்டு உள்ளே புகுந்துகொண்டான்.

கழுத்து மாட்டிக்கொண்டது. சரியான புளிச்ச நார்க்கயிறு. அதனால் முன்னுக்கு பாய்ந்துவர முடியவில்லை, பழனி ஸ்டெடியாக கம்பை நீட்டிப் பிடித்துகொண்டதால். பின்னுக்கும ஓட முடியவில்லை; கழுத்து சுருக்குகிறத. கொஞ்ச நேரம் மல்லாடிப் பார்த்து ஓய்ந்து விட்டது.

இதுக்குள் கூட்டாளிகள் கூடி விட்டார்கள். எல்லோருமாகச் சேர்ந்து பக்கத்திலிருந்த ஓடை வழியாக மறைவாக இழுத்துக் கொண்டுபோய் களத்துமேட்டில் படர்ந்திருந்த பெரிய ஆவரந்தூரில் கட்டினார்கள்.

சந்தோஷத்தில் குதியாளம் போட்டார்கள். கைகொட்டினார்கள். விசிலடித்துபாடினார்கள். ஒரு துடியான பயல் "லே... மேசரு... நீ... புடுங்கிருவயா... ஹெஹ்.... ஹே... ஹெஹ்...." என்று கூவினான் ஊரைக் கடந்து மேஜர் வீட்டுக்கு கேட்கும்படியாக.

மேஜரைக் காணவில்லை. இந்த சங்கதியைச் சொல்ல மேஜரைத் தேடி வேலைக்காரனும் டவுனுக்குப் போயிருப்பதாகச் சொன்னார்கள் சிலர். மேஜர் வீட்டுக்குள்தான் இருக்கிறார்; வீம்பு பிடித்து 'எவன் நாயைப் புடிச்சுட்டுப் போனானோ அவனே கொண்டு வந்து கட்டணும்' என்று இருப்பதாகவும், தன் நாய்க்கு ஏதாவது நேர்ந்துவிட்டால் அதைக் சாக்கிட்டு இந்த ஊரிலுள்ள அத்தனை பேரையும் ரெட்டைக் குழல் துப்பாக்கியால் சுட்டுப் பொசுக்குவேன் என்று திருப்பதி நாயக்கரிடம் சவால் விட்டதாகக் கூடப் பேசிக் கொண்டனர் சிலர். உண்மை தெரியவில்லை.

பெரியவர்கள் பயல்களை வெளிப்பார்வைக்கு அரட்டி, அடிக்கப்போவதாக மிரட்டினர். மனசுக்குள் பயல்களின் கெட்டித் தனத்தை மெச்சினார்கள். இளவட்டங்கள் பகிரங்கமாக சிறுவர்களை குஷிப்படுத்தினர்.

ராத்திரி சாமத்தில் அடிக்கொருதரம் திடீரென்று எழும் பரிதாபமான அழுகுரலில் ஊளைச் சத்தம் ஏதோ தீங்கு விளையப்போவதன் அறிகுறி என்று பெண்கள் பயந்து பேசிக்கொண்டார்கள்.

*

மத்தியான வெயில். அநேகமாக இன்னும் கொஞ்சநேரத்தில் அது மண்டையை உதறி விடும் போலத் தெரிகிறது. அதுக்குள்ளே ஒரு போட்டி பசங்களுக்கு.

'யார் எறியில் அதன் உசிர் போகப் போகிறது?'

குரைக்கக்கூட சத்து இல்லாமல் விழுந்துகிடக்கிற அதை பயல்கள் விட்டபாடில்லை. வேலையை நடத்திக் கொண்டிருந் தார்கள்.

திடீரென்று சீனு ஆள் வருகிற சைகை காட்டினதும் கலைந்தார்கள் எல்லோரும்.

வந்தவர் அந்த ஊர்க்காரர் இல்லை. வழக்கமாக கையில்

செம்பு எடுத்துக்கொண்டு பாட்டுப் பாடி வீட்டுக்கு வீடு அரிசி வாங்குகிற பாகவதர். மூக்கு நீளமாக, உச்சிக் குடுமியுடன் எந்நேரமும் சிரிப்பாணி பொங்கும் அவரைப் பையன்களுக்கு ரொம்பப் பிடிக்கும். குஷியோடு அவர்கூடத் தாளம்போட்டுப் பாடுவார்கள் ஆடுவார்கள்.

அவர் பையன்களைக் கூப்பிட்டார். மெல்லிய குரலில், "தம்பிகளா... நல்ல பிள்ளைக... நீங்க இப்படி செய்யலாமா... பாவம்..." என்று நயந்தார்.

பழனி முரட்டுத்தனமாகச் சீறினான்.

"போங்க தாத்தா... உங்க சோலியைப் பார்த்து... அந்த மேசருப் பய பண்ற அக்ருவம் ஒமக்கென்ன தெரியும்... "

மற்றப் பையன்களும் அவரை மொலுமொலுவென்று பிடித்துக் கொண்டனர். வாயெடுக்க முடியவில்லை அவர். பயல்களின் பிடிவாதமான முரண்டைப்பார்த்து 'நமக்கென்ன பொல்லாப்பு' என்று நடந்தார்.

மனசு கேட்கவில்லை.

"தம்பிகளா... தப்பு செஞ்சா... அந்த மேசருப் பயலை அடியுங்கோ... வாயில்லாச் சீவன்... நன்றிக்கு நாய்னு பேரு... விட்டுருங்கோ... அழிம்பு பண்ணினானே அந்த மனுஷனை அடிச்சு நொறுக்கு... சம்மதம்... இது பாவம்..." என்று ஆவேசமாகக் கத்திவிட்டுப் போனார். அந்த சிரிப்பு பொங்குகிற முகம் மாறி அழுதுவிடுவாரோ என்று பாவமாக இருந்தது அவரைப்பார்க்க.

அந்நேரத்தில் ராசு குரல் தெறிக்க ஓடிவந்தான். இடக்கையால் டிரவுசரை நழுவாமல் பிடித்துக்கொண்டு 'கேஸு பூஸு' என்று இளைத்தான். நா குழறியது. திக்கித் தடுமாறினான்.

"மேச..ரு... மேசரு வாராரு..."

"நெசம்மா வா...?"

"சத்தியமா... சாமி சத்தியமா... அதோ... அதோ..."

அவன் காட்டிய திசையில், ஊருக்குள்ளிருந்து கால்முளைத்த பனைமரம் மாதிரி வேகு வேகு என்று வந்து கொண்டிருந்தார் மேஜர்.

பழனி கம்பீரமாக நிமிர்ந்து மற்றவர்களை ஒரு பார்வை பார்த்து,

"ஒருத்தனும் நகரக் கூடாது. ஆளுக்கு அஞ்சாறு கல் ரெடியா வச்சுக்குங்க..." என்றான் கண்டிப்போடு.

மேஜர் சிவந்த கண்களுடன் மீசை துடிக்க களத்துமேட்டில் எட்டு வைத்ததுதான் தாமசம், பழனி பலத்த குரலில் கத்தினான்.

"அடிங்கடா... இந்தத் தாயளியை..."

பயமறியாத இளங்கன்றுகளுக்கு உற்சாகம் கரை புரண்டுவிட்டது. கற்கள் பறந்தன. உடம்பு வலுவையெல்லாம் தோளில் ஏற்றி சர்சர்ரென்று வீசினார்கள்.

கொஞ்சமும் எதிர்பார்க்காத இந்த தாக்குதல் மேஜரை நிலைகுலையச் செய்துவிட்டது. ஆத்திரத்தில் உடம்பு படபடத்தது. கைகால் ஓடவில்லை. சரமாரியாகக் கற்கள்... முதுகில், முகத்தில் தலையில் நெற்றியில்... ரெண்டு கைகளாலும் முகத்துக் கேடயம் மாதிரி மறைத்துப் பார்க்கிறார். முடியவில்லை. பயல்கள் மானாங்காணியாக வீசுகிறார்கள். இந்த இடத்தில் என்றில்லை. மூக்கில் ரத்தம் ஒழுகி சட்டை நனைகிறது. கண்களில் பூச்சி பறக்கிறது...

சோர்ந்து தடுமாறிக் கீழே விழுந்தவர் கொஞ்ச நேரத்தில் எழுந்து சுற்றுமுற்றும் பார்க்கிறார். ஒருவரையும் காணோம்.

மனம் நிறையப் பழிவாங்கும் கொதிப்போடு கறுவிக்கொண்டு அந்த கிராமத்தை நோக்கி நடந்தார்.

*

தன் எஜமான் மீது கல் விழுந்ததும் ரோஷத்தோடு சக்தியை யெல்லாம் கூட்டி எம்பித்தாவி வீழ்ந்த அப்... உசிர்போய்விட்டது அதுக்கு.

யாரும் அதைக் கவனிக்கவில்லை.

◻

16. பங்கீடுகள்

அந்தப் பாதையில் பெரியவர்களுடன் குட்டியும் குறுமான்களும் கூட்டமாக அலுமினியத் தூக்குச்சட்டி தகரவாளிகள் சகிதம் விரைவதைப் பார்த்தபோது மரத்தடியில் நீட்டமுடியாத, நீட்டினால் மடக்கமுடியாத முழுக்காலைத் தடவிக்கொண்டு அமர்ந்திருந்த சுப்பா நாயக்கருக்கும் ஆசை அலை மோதியது மனசில்.

இது இரண்டாவது கோஷ்டி. பொழுது புறப்படாமல் செங்கமங்கலாக இருக்கும்போதே பத்துப் பதினைந்து பேர் கிளம்பிப் போய்விட்டார்கள். அப்போ நாயக்கர் குப்பைக் கிடங்குப் பக்கம் இருந்துகொண்டே அவர்கள் பேசுவதைக் காதுகொடுத்துக் கேட்டார். ரகசியம் பேசுவதைப் போல கிசுகிசுப்பு. அந்தக் கூட்டத்தில் சன்னாசியும் திருப்பதியும் தெளிவாகத் தெரிந்தனர்.

இருவரும் கையில் ஆளுக்கொரு இறைவெட்டி வைத்திருந்தார்கள். முன்னால் போன ஆள் கிட்னையா மாதிரித் தெரிந்தது. எதையோ நீளமாகச் சுற்றிக் கையில் வைத்திருந்தான். இன்ன சோலிக்குத்தான் போகிறார்கள் என்று நிதானிக்க முடியவில்லை. அவர்கள் போக்கிலிருந்து.

இப்போ எல்லாம் வெளிச்சமாகிவிட்டது.

போன வருசம் குத்தகைக்கு எடுத்த சவளைக்காரன் சல்லடையாய்ச் சலித்தபிறகு அதில் என்ன மிச்சம் இருக்கும்? மழையே இல்லையே, தண்ணி உருளப்பெய்த ஒண்ணு ரெண்டு காட்டுத் தூறல்கள் வரத்து மீன் வருவதற்கும் மார்க்கமில்லை. குளத்துமீன் அதுக்குள்ளே என்ன கெலிச்சிருக்கும்?

செங்குளத்து மீனைப் பற்றி நினைக்கும்போதே நாயக்கருக்கு வாயில் நீர் சுரந்தது. அந்தக் கம்மாய்க் கெளுத்திக்குத் தனி ருசிதான். மூணாம் வருடம் மறுகால் போனது அதே வருடம் கோடையிலும் மழை சக்கைப் போடு போட்டது. தண்ணீர் வற்றவேஇல்லை. போன வருஷக் கோடை வரைக்கும். மீன் பாசி குத்தகைக்கு எடுத்தவன் பாடு யோகம்தான்.

கைத்தண்டி கைத்தண்டி கெளுத்தி மீன்கள். கூடை கூடையாக சிவகாசிக்கும் விருதுநகருக்கும் தான் போனது விற்பனைக்கு.

உள்ளூரில் பிரியப்பட்டவர்களுக்குக்கூடக் கிடையாது. கேட்டவர்களுக்கெல்லாம் மொத்தமாகக் காண்ட்ராக்டாப் பேசிட்டோம் என்று சொல்லிவிட்டான் குத்தகைக்காரன். விருதுநகரிலும் சிவகாசியிலும் சொன்ன விலை கிடைக்கும் இங்கே கிலோ பதினைஞ்சு ரூபாய் போட்டு வாங்குவார்களா?

வலி எடுத்த முழங்காலை நீவி விட்டுக் கொண்டார் நாயக்கர். வலது முழங்கால் சிப்பி தெரியாமல் மொந்தையாக வீக்கம். பத்து வருஷமா இப்படித்தான். பார்க்காத பண்டு தம் கிடையாது. இப்போ வாரத்துக்கொருதரம் வெள்ளாவிப் பொதியிலே முழங்காலை ஒத்தி ஒத்தடம் கொடுக்கிறதிலே கொஞ்சம் மட்டுப்படுகிறது.

மெல்ல மெல்ல கம்மாய்ப் பக்கம் நகர்வோமா என்று சபலப்பட்டபோது தன் சம்சாரம் கேப்பை காயப் போடச் சொன்னது ஞாபகத்துக்கு வரவே வீடு திரும்பினார்.

இடக்குப் பண்ணுகிற காலை என்னதான் மெதுவாக நகர்த்தினாலும் சுளுக்கிடும் போது எல்லாம் வலி உசிர் போகிறது.

“நேத்து அழுக்கெடுத்த ஏகாலி கிட்டே வெள்ளாவி என்னிக்குன்னு கேடக மறந்துட்டது. போனதும் ஞாபகமாகக் கேட்கணும்” என்று முணுமுணுத்தபடியே அடியெடுத்து வைத்தார் நாயக்கர்.

பின் பக்கம் தொலைவில் இரைச்சல் கேட்ட மாதிரி இருந்தது. கண்களை இடுக்கி கையை நிழலாக வைத்துக் கொண்டு பார்வையை எட்டுகிற மட்டும் நீட்டினார் கிழவர்.

குளத்து வாகரையிலிருந்த கூட்டம் சத்தம் போட்டுக்கொண்டே ஊரை நோக்கி வந்து கொண்டிருந்தது.

நாயக்கர் கொஞ்ச நேரம் நின்றார்.

வாய்க்கு வந்தபடி புலம்பிக்கொண்டு வெறும் சட்டிகளையும் வாளிகளையும் வீசிக்கொண்டு வந்தனர். நாயக்கர் மரத்தடியில் உட்கார்ந்திருந்தபோது போனவர்கள்தான் இவர்கள்.

“இவங்களுக்குத்தான் சொந்தமோ...?”

“இவங்க ஆத்தா புருஷன் மாரா குளம் வெட்டினாங்க...”

“இவங்க தான் திங்கணுமோ...”

ஒரு இளவட்டம் கொதித்து எழுந்து, "போங்கடா பொசை கெட்ட பயல்களா, இங்கிட்டு வந்து குரைக்கிறீங்களே, என்கூட ஒருத்தன் நில்லுடா... அந்தப் பத்து படவாக்களையும் சமாதி வைப்போம்னேன் கேட்டீங்களா..." என்று எரிச்சல்பட்டான். அந்தக் கூட்டத்துக்கு ஒதுங்கி வழிவிட்டு ஒருவனிடம் விசாரித்தார் நாயக்கர்.

கண்மாயில் தண்ணீர் ரெண்டு வெட்டுக் கிடங்கில் மட்டும்தான். விடியும் முன்பு போனவர்கள் அந்த ரெண்டு கெடங்குகளையும் காத்துக் கொண்டனர். தண்ணீரை இறைவெட்டிப் போட்டுக் கடத்திக் கொண்டிருந்தபோது இந்த ரெண்டாவது கோஷ்டி இறங்கியிருக்கிறது. அவர்கள் காற்றுக்கொண்ட கிடங்குகளில் இவர்களை இறங்கவிடவில்லை. இது தான் விஷயம்.

"அதில்லே... தாத்தா... அங்கேயும் சங்கதி ஒண்ணுமில்லே. உழைச்ச கூலிகூடத் தேறாது. மொத்தத்திலே குறுமணி மீன்கூடக் கிடைக்காதுண்ணு தெரிஞ்சது. இதுக்குப் போய் சண்டை போட்டுக்கிட்டு..." என்று காரணம் சொல்லி, சமாதானப்பட்டுக் கொண்டே போனான் ஒருத்தன்.

நாயக்கர் இருபது வருஷத்துக்கு முந்தின கதையை நினைத்துக் கொண்டார்.

இதே குளம்தான். அப்போ சர்க்கார் மீன்பாசி கிடையாது. ஊருக்குப் பொதுவில் வலைக்காரனுக்குச் சம்பளம் கொடுத்து வீசுவார்கள். கிடைச்சதைத் தலைக்கட்டுக்கு இவ்வளவுன்னு சமமாகக் கூறுபோட்டுக் கொடுப்பார்கள். ஒரு நாள் விட்டு ஒரு நாள் அயிரை... கெளுத்தி... வெராலுகூட கிடைக்கும் ஆராமீன்... ஆங்.. ஆராமீன்... மூஞ்சி ஊசியாய் நெளுநெளுன்னு இருக்கிற அந்த ஜாதி மீன் ருசியே தனிதான். அதை இப்போ காணவே முடியலை. அதுமட்டுமா... குரவை கூட இந்தப் பக்கம் அதிசயமாகிவிட்டது!

இப்போ கிடைக்கிற கடல் மீனும் சிலேப்பிக் கெண்டையும் வெக்கோலைத் தின்ன மாதிரி சவசவன்னு ஒரு ருசியுமில்லே மண்ணு கணக்கா...

அதிலும் நாயக்கருக்கு ரெட்டை யோகம், கீழ்த் தெருவிலே பொன்னம்மான்னு ஒருத்தி புருஷன் அவளை விட்டு விட்டு ரெங்கத்துக்குப் போனவன் வரவேயில்லை. அந்தப் பொன்னம்மாவோட கொஞ்சம் 'இது' உண்டு நாயக்கருக்கு. நித்தமும் சாமத்திலே போய்க் கதவைச் சுரண்டுவார். கோழி கூப்பிட்ட பிறகுதான் வீடு திரும்புவார்.

அந்த நேரத்திலும் கூட ரெண்டு பேரும் "பேசி" முடிந்த பிறகு, அடுப்பு மூட்டி களியைக் கிண்டி... சுடச்சுடக் களியும் மீன்குளம்பும் இப்ப நினைச்சாலும் மனசு கிளுகிளுக்கிறது. இந்தக் கிளுகிளுப்பு மீன்குளம்பு ருசிக்கா, செக்கச் செவந்த கிண்ணென்று திமிசுக்கட்ட மாதரி மார்புகளுடன் கட்டுக் குலையாதிருந்த பொன்னமாவுக்காகவா?

ஒரு நாள் திடீரென்று அவள் புருஷன் வந்து அவளை அழைத்துக்கொண்டு கும்பகோணம் போய்விட்டான். நாயக்கர் தான் வண்டி கட்டி ரெயில் கெடியில் கொண்டு போய் விட்டுவிட்டு வந்தார்.

ஒரு வருஷம் பக்கத்துப் பட்டிக்காரர்களும் வலைகளை எடுத்துக்கொண்டு வந்து விட்டார்கள் கம்மாய்க்கு. சங்கதி தெரிந்து இங்கே வீட்டுக்கு ஒரு ஆள் வீதம் ஊர் பூராவும் திரண்டு கத்தி, கம்புகளுடன் கரையில் நின்று விட்டார்கள். கலகமாகி, கொலை வரைக்கும் போய்விட்டது. பிறகு ஏழூர் பஞ்சாயத்து நடந்து மீன்பிடி பாத்தியத்தை இந்த ஊர்க்காரங்களுக்கே என்று ஆகிவிட்டது.

எதிரிகளும் சும்மா விட வில்லை. சர்க்காருக்கு எழுதிப்போட்டு மீன்பாசி குத்தகைக்குக் கொண்டு வந்துவிட்டார்கள்.

நினைவுகளை அசை போட்டுக்கொண்டே மெதுவாக நடந்த நாயக்கரை உரசிக்கொண்டு ஒரு பொடிப்பயல் வேகமாக ஓடினான். அவன் கக்கத்தில் ஈரமான ஒரு பொட்டலம், மேல் துண்டால் போர்த்து மறைந்திருந்தான். லேசாக மீன் வாடை மூட்டையில் மீன்தான். பையன் முக ஜாடையை வைத்து அடையாளப்படுத்திப் பார்த்தார். யாரென்று பிடிபடவில்லை.

வீட்டுக்கு வந்ததும் நார்ப்பெட்டியிலிருந்த கேப்பையை எடுத்தார். அரைப்படி கேப்பைதான். முன்னெல்லாம் வசமான குழம்பு இருந்தால், இந்த அரைப்படி கேப்பை திரிந்த மாவில் களி கிண்டினால் இவர் சம்சாரம் ஒருத்திக்கே காணாது. தீனி விஷயத்தில் இப்பவும் கிழவி கெட்டிதான். இன்னிக்கும் நயமான குழம்போ வெஞ்சனமோ இருந்தா அவளுக்குப் புருஷன் நெனப்புக்கூட வராது.

'அவக்காச்சி பிடிச்ச மூதி...' என்று அடிக்கொருதரம் நாயக்கரிடம் பேச்சு வாங்கிக் கட்டிக் கொள்வாள்.

கட்டிலைத் தூக்கி முற்றத்திலே போட்டு மேலே பழைய சேலையை விரித்துக் கேப்பையை விரவினார். ஒரு காலை மெல்லப் பூப்போல நீட்டிவிட்டு அருகில் இருந்த உரலில் அமர்ந்தார். கையில் நீளமான சோளத்தட்டை, காக்கா குருவிகளை விரட்ட.

சுகமான உப்பாங் காற்று. கண்கள் லேசாகச் சொருகின. உட்கார்ந்தபடியே ஒரு கோழித் தூக்கம் போட்டிருப்பார். அதற்குள் எதிர்வீட்டு மறைசலில் சத்தம் கேட்டது. கொண்டய்யா உடம்பைக் கழுவிக் கொண்டிருந்தான்.

நாயக்கருக்கும் சிய்யென்று யாரையாவது பேச்சுக்கு இழுக்க வேண்டும் போல் இருந்தது.

“கொண்டூ... என்ன வேலைக்குப் போனே...?”

“வேலை ஒண்ணுமில்லே மாமா... வேலைக்குப் போனாலும் போயிருக்கலாம். அந்தப்பாவி சன்னாசி மாமன் பேச்சைக் கேட்டு... இறவெட்டி போட்டு புசமெல்லாம் நமட்டுது வலி... ஒழக்கு மீனு கூடத்தேறலை...”

“ஓகோ... நீ அதுலே சேர்ந்தவனா... வெள்ளங்காட்டி பத்துப் பேர் இறவெட்டி கொண்டு போனிகளே... என்ன வளந்தானா... கெளுத்தியா... அயிரையா.. வெராலா?”

“வெளியே சொன்னா வெக்கக்கேடு... மாமா, வெராலுக்கு எங்கே போக... எவனோ... மாட்டுக்காரப் பயக சொன்னான்னு முழுக்க ஆம்பிளைக பத்துப்பேரு இறை வெட்டி பிடிச்சதுதான் மிச்சம்... ஆளுக்கு அரைக்கிலோகூடக் கிடைக்கலை... இதுலே களவாணித்தனம் வேறே...”

கிழவருக்குப் பேச்சு வளரத் தோதாக இருந்தது.

“எல்லாம் அந்தக் கிட்னையாதான்.... நாங்க சேத்திலேயும் சகதியிலேயும் மல்லுக்கட்டிக் கிட்டிருக்கோம்... ஒரு வாளி... தனீக் கெளுத்தியாப் பெறக்கி துணியிலே மூட்டை கட்டி கஞ்சி கொண்ட வந்த சன்னாசி மாமன் மகன்கிட்டே கொடுத்தனுப்பிட்டான்.”

“சன்னாசி மகன் கொண்டு போனா... கிட்னையாவுக்கு என்ன கிடைக்கும்?”

“எல்லாம் கோளாறுதான். அவன்கிட்டே உங்க வீட்லே பாதியும் எங்க வீட்லே பேர் பாதியும் கொடுத்திருன்னு சொல்லியனுப்பி யிருப்பான்....”

“ச்சே... அசிங்கம்! நீங்க யாரும் இதைக் கண்டுக்கிடலையா?”

“நா பார்த்தேன்... மாமா... சந்தேகப்பட்டேன். பெறகும் சண்டைக்கு வருவானேன்னு பேசாம இருந்துட்டேன்....

இப்போ விசாரிச்சா குட்டு வெடிச்சிருச்சு...

கொண்டு வேட்டியைக் கட்டியவாறே புறப்பட்டான்.

கொஞ்ச நேரம் கழித்து நடுத்தெருவில் கூச்சல் பலமாகக் கேட்டது.

கொண்டுவின் மகள் சின்னப்பெண் அழுதுகொண்டே ஓடி வந்தாள்.

"தாத்தா... தாத்தா... எங்கய்யாவை அடிக்கிறாக... அடிக்கிறாக தாத்தா" 'ஓ'வென்று கண்ணைக் கசக்கிக் கொண்டே கதறினாள்.

நாயக்கர் கால் வலியை மறந்து நடுத்தெருவுக்கு வேகமாக விரைந்தார்.

கொண்டய்யாவுடன் நாலைந்து பேர் ஒரு புறம் எதிர்ப்புறம் சன்னாசி கிட்னையாவும் அவன் சம்சாரமும் வாய்ச் சண்டை மும்முரமாக நடந்து கொண்டிருந்தது.

கொண்டய்யா தொண்டை கிழியக் கத்தினான்.

"மானங்கெட்டபய... களவாண்டு திங்கிறதுக்குப் பதிலா பொண்டாட்டியைக் கூட்டிவிட்டுப் பொழைக்கலாண்டா... த்தூ"

"எலே... எம் பேச்சை எடுத்தே வெளக்கமாறு பிஞ்சிபோகும் பிஞ்சு..." என்று விளக்குமாற்றைத் தூக்கிக் காட்டினாள் கிட்னையா மனைவி.

"ஆமா... மா... நீ படிதாண்டா பத்தினி... போனமாசம் பட்டப் பகல்லே பெரிய ஓடையிலே ஆவரஞ்செடி மறவுக்குள்ளே நடந்த சங்கதி தெரியாதா... ஆட்டுக்காரங்ககிட்ட வெரட்டுப் பட்டது மறந்து போச்சா..." கொண்டு கட்சிக்காரன் ஒருத்தன் அவனை மடக்கினான்.

பாம்பாட்டி வேரைக் காட்டினதும் பம்மி ஒடுங்குகிற பாம்பைப் போல, பின்வாங்கி மறைந்தாள் இந்த அஸ்திரத்துக்கு.

கப்பாநாயக்கருக்கு முந்தியே அங்கே கூடிவிட்ட நாலைந்து பெரியவர்கள் சண்டையை விலக்கிவிட்டார்கள். சண்டை என்ன... எல்லாம் மின் விவகாரம்தான். கிட்னையாவும் சன்னாசியும் செய்த கடத்தல் அம்பலத்துக்கு வந்து விட்டதன் விளைவுதான்.

காயப்போட்டிருந்த கேப்பை ஞாபகத்துக்கு வந்ததும் காலை இழுத்துக்கொண்டு ஓடினார் நாயக்கர். விளக்கு வைக்கிறபோது வந்த நாயக்கர் சம்சாரத்துக்கு அரவம் ஒடுங்குகிற வரைக்கும் வேலை சரியாக இருந்தது.

மாலைத் திரித்து களியைக் கிண்டி கீரையைக் கடைந்து வைத்தான். தொகில் கீரை புளிபோட்டுக் கடைந்தது என்றால் கிழவிக்கு உயிர். நாயக்கருக்கும் பிடிக்கும்.

வெங்கலக் கும்பாவில் களியைப் போட்டுக் கீரையை ஊற்றி கிழவரைச் சாப்பிட உட்கார்த்திவிட்டு வென்னீர்ப் பானையுடன் பின்பக்கம் இருந்த மறைசலுக்குப் போனாள் கிழவி.

சூடான களியும் கீரைக்குழம்பும் தேவாமிர்தம்போல இருந்தது. வயிறு விம்மப் பிடித்தார் கிழவர்.

சாப்பிட்டதும் ஏற்படுகிற 'சொக்கு' கலையும் முன்பே படுக்கையில் விழவேண்டும் நாயக்கருக்கு. முன்னமேயே தயாராகப் போட்டிருந்த கட்டிலில் உடம்பைச் சாய்த்தார்.

கிழவி இன்னும் குளித்துக் கொண்டுதான் இருந்தாள். அருகே இருந்து பார்த்தால் அவள் குளிக்கிறாளா வெந்நீர் ஒத்தம் கொடுக்கிறாளா என்ற சந்தேகம் வரும்.

பிராயத்தில் அவளுக்குப் பல நாட்கள் முதுகு தேய்த்து விட்டிருக்கிறார் நாயக்கர். கிழவி இப்போ சொல்கிற மாதிரி 'காமக்கோட்டி பிடித்து அலைஞ்ச காலம்' அது.

முதலில் வெந்நீரை முழங்காலுக்குக் கீழே கொஞ்சம் கொஞ்சமாக ஊற்றி, பிறகு தொடைகள் இடுப்பு, மாபு, பின்பு, முதுகு, முன்கை, தோள்பட்டை என்று வரிசைக் கிரமமாக மாற்றி மாற்றி போகணி போகணியாக ஊற்றுவாள். இப்படியே பெரிய கடவாத் தண்ணியைக் காலி பண்ணுவாள். என்ன இப்படின்னு கேட்டால் 'ம்... அந்த சொகம் ஒங்களுக்கென்ன தெரியும்... சும் மாவா சொல்லியிருக்கு சொலவம் உண்டானவனுக்கு நெய்யுஞ்சோறும், இல்லாதவனுக்கு வென்னித் தண்ணீன்னு' என்பாள்.

கண் இமைகள் கனத்து மூடினபோது வாலில் சத்தம் கேட்டது.

"அத்தை... அத்தை!"

குரல் கேட்டு அரை மனதுடன் கட்டிலை விட்டு எழுந்தார் நாயக்கர்.

சன்னாசி மனைவி லட்சுமி முற்றத்தில் நின்று கொண்டிருந்தாள்.

"மாமோ.... ல்... அத்தை எங்கே?"

"மேலுக்கு ஊத்திக்கிட்டிருக்கா உங்க அத்தை... என்ன வெசயம்?"

லட்சுமி, கிழவிக்கு தூரத்து உறவு. நல்ல மனசுக்காரி, வெள்ளாந்தி.

"அது என்ன லட்சுமி கையிலே..."

"ஒண்ணுமில்லே மாமா... கொஞ்சம் மீன் கொழம்பு... வெறுங்கொழம்பு மட்டும் தான்... அத்தைக்கு மீன் கொழம்புன்னா உசிருன்னு கொண்டாந்தேன்"

"............"

"நாலு மீன் போட்டுக் கொண்டு வரணும்னுதான் நெனச்சேன்.... எங்க வீட்லே ஒருத்தி... நாக்கு நீண்டவ... அவதான் என் நாத்தனார்க்காரி... கடேசி ஆளுக்குக்கூட இல்லாம அரிச்சி தின்னுட்டா... ருசி பார்க்கக்கூட ஒரு துண்டு கிடைக்கலை... இதைச் சொன்னா என் வாய்தான் பெரிசாப் போகும்..."

"ஆமா... தென்ன தெருவிலே ஒரே சண்டைக்காடு..." கிழவர் மெதுவாகச் சீண்டினார்.

"...வெக்கக்கேடு... எல்லாம் அந்தக் கிட்னையாவாலே வந்த வினை - பங்கு போடறதுக்கு முந்தியே ஒத்த வாளி மீனை எம்மவன் சின்னவன்கிட்டே கொடுத்தனுப்பியிருக்கான்... எங்க வீட்டுக்காரருக்குத் தெரியாது சத்தியமா, இப்படி வேலைக்கு அவரு சம்மதிக்கமாட்டாரு. கூட இருந்தவங்களுக்குத் தெரிஞ்சு போச்சு. விடுவாங்களா... நடுத்தெருவிலே நகண்டுக்கிட்டுச் சாகிறாப்பல கிழி கிழின்னு கிழிச்சுட்டாங்க. எங்களுக்கும் சேர்த்துத்தான் வசவு... எல்லாம் காலக்கொடுமை..."

"செய்வான்... செய்வான் கிட்னையா... கை சும்மா இருக்காது.."

"அது மட்டுமா.. எம் மவன் ஒரு துப்புக்கெட்ட பய... அம்புட்டு மீனையும் கிட்னையா சம்சாரத்துக்கிட்டே கொண்டுபோய்க் கொடுத்திருக்கான்... அவ ஒத்த வாளி மீனையும் அமுக்கிக்கிட்டு ஒரு குத்துக் கெண்டையை மட்டும் கொடுத்தனுப்பிட்டா... பயலைப் போட்டு அடி அடின்னு அடிச்சேன்... அந்தக் களவாணிப்பய கொடுத்தான்னா இவனுக்குப் புத்தி எங்க போச்சு...? என்ன மாமா... பேசாம இருக்கீக...?"

“சரிதான்... சொல்லு... சொல்லு...”

“நானும் சும்மா விடல்லே... அந்தச் சிறுக்கியை... ஏட்டி எம்புள்ளையைத் திருட்டு மீனைச் சுமக்க வச்சதுமில்லாம... அவிசாரிப் புத்தியை இதுலே கூடவா காட்டணும்...னு நறுக் கென்னு கேட்டேன். புருசன் பெஞ்சாதி ரெண்டு பேரும் மூச்சு விடலே...” படபடன்னு பொரிந்து விட்டுக் கிழவி குளித்துக் கொண்டிருந்த மறைசல் பக்கம் நகர்ந்தாள் லட்சுமி.

குழம்புக் கிண்ணத்தை அடுப்படியில் அட்டளைமீது வைத்து விட்டுத் திரும்ப வந்து படுத்துக்கொண்டார் கிழவர். கிழவி குளிப்பு முடிந்து அடுப்படிக்குப் போனதும் மீன் குழம்புக் கிண்ணத்தைப் பார்த்தாள்.

“மீன் கொழம்பு இருக்கு... இன்ன ஒரு வாய் சாப்புடுறீகளா...?” அடுப்படியில் இருந்தபடியே கேட்டாள் கிழவி.

கிழவர் பதில் பேசவில்லை. அசையாமல் கிடந்தார். தூக்கம் வந்துவிட்டால் அவரை யாரும் எழுப்ப முடியாது லேசில்.

கிழவி கும்பாவில் களியைப் போட்டுக்கொண்டு மீன் குழம்புக் கிண்ணத்தை எடுத்தாள். விரலைக் கிண்ணத்தில் விட்டுக் கலக்கினாள். குழம்பு நீர்த்துப் போயிருந்தது. ஒரு துண்டு மீன்கூடக் காணவில்லை. சந்தேகம் வந்துவிட்டது.

மெல்ல எழுந்து வாசல் பக்கம் கட்டிலை நோக்கி அடி எடுத்து வைத்தாள். அருகே போய் நின்றுகொண்டு கட்டில் சட்டத்தில் கையை ஊன்றிக் குனிந்து முகர்ந்து பார்த்தாள் கிழவி.

வேற்று மூச்சு முகத்தில் பட்டதும் நாயக்கர் லேசாக நெளிந்தார் படுக்கையில்.

“ஒண்ணுமில்லே... பொடி மட்டை இருக்கான்னு பார்த்தேன்...” என்று முணுமுணுத்துக் கொண்டே அடுப்படியை நோக்கி நடந்தாள் கிழவி.

(நன்றி : படித்துறை, ஜூலை 2004)

❑

கவிதை

காட்சிகள்

வேரும் வெயிற்கொடுமைப் புழுதியிலே
நாளும் நடைபோட்டுக் காலசர
தாகம் வாட்டி வாய்பிளக்க
குட்டைக்கும் குளத்து நீருக்கும் அலமோதி,
கருநீலத்து மண்ணை முகர்ந்த பின்னே
கண்ணீர் உகுத்து நிற்கும் - அவை
வாயில்லாச் சீவன்கள்!

2

ஆடி அலைகாற்றில் பிசாசுக் குரலெடுத்து
அலறுகின்ற வாகரசு மரங்கள்.
கல்லாய் இறுகி மனம்
கடுந்துயரை செரித்துவிட,
கட்டுக்குலையாக் கன்னிகளாய்
கருவேல மரக்கூட்டம்.

3

பத்தின அருகும் களையும்
சித்திரை உழவுக்குப் பகை.
மூணரைச் சாண் கலப்பை
முகமழுங்கி நிலம் மேடாக்க
கரம்பை பூ பரப்பி வரப்பில்
சுற்ற மண்ணெடுத்து தனமகள்
வட்டாடும் அரங்கமைத்து
வானம் பார்த்து அவன் காத்துநிற்க....

4

வானத்தில்-
மண்ணதிர கோஷமிடும்
முகிற் கூட்டம்!
பொருள் முடக்கும் கயவனுக்கு
காற்றினால் லாபமென்ன?
காற்றுக் குறைவால் மூச்சுத் திணறல்
வேகரித்து, வியர்த்து நசநசக்கும்
புழுக்கம்.
கையூட்டுப் பெற்று வந்தானோ

காற்றுக் கயவன்
கருங்காலித் தனம் செய்ய...

கணப்பொழுதில்
மணற்கோட்டை போலழிந்த
சீரழிவை எண்ணி
ஒருகுரல் அழுதுவிட்டு இன்னும்
வானம் பார்த்து நிற்கின்றான் அவன்...
வித்தும் விதை பொருளும்
பத்திரமாய் அவன் மடியில்.

நாளை... மழைபெய்யும்!
நம்பிக்கை அவனுக்கு தெய்வம்
நேற்றுப் பெய்யாத
இன்றும் பெய்யாத மழை
நாளை மட்டும் நிச்சயமா?
நாளை மழைபெய்யும்
நம்பிக்கை அவனுக்கு தேவை!

வானவீதியிலே ஊர்வலங்கள்;
போர்க்கோல இடிமுழங்கும்
கார்மேகப் பொதி நெருக்கம்!

'இத்தனை நாளாய் எமை
எத்தி விட்டுச் சேர்த்த
சேர்ப்பெல்லாம் இன்று
கீழே கொட்டி விடு,
கொட்டிவிடு!' என்று மனம் கூச்சலிட,

வித்தும் விதை பொருளும் தட்டிப் புடைத்துவிட்டு,
வானம் பார்த்து நிற்கின்றான் அவன்...

5

கைகூடி வந்த வேளையிலே
காற்றுக் கொடியவனால்
கந்து கந்தாய் பறந்து சிதறும்
மேகப் பொதிகள் மேலும், கீழும்;
கிழக்கும் வடக்கும் ஓட்டம், ஓட்டம்...
எல்லாம் போச்சு வானம்
வெளியாச்சு!

❏

கடிதங்கள்

வீர. வேலுசாமி
பி. ராமச்சந்திரபுரம்

தேதி : 19.8.70

அன்பு மிகுந்த நண்பர்

போத்தையா அவர்களுக்கு,
வணக்கம். காயிதம் கிடைத்தது. ரொம்பவும் மகிழ்ச்சி.

நாம் ரெண்டு பேரும் ஒருத்தொருக்கொருத்தர் பார்த்துக் கொள்ளவில்லையே தவிர முன்பே நண்பர்கள் தாம்.

எனக்கு இந்த மாசம் முப்பதும் தீராது அங்கே வருவதற்கு. பல சோலிகள். கால் பரீட்சை லீவில் பார்ப்போம். அட... அதுக்கு முந்தி நீங்கதான் இங்கே ஒருநடை வாருங்களேன் அய்யா!

என் ஊர் கரிசல்காடு அல்ல. கலப்பு என்றாலும் கரிசல் மண்ணின்மீது எனக்கு ஒரு பிரீதி. உங்க ஊரைப்பற்றி நிறையக் கேள்விப்பட்டிருக்கிறேன். எனக்கும் பார்க்க ஆசை தான்.

எனக்கு இருப்பதெல்லாம் 3 ஏக்கர் தோட்டம்தான். அதில் இந்த வருஷம் 1 ஏக்கர் மிளகாய் போடுவேன். நீங்கள் 1/2 ஏக்கருக்கு 1 கிலோ வத்தல் வாங்கி உடைத்து விதையாக துணிப்பையில் தைத்து தபால் மூலம் Regd. Parcel ஆக அனுப்பினால் நாலுநாளில் வந்து விடும். ரூ.6.00 இத்துடன் வைத்துள்ளேன். எனக்கு நம்ம போஸ்டல் காரர்கள் மீது நம்பிக்கை.

தாங்கள் நாடோடி இலக்கிய அபிமானியாகவும் திறன்மிக்க சேகரிப்பாளராகவும் விளங்குவதை நான் அறிவேன்.

கி.ரா.நா. வீட்டில் தங்களுடைய பழமொழிகள் - சொலவடைகள் - தொகுப்பை பார்த்தேன். 'சும்பப் பயல்கள்' எல்லாம் பழமொழிப் புஸ்தகம் போட்டிருக்கிறான் இதுவரை. எவனாவது அசல் பழமொழி களை - சொலவடைகளை தொகுக்கப் பிரயாசைப்பட்டதுண்டா?

நீங்களும் கி.ரா.நா. அவர்களும் சேர்ந்து அருமையான ஒரு சொலவடைகள் தொகுப்பு கொண்டு வாருங்கள்.

நீங்கள் கதைகள் எழுதுவது உண்டா? தங்களுக்கு குழந்தைகள் எத்தனை?

தங்களன்புள்ள
வீர. வேலுசாமி
19.8.70

வீர. வேலுசாமி
பி. ராமச்சந்திரபுரம் P.O.
வழி : ஸ்ரீவில்லிபுத்தூர்
முகவை (மாவட்டம்)

பி. ராமச்சந்திரபுரம்
18.9.70

அருமை நண்பர் போத்தையா

அவர்களுக்கு, வணக்கம்.

தங்கள் கடிதம் கிடைத்தது. என்னால் தங்கள் ஊர்த் திருவிழாவுக்கு வரமுடியவில்லை. மன்னிக்கவும். அடுத்த வருஷம் நிச்சயம் வருவேன்.

கி.ரா.நா. ஒரு அற்புதமான மனுஷர். நண்பர்களிடம் "காதல்" கொள்வது அவர் ஒருவருக்கே சாத்தியம். நட்பை 'அது'க்கும் மேலே மதிப்பவர். இலக்கிய உலகில் காலா காலத்தில் நுழைந்திருந்தால் ரொம்ப ரொம்ப சாதித்திருப்பார். இப்பவும் என்ன? அவர் எழுத்தில் மயங்கிக் கிடக்கிற பெரிய பெரிய கொம்பன்களையெல்லாம் நானறிவேன். ஒப்பற்ற கலைத்தன்மை அவரிடம் குடிகொண்டிருக்கிறது. அவரது சாவாசம் தான் நம்மைப் போலத் "தகரப்போகணி"களையும் அரங்கேற்றி வைக்கிறது. அதாவது பூவாடு சேர்ந்த நாறு போல...

அவர் எழுதுவதாகச் சொல்லிக் கொண்டிருக்கும் நாவலை தமிழ் உலகமே எதிர்பார்க்கிறது மிகுந்த ஆவலுடன்.

எனக்கு விடுமுறை 22-ல் முடிகிறது. தங்களுக்கு இனிமேல் தான் லீவு தொடங்கும். லீவில் இங்கே வாருங்களேன்.

தங்கள்
வீர. வேலுசாமி

அன்பார்ந்த நண்பர் திரு. போத்தையா அவர்களுக்கு,

வணக்கம். தங்கள் கடிதத்துக்கு தாமதமாக பதில் எழுதுகிறேன். பரவாயில்லை.... உங்களைவிட இது விஷயத்தில் நானொண்ணும் மோசமில்லை...!

எனது 'நிறங்கள்' பற்றி தங்கள் கருத்துக்களுக்கு நன்றி. அதிலுள்ள குறைபாடுகள் என்னையும் சிறப்புக்கள் கி.ரா.நா. அவர்களையும் சாரும். இது உண்மை, வெறும் சம்பிரதாய வார்த்தைகளல்ல.

வட்டாரச் சொற்கள் குற்றாலத்தில் வைத்து எனக்கு கிடைத்தது. உங்க வேலை.... ரணவேலைதான்!

இதில் நானென்ன செய்யப்போறேனென்று தெரியவில்லை. கட்டைப் பிரிக்காமலே வைத்திருக்கிறேன். பய...மா...யிருக்கு.

மற்றவங்க மூக்கில் மேல் விரல் வைக்கிற அளவுக்கு பிரமிப்பாக நம்ம கரிசல் இலக்கிய சாம்ராஜ்ய பரிபாலனம் நாளொரு மேனியும் பொழுதொரு வண்ணமாக நம்ம சக்ரவர்த்தியால் பாலிக்கப்பட்டு வருகிறது. புதுசு புதுசா ஆட்கள் எழுத ஆரம்பித்து வருகிறார்கள். அநேகம்பேர் கருசக்காடே பார்க்காதவன்கூட 'அவள் கரிசல் காட்டில் பருத்தி எடுத்துக் கொண்டிருந்தபோது'ன்னு எழுத ஆரம்பித்துவிட்டான் என்றால் பாருங்களேன் இந்த மேட்டிமையை!

நீங்க இங்கே வரமாட்டீர்கள்; நான்தான் அங்கே வந்து உங்களைப் பார்க்கப் போகிறேன் விரைவில்.

தங்கள்
அன்புள்ள
வீர. வேலுசாமி
15.9.77

பி. ராமச்சந்திரபுரம்
18.3.1980

அன்புமிகுந்த நண்பர் போத்தையா அவர்களுக்கு,

வணக்கம்.

நலம் நலமறிய அவா. தங்கள் கடிதம் கிடைத்தது. நான் உங்க பாராட்டுதலுக்கு நன்றி ஒண்ணும் சொல்லப்போறதில்லை. கூஷ பாராட்டுதல்களும் பெருமையும் நமக்கு பால்யததில் கதை சொன்ன பெரியவர்களுக்குச் சேரும்.

இன்னும் கொள்ளை கொள்ளையான கதைகள் தலை, வால்கள் ஞாபகத்திலிருந்து நழுவி மூளியாக நெஞ்சில் நிற்கின்றன. அவைகளையும் திரட்டவேணும்.

தாங்களும் நினைவில் இருக்கிறவற்றை குறிப்பேட்டில் குறிப்புகளாய் பதிந்து கொள்வது நல்லது. எனக்கு 2-ம் பதிப்பில் உதவும்.

போன வருஷம் நான் ஆசிரியராக வேலை பார்த்தபோது தான் இதைச் செய்யவேண்டும் என்று நினைத்தேன்.

எனது ஆசையை நிறைவேறச் செய்தவர் கி.ரா.நா. அவர்கள். இந்த நூல் வெளியிட்டதில் கி.ரா.நா. அவர்களுக்கு முழு திருப்தி.

'மீரா'வும் கணக்குப்பாராமல் உடனே புத்தகமாக்கிவிட்டார், துணிவுடன்.

தங்கம்மாபுரத்தைப்பார்க்க எனக்கு மிகவும் ஆவல். தங்கள் வர்ணிப்பு என்னை மிகவும் தூண்டிவிட்டது.

அவசியம் ஏப்ரலில் வருவேன்.

தங்கள்
அன்பு மறவாத
வீர. வேலுசாமி

பி. ராமச்சந்திரபுரம்
16.7.81

பிரியமுள்ள சகோதரர் அவர்களுக்கு,

வணக்கம்.

நலம் நலம்தானே?

தங்களைக் கி.ரா.நா. வீட்டுத் திருமணத்தில் சந்தித்தது எனக்கு மிகுந்த மகிழ்ச்சியைத் தந்தது. நெடுநாட்களாகத் தங்களைப் பார்க்க வேண்டும் என்ற ஆவல் ஈடேறியது.

தங்கள் புகைப்படத்தை நான் எங்கேயாவது பார்த்திருப்பேனோ என்னவோ, மனசில் தங்களைப் பற்றி கற்பதம் செய்து கொண்ட உருவம், முகஜாடை மாறுதல் இல்லை கொஞ்சமும். முன் வழுக்கைதான் வித்தியாசம்!

வட்டார வழக்குச்சொல் - பணி தங்களுடைய அயரா முயற்சியைக் காட்டுகிறது. வருங்காலத் தமிழ்கூறும் நல்லுலகம் உங்களுக்கும் கி.ரா.நா. அவர்களுக்கும் பெரிதும் கடன்பட்டுள்ளது.

நாட்டுப்புறப் பாடல்களில் தாங்கள் கவனம் செலுத்தி நா.வா. அவர்கள் தொகுப்புக்கு உதவியுள்ளதும் அரிய பணிதான்.

கம்பளத்தார் பற்றிய குறிப்புக்களை நூல் வடிவம்பெறச் செய்யுங்கள். முதலில் எழுதி முடித்து ஏதாவது இதழ்களுக்கு அனுப்பலாம். பின்பு நூலாக வெளியிடலாம். அவசியமான பணி அது.

மேற்கு முகவை மாவட்ட க.இ.பெருமன்ற மாநாடு 16.8.81ல் சிவகாசியில் நடைபெறவிருக்கிறது. பேராசிரியர்கள் தி.சு. நடராஜன், ஆ. சிவசுப்பிரமணியன், தோத்தாத்ரி, டி. மங்கை இன்னும் பலர் கருத்தரங்கில் பாரதி பற்றி பேசுகிறார்கள். தாங்களும் கலந்து கொண்டு ''பாரதியும் நாட்டுப்பாடல்களும்'' என்ற தலைப்பில் பேசவோ, கட்டுரை எழுதிப் படிக்கவோ வேண்டும். போகவர செலவு கொடுப்பார்கள். முறைப்படியான தாக்கல் விரைவில் மாவட்டச் செயலர் அனுப்புவார். அவசியம் வருகை தரவேண்டும்.

முதல்நாளே நம்ம ஊருக்கு வந்துவிடுங்கள். சேர்ந்து போகலாம். மாநாட்டில் சிறுகதை அரங்கில் நானும் கலந்து கொள்கிறேன்.

எங்க ஊரும் நீங்கள் பார்க்கத் தகுந்ததே.

தங்களன்புள்ள
வீர. வேலுசாமி
16/7/81

நண்பர் ஆனந்தம் அவர்களுக்கு எனது அன்பின் வணக்கங்கள். (எழுத்தாளர் சூரங்குடி ஆ. முத்தானந்தம் அவர்களை வீர. வேலுச்சாமி குறிப்பிடுகிறார்.)

அன்பிற்குரிய கி.ரா.நா. அவர்களுக்கு,

வணக்கம் தங்களுக்கும் மற்றும் குடும்பத்தினர் யாவருக்கும்.

திவாகரன் கல்யாணம் ஜாம் ஜாம் என்று சிறப்பாக அமைந்திருந்தது. மணப்பெண் முகத்தில் அமைதியும் அடக்கமும் தெரிந்தது. திவா குணத்துக்கேற்ற பெண் உள்ளூரிலேயே கிடைத்தது ரொம்ப சந்தோஷத்துக்குரியது. திவாகரனைப் பொறுத்தமட்டில் கரிவலம் வந்த நல்லூர்தான் தற்போதைய இருப்பிடம். எனவே தீபாவளி, பொங்கல் என்று மாமனார் வீட்டுக்கு வரப்போக இருப்பது அசலூருக்கும் போய் வருவதைப்போலத்தான் என்று திருப்திபட்டுக் கொள்ளலாம் (சில மாப்பிள்ளைகள் உள்ளூர் சம்பந்தம் வேண்டாம் என்று சொல்வதுக்கு விருந்துக்குபோய் நாலு நாளாவது வெளியூர்வாசம் என்ற தோது அமையாது என்பதும் ஒரு காரணம்)

கல்யாணம் வீட்டிலேயே நடத்தியும் ‘கசகசப்பு’ இல்லாமல் மிகவும் சிம்பிளாக இருந்தது. இடைசெவல்வாசிகள் பாராட்டுக்குரியவர்கள் இவ்விஷயத்தில். எங்க ஊரில் உள்ளூர் ஆசாமிகளைச் சமாளிக்கவே பிராணன் போய்விடும். அதிலும் சின்னப்பிள்ளைகள் தொல்லை... தாங்கமுடியாது.

எனது மனைவிக்கு இடைசெவல் வரணும் என்று வெகு நாளைய ஆசை... திவாகரன் கல்யாணத்துக்குப் போகலாம் என்று தீர்மானித்திருந்தோம். முடியவில்லை. அதே மூர்த்தத்தில் பாலகிருஷ்ணனுக்கு (எனது மதனியார் மகன்) கல்யாணம். பெண் எனது மச்சினர் மகள். குழந்தைகளும் அவளும் நாச்சியார்பட்டி போக வேண்டியதாகிவிட்டது.

‘இனி... பிரபி கல்யாணத்துக்குத்தான்’ என்று சொல்லிக் கொண்டிருக்கிறாள்! முன்கூட்டியே குழந்தைகளோடு வந்து மூணுநாள் டேரா போட்டுவிட வேண்டியதுதான்!

தங்கள் நூல்கள் இரண்டும் வருவது எனக்கு மட்டற்ற மகிழ்ச்சி. கரிசல் வட்டாரச் சொல்லகராதி பெரிய வரவேற்பும் கவனமும் பெறவிருக்கிறது.

நாவல் எழுதுவது என்கிற என்மட்டில் ஆனைக்கு கோமணம் கட்டுகிற சங்கதியாகத்தான் இருக்கு. ‘சிறுகதை + சிறுகதை + சிறுகதை + ...’ என்றுதான் வருகிறது. ஒரே மாலையாக, கோர்வை வர மாட்டேனென்கிறது.

புதுசாக மூன்று சிறுகதைகள் எழுதி பத்திரிகைகளுக்கு அனுப்பியுள்ளேன்.

எப்படியும் நாவல் எழுதி முடிக்கணும்

16-8-81ல் சிவகாசியில் மேற்கு முகவை மாவட்ட கலை இலக்கிய பெருமன்ற மாநாடு. போத்தையாவை பாரதியும் நாட்டுப் பாடல்களும் என்கிற தலைப்பில் கருத்தரங்கில் கலந்து கொள்ள அழைக்கிறார்கள் விழா கமிட்டியார். டி.கே.சி. விழாவில் சந்திக்கலாம் என்று நம்புகிறேன்.

அன்பு மறவாத
வீர. வேலுசாமி

சிறுவர் நாடோடிக் கதைகள் 600 பிரதிகள் நூலக ஆணை வந்துள்ளதாக மீரா சொன்னார்.

பி. ராமச்சந்திரபும்
25.1.82

அருமை நண்பர் திரு. போத்தையா அவர்களுக்கு,

வணக்கம். தங்கள் கடிதம் கிடைத்தது. தங்கள் உடல்நிலை குறித்து வருத்தம் எதுவும் வேண்டியதில்லை.

எனக்கு 1959 முதல் 'இது' சகஜமாகிவிட்டது. முறைப்படி வைத்தியம் செய்து கொண்டுவந்தும் வலதுபக்க நுரையீரலில் ஒரு பகுதி Destroy ஆகிவிட்டது. இடது பக்கமும் பாதிப்பு... தற்போது 3 மாதங்களுக்கு முன்பு செக்-அப்புக்கு போனேன். மறுபடியும் வைத்தியம் ஆரம்பித்துவிட வேண்டும் என்று சொல்லிவிட்டார் டாக்டர். காம்ப்ளிகேஷனாக இருக்கிறது அவருக்கு. ரத்தம், சளி சோதித்தால் T.B. அறிகுறி எதுவுமில்லை. X-Ray மட்டும் கோளாறு. பல ஆண்டுகளாக இதே கதை. புதுசாக 'Funcus Infections' என்ற நோய் இருக்கலாம் என்று அதற்காக சளியை எடுத்து சோதனைக் குழாயில் வைத்திருக்கிறார்கள். இன்னும் ரிசல்ட் கிடைக்கவில்லை.

B.P.யைப் பற்றியும் கவலை வேண்டாம். எனக்கும் ஒரு சமயம் B.P. இருந்தது. நாளடைவில் சரியாகிவிட்டது. T. B. வைத்தியத்தில் நோயாளிக்கு B.P. இருப்பது நோய் குணமாகி வருவதற்கு நல்ல அறிகுறி என்று Dr. கதிரேசன் தம் நூலில் கூறுகிறார்.

முதலில் கவலையை விட்டொழியுங்கள். பயம் கூடாது. இது விஷயத்தில் நமக்கு முன்னோடி கி.ரா.நா. தான். எதுக்கும் அசர மாட்டார். பல வருஷம் இரவு உணவில் மோர் சேர்த்துக்கொள்ளாமல் இருந்தேன். அவரைப் பார்த்துத்தான் தைரியமாக மோர், ஐஸ் உபயோகித்தேன். ஏன்... கல்யாணம் செய்து இன்று குழந்தை குட்டி களோடு இல்லற வாழ்க்கை அனுப்விப்பதுகூட அவருடைய புத்திமதி யின் பேரில்தான்.

தைரியமாக இருங்கள். நல்ல T. B. ஸ்பெஷலிஸ்டிடம் பரிசோதித்து வைத்தியம் செய்து கொள்ள வேண்டும். M.B.B.S. காரர்களிடம் வேண்டாம்!

செப்டமைசின் ஊசிக்கு இப்போது உடலில் Resistance ஏற்பட்டிருக்கலாம். எதுக்கும் T.B. நிபுணரிடம் சென்று அவர் யோசனைப்படி வைத்தியம் செய்துகொள்ள வேண்டும். செலவு கூடுதலானாலும் பரவாயில்லை. குறுகிய காலத்தில் குணம் - பூரண

குணம் - பெறலாம். தற்போது நவீன மருந்துகள் கண்டுபிடிக்கப்பட்டு 5 முதல் 7 மாதங்களில் முழுமையான குணம் கிடைக்கிறது என்று கூறுகிறார்கள்.

தங்களுக்கு லீவு வசதியிருந்தால் கண்ணைமூடிக்கொண்டு லீவு போட்டுவிட்டு சென்னையில் டாக்டர் கதிரேசன் அவர்களிடம் போய் வைத்தியம் செய்து கொள்ளலாம். ஆஸ்பத்திரி இன்பேஷண்ட ஆக. நமக்கு ஒரு செலவும் இல்லை. போகவர, இதர செலவுதான். N.G.O. சர்டிபிகேட் கொண்டு போகணும் போகும்போது.

இது விஷயமாக கி.ரா.நா. அவர்களைக் கண்டு பேசி யோசனை செய்யுங்கள்.

பூண்டு, பாகற்காய் உணவில் அதிகம் சேர்த்துக்கொள்ளலாம் B.P.க்கும்.

பால் நிறைய சேர்த்துக்கொள்ளுங்கள்.

B.P.க்கு முட்டை, பால் எதிரி. T.B.க்கு கூஷ ஐட்டம் தேவை.

டாக்டர்கள் ஆலோசனைப்படி நடந்து கொள்வதே நன்று.

உணவு, ஓய்வு இதையெல்லாம்விட மன அமைதிதான் முக்கியம். தங்களுக்கு சீக்கிரம் குணம் கிடைக்கும். பயம் வேண்டாம்.

'மனஓசை' கதை பற்றிய தங்கள் கருத்துக்கள் என்னை மகிழ்ச்சியிலாழ்த்தின. கதையைப்பற்றி தாங்களும் கி.ரா.நா. அவர்களும்தான் பாராட்டும்படியாக உள்ளதாகக் கூறியிருக்கிறீர்கள். சாதாரணக் கதை என்றுதான் நான் நினைக்கிறேன்.

அவசியம் நான் ஒருமுறை தங்கள் ஊருக்கு வருகிறேன்.

தங்களன்புள்ள

வீர. வேலுசாமி

இன்னும் 'மனஓசை' எனக்கு கிடைக்கவில்லை. தங்கள் பிரதியை அனுப்பிவைக்க முடியுமா?

பா. செயப்பிரகாசம்

சென்னை,
22-03-2003

அன்பு நண்பருக்கு,

கடிதம் வந்தது. இப்படி அவ்வப்போது தொடர்பு கொள்ளுங்கள். நனவில் உயிர்த்தெழுதல் நிகழும். அந்தக் கதை நீண்டதாக இருந்ததால், படைப்பாளிக்கு எல்லாமே முக்கியம் தானே, வாசிப்பில் விடுபட்டுத் தெரிகிற இடங்களை வெட்டுங்கள் என்று சொல்ல, ஏகத்துக்கும் வெட்டி, இஷ்டத்துக்கு பகுதி பிரித்து என்னென்னமோ செய்து விட்டார்கள். அதனால் ஒரு எழவும் புரியாது. புரியாததுக்கு எல்லாம் இருக்கிறதே ஒருபெயர் "பின் நவீனத்துவம்"!

30-03-2003-ல் கல்கி இதழில் சாகித்ய அகாதமி பற்றி எனது நேர்காணல் வருகிறது. சாகித்ய அகாதமியை எப்படி இந்துத்வா ஆக்கிரமித்துவிட்டது என்று விளக்கியுள்ளேன்.

எனக்கென்னமோ பிரகாஷை ஒன்றுக்கும் ஆகாமல் செய்துவிட்டது போல் தோன்றுகிறது. அவனுக்குள் எப்பேர்ப்பட்ட கலைஞன் இருக்கிறான். வீர. வேலுச்சாமி என்ற ஆகாயமார்க்க நிழல்பட்டதால் அவனுக்குள் கருவுற்றது படைப்பாற்றல். வந்தது வரட்டும் என்று ஒரு நாவல் எழுதச் சொல்லுங்கள் - வளமாய் வெளிப்படும்.

நட்புடன்
பா. செயப்பிரகாசம்

சிறுவர் கதைகள்

முன்னுரை

எனது பிரியமுள்ள நண்பர் வீரவேலுசாமியின் சிறுவர் நாடோடிக் கதைகளுக்கு ஒரு முன்னுரை எழுத உட்காரும் இந்த வேளையில் அவரைப்பற்றிப் பலநினைவுகள் வருகின்றன.

முதல் முதலில், இடைசெவலுக்கு அவரும் அவரது நண்பர் "சுப-கோ"வும் என்னைப் பார்க்க வருகிறார்கள்.

ஒவ்வொரு மே மாதம் பள்ளி விடுமுறையை இவர்கள் இப்படிக் கழிப்பது வழக்கம்.

கோவிலுக்கு மாதாந்தம் நடப்பது போல இவர்களுக்கு இது வருசாந்தம்! குறைந்தது மூன்று நாட்களாவது இடைசெவலில்த் தங்குவார்கள்.

காலையில் எழுந்ததும் - எல்லாரும் "மந்தை"க்குப் போவது போல நாங்கள் ரோட்டுப் பக்கம் நடப்போம். இடைசெவல் ரோட்டில் (பேருந்து நிறுத்தம்) கருப்பசாமி செட்டியார் காப்பிக்கடையில் உட்கார்ந்து ஒரு காபி சாப்பிட்டுவிட்டு (வீட்டில் காபி சாப்பிட்டுப் போனாலும்) அங்கே பதிவாக ஒரு காபி சாப்பிடாவிட்டால் மண்டைப்பெருத்து தெறித்து விடும். "சுப-கோ"வின் ஊர் நாச்சியார்ப்பட்டியிலும் ஊருக்குள் ஒரு கூரைவீட்டில் இப்படி ஒரு காபிக் கடை உண்டு.

கிராமத்துப் பெரியவர்கள் எங்களை இப்படிச் சொல்லி கேலி பேசுவார்கள்.

"கள்ளுக்கடை போச்சி; காபிக்கடை வந்திருக்கு" என்று. விருந்தினர்களாகிய இவர்களைப் பார்த்து என்ன விசயமா வந்திருக்கீக என்று கேட்டால், "ஒண்ணுமில்லெ சும்மாதாம் வந்திருக்கோம்" என்பதுதான் பதிலாக இருக்கும்; நிசமும் அதுதானெ! ஒண்ணுமே கிடையாது என்று பதில் சொல்லிவிட்டு, சாப்பிடுகிற, தூங்குகிற நேரம் தவிர மற்ற நேரங்களெல்லாம் நாள்க் கணக்காக என்னத்தைத்தான் இப்படிப் பேசிக்கொண்டே இருப்பார்கள் என்று ஊர்க்காரர்களுக்க அதிசயமான அதிசயம்!

இப்படி "மகாஜனங்களுக்கு" வெளியூர், பக்கத்து ஊர், தூரத்து ஊர், பட்டணக்கரை, மாநிலங்கள், வெளிநாடுகள் (அமெரிக்கா,

ஜப்பான், மலேயா (மலேசியா), சிறீலங்கா) என்று வந்துகொண்டே இருந்திருக்கிறார்கள் 1989 வரை; நான் புதுவை வரும்வரை. (நேற்றுப் போல இருந்தது; 20 ஆண்டுகள் ஆகிவிட்டன இடைசெவலை விட்டு வந்து.)

“பாடப்பாட ராகம்” என்று சொல்லுவது போல, எதைத் தொட்டாலும் வயசுக் கோளாறினால்!- சுருக்கமாகச் சொல்ல முடியலை;

தண்ணீர் தெளித்துக் குளிர வைத்த மெத்தை வீட்டின்மேல் நிலாக்காய படுத்துக்கொண்டு பேசும் போது ஒரு நாள் யார் ஆரம்பித்தார் என்று தெரியலை, சனிக்கிழமை தோறும் மத்தியானத்துக்குமேல் ஏன் பள்ளிக்கூடம் கிடையாது என்பதுக்கும் ஒரு கதை இருக்கு என்று வேலுசாமி ஆரம்பித்தார். நானும் கேள்விப்பட்டிருக்கேன்; சொல்லுங்க என்றேன்.

மனசைத்தொடும் கதை அது. கேட்டு முடிந்ததும் அய்யோ என்றிருக்கும்.

அதுக்குப்பிறகு நானும் ஒரு சிறுவர் நாட்டுப்புறக் கதை சொல்ல, அவர் ஒரு கதை சொல்ல, என்று எங்கள் இருவருக்கும் கதை உணர்வு சுரந்துவிட்டது. தொடர்ந்து கொண்டே இருந்தது. சுப-கோ எங்களை உற்சாகப்படுத்திக் கொண்டே இருந்தார்.

இப்படித்தான் இந்தப் புத்தகத்திலுள்ள சிறுவர் நாடோடிக் கதைகள் பிறந்த கதை. இந்தக் கதைகளை எழுத்தில்க் கொண்டு வரும்படி வேலுசாமியைத் தூண்டினேன். நீண்ட தயக்கத்துக்குப் பிறகு, எழுத எழுத உற்சாகம் கொண்டார். (அவர் என்னைவிட கடுமையான சோம்பல் ஆசாமி) “தார்” போட்டுப் போட்டு உசிப்பிவிட வேண்டும்.

சுருக்கமாக நாலுவரி எட்டுவரி என்று ஆரம்பத்தில் அந்தக் காலத்தில் புதுக்கவிதைகளை மட்டும் இந்த ரெட்டையர்கள் எழுதிக் கொண்டிருந்தவர்கள்.

வாரம் ஒண்ணரைநாள் விடுப்பு, கால்வருச விடுப்பு (லீவு) அரைவருச விடுப்பு, முழுவருச விடுப்பு என்று லீவு நாட்கள் வந்து வந்து இவர்களை சோம்பேறிகளாக ஆக்கிவிட்டது என்று நான் சொல்லவில்லை - அவர்களே சொன்னது!

வீர வேலுசாமி அருமையான சிறுகதை எழுத்தாளர். சிறுகதைத் தொகுதி ஒன்று கொண்டுவந்திருக்கிறார் (மீரா புண்ணியம்).

எல்லாரையும் போல, ஒரு நல்...ல நாவல் ஒன்றை எழுதி முடிக்கணும் என்று சொல்லிக்கொண்டே இருந்தார். சித்ரபுத்திரன் இலக்கிய ரசிகன் இல்லையே; நீண்ட நாள் அவரை விட்டுவைக்க.

மீராவின் பிள்ளை கதிரிடம் ஒரு நாள் சொன்னேன். இந்தக் கதைகளைத் திரும்பவும் - முப்பது வருசங்கள் கழித்து - ஒரு புதுப்பதிப்பாகக் கொண்டுவரணுமெ என்றேன். "என்னிடம் அந்தப் பதிப்பு இல்லை; உங்கள்ட்டெ இருந்தால் சரிபார்த்து ஒழுங்கு பண்ணித்தந்தால் போடுகிறேன்" என்றார்.

வீர-வேலுசாமியின் பிள்ளை பிரகாஷிடம் கேட்டேன். சந்தோசமாக் கொண்டுவாங்க; பூரணசம்மதம் என்று சொன்னான்.

இதோ, இப்போது இது உங்கள் கையில்.

கதை படிக்கும் குழந்தைகளுக்கு வாங்கித்தர, நீங்களும் படித்து ரசித்து அனுபவிக்க; சிறுவர்களுக்கு என்று செய்யும் பலகாரங்களை நாமும் ருசித்து அனுபவிப்பதில்லையா?

மிக்க அன்புடன்

கி.ரா. தாத்தா

O - 4, அரசு வீடுகள் குடியிருப்பு,
லாஸ்பேட்டை,
புதுவை - 8.
0413-2251506

1. செல்லாத செப்புக்காசும் சிட்டுக்குருவியும்

சிட்டுக்குருவி ஒன்று இரைக்காக குப்பை மேட்டைக் கிளறிக் கொண்டிருந்தது எதுவும் கிடைக்கவில்லை. மேலும் மேலும் தன் சின்னஞ்சிறிய கால்களால் குப்பையைக் கிளறியபோது ஒரு செப்புக்காசு கிடைத்தது. அது மிகவும் தேய்ந்த செல்லாதாகாசாக இருந்த போதிலும் குருவிக்கு சந்தோசம் தாங்க முடியாத சந்தோசம்.

உச்சிமரத்தில் ஏறிக்கொண்டு பாடத் துவங்கியது.

"எனக்கொரு செப்புக்காசு
கிடைச்சது; யாருக்கு வேணும்?"
கேட்பாருக்கு செப்புக்காசு
கொடுப்பேன்; யாருக்கு வேணும்?"

உடனிருந்த பறவைகள் குருவியை ஏறிட்டுப் பார்த்துவிட்டு 'வேண்டாம்; வேண்டாம்' என்று கத்தியபடியே பறந்துவிட்டன. தானியமணிகளை நாடும் பறவைகளுக்கு காசு எதற்கு? சிட்டுக்குருவி உச்சிமரத்திலிருந்து இறங்கி ஒரு தாடிக்கொப்பில் அமர்ந்து சாலையில் செல்பவர்களுக்கு கேட்கும்படியாக

"என்கிட்ட ஒரு செப்புக்காசு இருக்குது யாருக்கு வேணும்?" என்று பாடத் தொடங்கியது.

அந்த வழியாக நடந்து சென்ற கோயில் பூசாரி சிட்டுக்குருவி யின் பாட்டைக் கேட்டார். மிகவும் ஆச்சரியத்தோடு அண்ணாந்து பார்த்தார். சிட்டுக்குருவி செப்புக்காசைக் காட்டியவாறே பாடியது.

"என்கிட்டே ஒரு செப்புக்காசு
இருக்குது; யாருக்கு வேணும்
கேட்டாருக்கு செப்புக்காசு
கொடுப்பேன். யாருக்கு வேணும்?"

பூசாரி 'எனக்கு வேணும்' என்று கேட்டு கையை நீட்டினார். குருவி பறந்து வந்து காசைப் போட்டது.

பூசாரி செப்புக்காசைப் புரட்டிப் பார்த்தார். செல்லாது துட்டு!

வலியக் கிடைத்ததை கீழே போட மனமில்லாமல் தனது விபூதிப் பையில் போட்டுக்கொண்டு நடந்தார். பின்னாலேயே சிட்டுக் குருவி பறந்து வந்து கொண்டிருந்தது.

"பூமியாளும் காளிதேவிக்கு
பூசைசெய்யும் பூசாரிக்கு
ஒரு செப்புக்காசுக்கு
வக்கில்லே வக்கில்லே"

என்று கத்திப் பாடியவாறே பூசாரியின் தலையைச் சுற்றிச்சுற்றிப் பறந்தது. பூசாரி திகைப்படைந்து நின்றார். பிறகும் சிட்டுக்குருவி விடவில்லை. பாடிக்கொண்டே பூசாரியின் தலையைச் சுற்றிசுற்றிப் பறந்தது.

'யாராவது பார்த்தால் ரொம்பக் கேவலம்' என்று முணுமுணுத்தபடியே விபூதிப் பையிலிருந்த செப்புக்காசை வீசியெறிந்துவிட்டு வேகமாக நடந்தார் பூசாரி.

சிட்டுக்குருவி அப்போதும் அவரை விடாமல் துரத்தியது.

"பூமியாளும் சாமிக்கு
பூசைவைக்கும் ஆசாமி
எனக்குப் பயந்து ஓடுறார்
காசைப்போட்டு ஓடுறார்..."

என்று பாடியவாறே பூசாரியைத் துரத்தியது. எரிச்சல் அடைந்த பூசாரி பாதையில் கிடந்த மண்ணாங்கட்டியைக் குருவிமேல் விட்டெறிந்தார். குருவி விருட்டென்று பறந்தது. பழையபடியும் காசை எடுத்துக்கொண்டு மரத்தில் அமர்ந்து வழியில் யாராவது வருகிறார்களா என்று பார்க்கத் துவங்கியது.

வேட்டைக்குப்போன அந்த ஊர் ஜமீன்தார் தமது பரிவாரங்களுடன் திரும்பி வந்து கொண்டிருந்தார். வெயில் கடுமையாக இருக்கவே களைப்பு நீங்க மரத்து நிழலில் ஒதுங்கினார்.

சிட்டுக்குருவி பாட ஆரம்பித்தது

"எங்கிட்ட ஒரு செப்புக்காசு
இருக்குது; யாருக்கு வேணும்?
கேட்போருக்கு கிடைக்கும்
ஒரு செப்புக்காசு யாருக்கு வேணும்?"

ஜமீன்தார் ஆச்சரியத்தோடு அண்ணாந்து பார்த்தார். சிட்டுக்குருவி செப்புக்காசை தன் அலகால் எடுத்துக்காட்டியது.

குருவிக்கு செப்புக்காசு எப்படிக் கிடைத்தது என்று வியந்து சிரித்துக்கொண்டே கையை நீட்டினார் ஜமீன்தார். நீட்டிய கையில் செப்புக் காசைப்போட்டது சிட்டுக்குருவி. உடனே ஜமீன்தார் தலையைச் சுற்றிச்சுற்றி பறந்து கொண்டே பாடியது.

"ஊராளும் ராசாவும்
கதிகெட்டுப் போனாரே
ஐயோ, பாவம்...
நான் போட்டேன்
ஒரு செப்புக்காசு..."

இதைகேட்ட ஜமீன்தார் திடுக்கிட்டார். "இதென்னடா வம்பு... சும்மா இருந்தவனிடம் செப்புக்காசு வேணுமா என்று கேட்ட குருவி இப்போது கதிகெட்டவன் என்று ஏசுகிறதே" என்று எரிச்சலுற்று அந்த செல்லாத செப்புக்காசை வீசி எறிந்தார் ஜமீன்தார்.

சிட்டுக்குருவி அத்துடன் சும்மா இருக்குமா?

"ஊராளும் ராசா
குருவிகிட்டப் பயந்தார்!
துட்டைப் போட்டு
ஓடுறார்... ஓடுறார்!"

கீச்சிட்ட குரலில் ஜமீன்தாரின் தலையைச் சுற்றிசுற்றிப் பறந்தது. ஜமீந்தாருக்கு கோபம் மூண்டது. கண்கள் சிவப்பேற கூடவந்த வில்லாளியை ஏறிட்டுப் பார்த்தார். குறிப்புணர்ந்த வில்லாளி பறவைகளைத் தெறிக்க தயாரித்து வைத்திருந்த மண்உருண்டையை எடுத்தான் வில்லில் வைத்துக் குறிபார்த்தான். மறுவினாடி மண்டைக்கனம் கொண்ட சிட்டுக்குருவி 'பொத்'தென்ற செத்து விழுந்தது. ஆம் குறி தப்பவில்லை!

❑

2. குடிமகன் கவலை

அந்த ராஜா மிகவும் நல்லவர். குடிமக்களின் நன்மையே கருதிய அவர் மீது மக்களும் அளவற்ற அன்பும் மரியாதையும் கொண்டிருந்தனர்.

நாள்தோறும் சுவாமி தரிசனத்துக்கு கோவிலுக்குச் செல்லும்போது மந்திரி பிரதானிகளுடன் தெரு வழியாக நடந்தே போவார். அப்போது குடிமக்கள் வீதியின் இருமருங்கிலும் நின்று சந்தோஷத்துடன் கைகூப்பி 'மன்னர் வாழ்க' என்று கோஷமிடுவார்கள்.

தம் பிரஜைகளின் முக மலர்ச்சியைக் கண்டு பெருமிதம் அடைவார் மன்னர்.

ஒரு நாள் அத்தனை பேரில் ஒரு விறகுக் கடைக்காரன் மட்டும் வீதிவலம் வரும் மன்னரைக் காணும்போதெல்லாம் முகத்தில் கடுப்புணர்ச்சியுடன் வேண்டா வெறுப்புடன் எழுந்து நிற்பது மன்னர் பார்வையில் பட்டது. தொடர்ந்து தினமும் மன்னர் அந்த விறகுக் கடைக்காரனைக் கவனித்தார். ஆயிரக்கணக்கான மக்கள் சந்தோஷத்துடன் மன்னர் 'நீடுழி வாழ்க' என்று குரல் எழுப்பி கைகூப்பி நிற்க அந்த விறகுக் கடைக்காரன் முகத்தில் மட்டும் வெறுப்புணர்ச்சி தெரிந்தது.

மந்திரியிடம் விறகுக் கடைக்காரனுக்கு அரசினால் ஏதாவது துன்பம் நேர்ந்ததா என்று விசாரித்தார். அப்படி எதுவும் நடக்கவில்லை என்று பதிலளித்தார் மந்திரி. மன்னர் அமைச்சரிடம் விறகுக் கடைக்காரனுக்கு தம் மீது ஏற்பட்டுள்ள வெறுப்பின் காரணத்தை அறியும்படி உத்தரவிட்டார்.

அமைச்சரும் அவ்வாறே விசாரித்து அறிந்ததோடு மறுநாள் மன்னரிடம் "இனிமேல் தங்கள் மீது அவனுக்கு வெறுப்புணர்ச்சி ஏதும் இருக்காது" என்று பணிவுடன் கூறினார்.

மறுநாள் அரசர் தெருவழியே செல்லும்போது விறகுக் கடைக்காரர் மிதமிஞ்சிய உற்சாகத்துடன் உரக்க, 'மன்னர் நீடுழி வாழ்க' என்று முகம் மலர வாழ்த்தினான். அதைக் கவனித்த அரசன்

அருகிலிருந்த மந்திரியைப் பார்த்தார்.

"அரசே விறகுக் கடைக்காரனிடம் இரண்டு வண்டி சந்தனக் கட்டைகள் தேங்கிவிட்டன. அரச குடும்பத்தில் யாராவது மரணமடைந்தால் அடக்கம் செய்யத்தான் சந்தனக் கட்டைகள் விலைபோகும்; மற்றபடி அவற்றை யாரும் வாங்க மாட்டார்கள். எனவே தங்களைக் காணும்போதெல்லாம் இந்த ராசா செத்தால்தான் வாங்குவார்கள் என்ற நினைப்புதான் எழும். சந்தனக் கட்டைகள் விற்பனை ஆகாமல் இருப்பதுதான் ஞாபகத்துக்கு வரும். இதுதான் தங்கள் மீது அவனையறியாமல் வெறுப்பு ஏற்பட்டதுக்கு காரணம். இதனையறிந்து நேற்று நமது ஆட்களை விட்டு அவனிடமிருந்த சந்தனக் கட்டைகளையெல்லாம் விலைக்கு வாங்கி அரண்மனைக்கு கொண்டு வந்து சேர்க்க உத்தரவிட்டேன். சந்தனக் கட்டைகள் விற்பனையாகிவிட்டதால் அவன் பிரச்சனை தீர்ந்துவிட்டது. மற்ற பிரஜைகளைப் போலவே அவனும் தங்களைக் கண்டதும் சந்தோஷத்துடன் வாழ்த்துகிறான்" என்று மன்னரிடம் விளக்கினார் மந்திரி.

❑

3. கண்ணன் தலைவலியும், பத்தினியர் பாததுளியும்

வைகுண்டத்தில் கிருஷ்ண பரமாத்மாவிடம் நாரதர் கேட்டார்.

'சுவாமி தங்களுக்கு ருக்மணி, பாமா இருவரிடமும் சமமான பிரேமை இருப்பதை நானறிவேன். அவர்கள் இருவரில் யாருக்கு உங்கள் மீது பிரேமை அதிகம் என்று அடியேனுக்கு கூறவேண்டும்'.

கிருஷ்ணன் சிரித்துகொண்டே "நாரதரே, நீர் போய் ருக்மணி, பாமா இருவரிடமும் கண்ணனுக்கு தாங்க முடியாத தலைவலி. அவர்மீது பிரேமை கொண்டவர்களின் பாததுளியைக் கொண்டு வந்து நெற்றியில் தேய்த்தால் தான் வலிபோகுமாம் என்று கேளும். அப்போது உமது கேள்விக்கு விடை அறிவீர்" என்று கூறியனுப்பினார்.

நாரதர் ருக்மணியிடம் வந்தார்.

"தேவி, தங்கள் நாயகருக்கு தாங்க முடியாத தலைவலி. தேவலோக மருத்துவர்களால் தீர்க்க முடியவில்லை. கண்ணன் மீது காதல் கொண்ட பெண்மணியின் பாதத் துளியைக் கொண்டு வந்து நெற்றியில் தடவினால் நோய் நீங்கும் என்று சொல்கிறார்கள். உடனே தங்களிடம் ஓடி வந்தேன்"

ருக்மணி கண்ணன் தலைவலியினால் அவதிப்படுவதைக் கேள்விப்பட்டதும் மிகவும் மனம் கலங்கிப் பரிதவித்தாள். ஆனால் ஒரு பத்தினிப் பெண் தன் பாத துளி கணவர் நெற்றியில் படுவதை விரும்பமாட்டாள். பதிவிரதா தர்மத்துக்கு ஏற்புடையது அல்ல என்று பதில் கூறி நாரதரை அனுப்பிவிட்டாள்.

சத்தியபாமாவிடம் சென்றார் நாரதர். பாமாவிடம் கண்ணன் தலைவலியைக் கேள்விப்பட்டதும் மிகவும் கவலையடைந்து புலம்பினாள். ஆனால் என் பாத துளியை கணவர் தலையில் படுவதா இது தர்மத்துக்கு அடுக்காத பாவம் அல்லவா என்று மறுத்துவிட்டாள்.

வழியில் கோபிகாஸ்திரிகள் நாரதரைக் கண்டு, 'என்ன சேதி'

என்று கேட்டனர். நாரதர் கண்ணனுடைய தலைவலியைப் பற்றியும், அது தீர அவர் மீது காதல் கொண்ட பெண்மணியின் பாததுளி தேவைப்படுவதையும் அறிந்தனர்.

(கதை இருக்கிறது இன்னும்... ஆனால் கிடைக்கவில்லை. வீர. வேலுச்சாமி பதிவு செய்யாமல் விடுகிறவரில்லை. நம் காலத்து எழுத்தே கண்டுபிடிக்க முடியாமல் போனால், இரண்டாயிரம் காலத்து ஓலைச்சுவடிகள் என்ன கதியாகும்? யோசிக்க முடிவதில்லை.)

- தொகுப்பாளர்

4. ராஜா மகனுக்குக் கல்யாணம்

ஒரு ராஜாவுக்கு ஒரே மகன். ஏகப்பட்ட சொத்து நில புலங்கள். வீட்டு வேலைக்காரர்கள் ஆயிரக்கணக்கானவர்கள். எல்லோருக்கும் சாப்பாடு ராஜா வீட்டில்தான். ஒரு வேளைக் கீரை வெஞ்சனத்துக்கு மட்டும் யானைத் தண்டி புளிபோட்டுக் கடைவார்களாம். நம்ம வீட்டில் கீரைக் கூட்டுக்கு இத்தனூண்டு புளிதான், புளியங்கொட்டை அளவு. அப்போ எத்தனை பேர் சாப்பிடுவார்கள் என்று பார்த்துக் கொள்ளுங்கள்.

அந்த ராசா மகனுக்குக் கல்யாண வயசு வந்துவிட்டது. நாலாபக்கம் தூதர்கள் கிளம்பி வெறுங்கையோடு திரும்பினார்கள். ராசாவிடம் "நம்ம சொத்து அந்தஸ்துக்கேத்தபடி பெண் எங்கும் அமையவில்லை" என்று சொல்லிவிட்டார்கள்.

ஒருத்தன் மட்டும் "நம்ம ராசா அந்தஸ்துக்கேத்த இடம் ஒன்று பார்த்தேன்" என்றான்.

"வடக்கே ஒரு ராசா இருக்கிறார். தினமும் அவர் வீட்டு அரிசி களையற தண்ணி மட்டும் ஒரு கம்மாய் நிறைந்து, மடையேறி நூறு ஏக்கர் பாசனம் பாய்கிறது. மீதி நஞ்சை, புஞ்சை, தோப்பு துறவு சொல்லி மாளாது"

உடனே யானைதலைத்தண்டி புளிபோட்டுக் கீரை கடைகிற ராசாதான் மகனுக்கு - அரிசி களைகிற தண்ணியிலே நூறு ஏக்கர் பயிர்செய்கிற ராசா மகளைப் பெண் கேட்டுப் புறப்பட்டார்.

ரெண்டு ராசாவும் கூடி சம்மந்தம் பேசினார்கள், உறுதியாகி விட்டது. முகூர்த்த நாளும் வைத்தாகிவிட்டது.

அரிசி, பருப்பு, காய்கறிகளுக்குப் பஞ்சமில்லை. ராசா வீட்டில் குமி குமியாகக் கிடக்கிறது. விறகு வேணுமே.

ஒருவேளைக் கீரைக் கூட்டுக்கு யானைத் தண்டி புளிபோட்டுக் கடைகிற ராசா மகனுக்கும் அரிசி களையிற தண்ணியிலேயே நூறு ஏக்கர் வெதப்பாடு மாசூல் பண்ணுகிற ராசா மகனுக்கும் கல்யாணம் என்றால் சும்மாவா? எத்தனை ஊர் சனங்கள் வருவார்கள்? ஏழு நாள் கல்யாணத்துக்கும் சாப்பாடு சவுகரியம் பண்ணணுமே.

விறகுக்கு வண்டிகள் ஏற்பாடு செய்தார் ராசா. நாலாயிரம் மாட்டு வண்டிகள். வாரிக்கம்பு கட்டியபடி வண்டிகள் வரிசையாகப் போகிறது. முதல் வண்டி மதுரையில் நின்றால் கடைசி வண்டி சாத்தூரில். அவ்வளவு பெரிய வரிசை!

மதுரையைத் தாண்டியதும் நடு வழியில் வண்டிகள் ஒரு ஓடையைத் தாண்ட முடியாமல் நின்றுவிட்டன. வண்டிக்காரர்கள் இறங்கிப் பார்த்தால் அந்த ஓடை நிறைய கலங்கலாகப் பால் தழும்பி ஓடிக் கொண்டிருக்கிறது. எப்படிக் கடக்கிறது என்று திகைத்து நின்றார்கள் வண்டிக்காரர்கள். விசாரித்ததில் அந்த ஊர் ராசா வீட்டு மாடுகள் பால் கறக்கும் போது சிதறி விழுகிற பால்தான் அப்படி வாய்க்காலாக ஓடி ஓடை நிறைந்து நிற்கிறது என்று சொன்னார்கள். இது அந்த ஊர் ராசாவுக்குத் தெரிந்து வண்டிகள் நிற்கிற இடத்துக்கு வந்தார். வண்டிகள் கண்ணுக்கெட்டித் தொலைவுக்கு வரிசையாக நிற்பதைப் பார்த்து வியந்து போய்க் கேட்டார்.

வண்டிக்காரன் 'மகாராசா ஒரு வேளைக் கீரைக் கூட்டு கடைய ஆனைத் தண்டி புளி போடுகிற ராசா மகனுக்கும், அரிசி கழுவுற தண்ணியிலேயே நூறு ஏக்கர் நெல் மாசூல் செய்கிற ராசா மகளுக்கும் கல்யாணம். அதுக்கு விறகுக்குப் போறோம். நடுவில் ஓடையைக் கடக்க முடியாமல் நிற்கிறோம்" என்றான்.

"ப்பூ... இதுக்குத்தானா வண்டிக நிக்குது" என்று தனது வேலைக்காரர்களைக் கூப்பிட்டார்.

"டேய் போங்கடா... போய் நம்ம பழைய வீட்டுக் கொட்டாரத் துலே இருக்கிற கண் திறக்காத பூனைக்குட்டிகளையெல்லாம் அள்ளி எடுத்துக்கொண்டு வந்து இந்தப்பாலை உறிஞ்ச விடுங்கடா..." என்ற உத்தரவிட்டார்.

அப்படியே வேலையாட்கள் ஆயிரக்கணக்கான கண் திறக்காத பூனைக் குட்டிகளைக் கொண்டு வந்து ஓடையில் நிரம்பியுள்ள பாலை உறிஞ்ச விட்டதும் ஓடைவற்றி வண்டிகள் புறப்பட்டன.

வண்டிக்காரர்கள் மெய்மறந்து போனார்கள்.

அடேயப்பா கண்திறக்காத பூனைக்குட்டிகள், கறவை மாடுகள் இத்தனை இருந்தால் நாய்கள், ஆடுமாடுகளைப் பராமரிக்க ஆட்கள் எத்தனை, எத்தனை இருப்பார்கள்.

❏

5. செக்கு குட்டி போடுமா?

வியாபாரி ஒருவன் சந்தையில் வாங்கிய சினைக் குதிரையோடு தனது ஊருக்குத் திரும்பிக்கொண்டிருந்தான்.

நடுவழியில் இருட்டிவிட்டது. குதிரை சினையாதலால் நடக்கவே திணறியது. எனவே ராத் தங்கலுக்காக ஒரு கிராமத்தை அண்டினான்.

அந்த ஊர் நுழைவில் ஒருவாணியச் செட்டியாரின் செக்கும் அதற்கருகில் புண்ணாக்கு, எண்ணெய் வைத்து விற்க ஒரு கீற்றுக் கொட்டகையும் இருந்தன. செட்டியாரிடம் அனுமதி பெற்று தனது சினைக் குதிரையை செக்கு முனையில் கட்டிவிட்டு வியாபாரி கீற்றுக் கொட்டகையில் படுத்துக் கொண்டான்.

களைப்பு மிகுதியால் அசந்து தூங்கிவிட்டான்.

அவன் தூங்கி விழிக்கும்போது பொழுது 'பலா' ரென்று விடிந்திருந்தது. சுருட்டி வாரிக்கொண்டு எழுந்து பிரயாணத்துக்கு தயாரானான்.

செக்கு முனையில் கட்டியிருந்த குதிரையைப் பிடிக்கப் போனபோது அங்கே ஒரு அதிசயம் காத்திருந்தது அவனுக்கு.

ஆம், அவனுடைய குதிரை அழகான குட்டி ஒன்றை ஈன்றிருந்தது!

மிகவும் சந்தோஷத்தோடு குதிரையை அவிழ்த்து குட்டியுடன் ஓட்டப்போகும் போது, "நில்...." என்று சத்தம் கேட்டது. வியாபாரி திகைத்து நின்றான்.

செக்குக்கு சொந்தக்காரனான செட்டியார் ஓடிவந்தார்.

"யோவ் குதிரைக்காரரே! என்னய்யா எஞ்செக்கு போட்ட குட்டியையும் சேர்த்துப் பத்துறீரு...." என்று அதட்டினார்.

வியாபாரிக்கு ஒண்ணுமே புரியவில்லை.

"யோவ்..... நீ..... வரும்போது குதிரை மட்டும் தானே கொண்டு வந்தே......... அப்படியே குதிரையை மட்டும் பத்திக்கிட்டுப்போ........

குட்டி என் செக்கு போட்டதாக்கும்....'' என்று முரட்டுத்தனமாக அடம்பிடித்து தாவா பண்ணினான்.

வியாபாரி மலைத்துப்போய் அந்தக் கிராமப் பெரியவர்களிடம் சொல்ல அவர்கள் பஞ்சாயத்தைக் கூட்டினார்கள். முழு முட்டாள்களான பஞ்சாயத்தார்கள் எல்லோரும் ''குட்டிபோட்டது குதிரைதான் என்பதற்கு ஆதாரம் என்ன?'' என்று கேட்டார்கள்.

ம்.. பாவம். குதிரைக்காரன் என்ன பதில் சொல்லுவான்?

கடைசியில் குட்டி, குதிரைதான் போட்டது என்பது ருசுவாகவில்லை; எனவே குட்டி செக்குக்காரனுக்கே உரியது என்று தீர்ப்புச் சொல்லப்பட்டது. குதிரைக்காரன் மனம் சோர்ந்து ஊருக்குத் திரும்பினான். வழியில் நரி ஒன்று எதிர்ப்பட்டது.

''அண்ணே! என்ன ரொம்ப சோர்ந்து கவலையாப் போறே?'' என்று வினவியது அவனை. குதிரைக்காரன் நடந்த சங்கதியை எல்லாம் நரியிடம் சொல்லி அழுதான்.

நரி கொஞ்ச நேரம் யோசனை செய்துவிட்டு ''நீ போய் மீண்டும் அந்த ஊர்க் கூட்டத்தைக் கூட்டு. நா வந்து 'நாயம்' பேசுகிறேன்'' என்று கூறியது. நரியின் சொல்படி வியாபாரி போய் பழையபடி ஊர்க் கூட்டத்தைக் கூட்டினான். தன் சார்பில் வழக்காட 'நரியார்' வருவதையும் சொன்னான். கூட்டம் கூடியிருக்கிறது. எல்லோரும் நரியாரின் வருகையை ஆவலோடு எதிர்பார்த்துக் கொண்டிருந்தனர்.

நேரமாகிக்கொண்டேயிருக்கிறது. இனி நரி வராது என்று அவநம்பிக்கையோடு கவலையாப்போகும் போது அவசர அவசரமாக நரி ஓடி வந்துவிட்டது. வழக்கு தொடங்கியது. ரெண்டு கட்சிக்காரரும் தத்தம் வழக்குகளைச் சொன்னார்கள். நரி கொஞ்சம் கூட காதுகொடுத்துக் கேட்காமல் கொட்டாவி விட்டபடியே தூங்கி விழுந்தது.

ஊர்ப் பெரியவர்களுக்கு கோபம் வந்துவிட்டது.

'என்ன நரியாரே எங்களை அவமதிக்கவா கூட்டத்தில் வந்து தூங்கி விழுகிறீர்?' என்று கூச்சல் போட்டார் ஒருவர்.

நரி கொஞ்சமும் பதறாமல் ''அய்யா, கோவிச்சுக் கொள்ளாதீங்க. நேத்து ராத்திரி பூரா தூங்கலை. விடியவிடிய உறக்கமே இல்லை....'' என்றது.

“ஏன்....”

எங்க ஊர் சமுத்திரத்திலே தீப்பிடிச்சிருச்சு அதை அணைக்கிறதுக்குள்ளே திண்டாடிப் போச்சு விடிய விடிய முழிப்பு. ஊர்க்காரங்க எல்லாரும் வெகு பாடுபட்டுப் போனோமாக்கும்!” என்று அளந்தது நரி.

கூட்டத்திலிருந்தவர்கள் எல்லோரும் கெக்கயிட்டுச் சிரித்தார்கள்!

“என்ன வே புளுகுகிறீர்? எங்கனாச்சும் சமுத்திரத்திலே - தண்ணியிலே - தீப்பிடிக்குமா?” என்று கேட்டார்கள் நரியிடம்.

“என்னய்யா...... செக்கு குதிரைக் குட்டிபோடுற காலத்திலே சமுத்திரத்திலே தீப்பிடிக்கிறது ஒரு அதிசயமா?” - என்று நரி கேள்வி கேட்டதும் அப்படியே அசந்து போனார்கள் ஊர்ப் பெரியவர்கள்.

அவர்களுக்குள்ளே ‘கசமுச’ வென்று பேச்சுக் கிளம்பியது.

‘ஆமா.... செக்கு எங்கானச்சும் குதிரைக்குட்டி போடுமா?!’

‘இது பயித்தாரத்தனம்!’

‘குதிரைதான் குதிரைக்குட்டி போடும்!’

- இப்படி பல குரல்கள்.

பிறகு.....? புதிய தீர்ப்புப்படி தனது குதிரையுடன் குட்டியையும் ஓட்டிக்கொண்டு ஊருக்குப் போனான் வியாபாரி!

❑

6. அண்ணனும் தம்பியும்

விவசாயிகளான ஓர் அண்ணனும் அவன் தம்பியும் மிக ஒற்றுமையாக ஒரு கிராமத்தில் வாழ்ந்து வந்தார்கள்.

அவர்களுக்கு வாய்த்த மனைவிமாரோ மிகவும் சண்டைக்காரிகள்; சதாகாலமும் இருவரும் சண்டை போட்டுக்கொண்டே இருந்தார்கள். அதனால் பாகம் பிரிக்க வேண்டிய அவசியம் ஏற்பட்டது. குடும்பம், சமையல் இவை தனித்தனியாகவும் நிலங்கள், விவசாயம் எல்லாம் பொதுவாகவும் நடந்துவந்தன.

ஒரு முறை சோளம் அறுவடையாகி, அடித்து பொலிகளத்தில் கிடந்தது. மூட்டைகளாக்கிப் பங்கு போட்டதில் சகோதரர்கள் இருவருக்கும் தலா இருபது மூட்டைகள் கிடைத்தன. தானியத்தை எடுப்பதற்குள் இருட்டி விட்டதால் அண்ணனும் தம்பியும் தத்தம் மூட்டைகளுக்குக் காவல் இருந்தார்கள்.

தம்பிக்குப் பசி எடுக்கவே அண்ணனிடம் தன் மூட்டைகளைப் பார்த்துக் கொள்ளும்படி சொல்லி விட்டு வீட்டுக்குப் போனான். தனித்தனியே கிடந்த சோள மூட்டைகளைப் பார்த்ததும் அண்ணன் மனதில் பலவிதமான எண்ணங்கள் எழுந்தன.

'நம் தம்பியோ சின்ன வயசுக்காரன் ; விவசாய அநுபவம் போதாதவன். அவன் மனைவியோ செலவாளி. இந்த இருபது மூட்டைச் சோளம் அவனுக்கு ஒரு வருஷத்துக்கு எந்த மூலைக்கு? ஒருத்தருக்கும் - தம்பிக்குக்கூடத் தெரியாமல் நம் மூட்டைகளில் ஐந்தைத் தம்பியின் மூட்டைகளோடு சேர்த்துவிடுவோம். இப்படி நினைத்துக் கொண்டே தன் மூட்டைகளில் ஐந்தைத் தம்பி மூட்டைகளோடு போட்டுவிட்டான் அண்ணன்.

கொஞ்சநேரத்தில் தம்பி சாப்பிட்டுவிட்டு வந்தான். அண்ணன், தம்பியைக் காவல் வைத்துவிட்டுத் தான் சாப்பிடப் போனான்.

தனியாகக் காவல் காத்துக் கொண்டிருந்த தம்பியும் ஏதோ நினைத்தான்:

‘நம் அண்ணனோ பிள்ளைக்குட்டிக்காரன்; பெரிய குடும்பஸ்தன். இருபது மூட்டைச் சோளம் அவனுக்கு ஒரு வருஷத்துக்குப் போதாதே. நம் வீட்டில் இரண்டு பேர் தானே எனவே நாம் மனைவிக்குத் தெரியாமல் - அண்ணனுக்குக் கூடத் தெரியாமல் நம் மூட்டைகளில் ஐந்தை அண்ணன் மூட்டைகளோடு சேர்த்து விடுவோம்!’ இப்படி சிந்தித்துக் கொண்டே அண்ணன் வருவதற்குள் தன் மூட்டைகளில் ஐந்து மூட்டைச் சோளத்தை அண்ணன் மூட்டைகளோடு போட்டுவிட்டான் தம்பி.

மறுநாள் காலையில் அண்ணன் சோள மூட்டைகளை வண்டியிலேற்றி வீட்டில் சேர்த்துவிட்டு எண்ணிப்பார்த்தான். என்ன ஆச்சரியம்! சரியாக இருபரு மூட்டைகள் இருந்தன!

“இருபதில் ஐந்துபோகப் பதினைந்தல்லவா இருக்க வேண்டும்? எப்படி எண்ணிக்கை குறையாமல் இருக்கிறது?” என்று விஷயம் புரியாமல் குழம்பிக் கொண்டிருந்தான் அண்ணன்.

அந்த நேரத்தில் அவன் தம்பியும் தன் வீட்டில் அதேமாதிரி விஷயம் புரியாமல் குழம்பிக்கொண்டிருந்தான்.

❑

7. மொச்சைக் கொட்டை

ஒரு சமயம், பயறு விற்கிற கிழவி ஒருத்தி வேக வைப்பதற்காகக் கடையில் மொச்சைக்கொட்டை வாங்கிக்கொண்டு அப்படியே தீப்பற்ற வைக்கக் கொஞ்சம் வைக்கோலும் எடுத்துக்கொண்டு வந்தாள். வீட்டுக்கு வருகிற வழியில் ஓர் ஆற்றங்கரையில் கொஞ்சம் கால்தடுமாறி விடவே கூடையில் இருந்த ஒரு மொச்சைக் கொட்டையும் ஒரு வைக்கோல் சருகும் தவறிக் கீழே விழுந்து விட்டன. கிழவி கவனிக்காமல் தன்பாட்டுக்குப் போய் விட்டாள். வைக்கோல் சருகுக்கும் மொச்சைக் கொட்டைக்கும் சந்தோஷம் தாளவில்லை, கிழவியிடமிருந்து தப்பி விட்டோம் என்று!

இரண்டும் கூடிப் பேசி, மறுகரையில் இருக்கும் நாவல் மரத்தோப்புக்குப் போக முடிவு செய்து ஆற்றில் இறங்கின. வழியில் நிறையத் தண்ணீர் குடித்துக் கொண்டே வந்தது மொச்சைக் கொட்டை. வயிறு உப்பி விட்டது. வைக்கோல் சருகோ தண்ணீரைத் தொடவேயில்லை!

நாவல் மரங்களில் கொத்துக் கொத்தாய் இருந்த பழங்களைப் பார்த்த மொச்சைக்கு நாக்கில் எச்சில் ஊறியது. நண்பனான சருகைப் பார்த்து, "அண்ணே எனக்கு நாவப்பழம் வேணும்" என்று கேட்டது. "தம்பி, நீயோ ரொம்பத் தண்ணியைக் குடிச்சுட்டு வயிறு ஊதிச்சங்கடப்படுறே. இன்னும் நாவப்பழம் வேறே தின்னா ஒடம்புக்கு ஆகாது" என்று புத்திமதி கூறியது சருகு.

மொச்சைக் கொட்டை பிடிவாதம் பிடித்தது. வைக்கோல் சருகு மெள்ளக் காற்றோடு எம்பிப் பறந்து மரத்தின் ஒரு கொப்பில் உட்கார்ந்து கொண்டு ஒரு உலுக்கு உலுக்கியது. பழங்கள் சட சடவென்று உதிர்ந்தன. மொச்சைக்கொட்டையும் ஆசையோடு ஓடிஓடிப் பொறுக்கித் தின்றது. தின்று கொண்டேயிருந்தது..... அவ்வளவுதான். வயிறு ஊதிப் 'படீர்' என்று வெடித்து விட்டது!

வயிறு வெடித்து வேதனைப்பட்டுக் கொண்டிருந்த சிநேகிதன் மொச்சைக் கொட்டையைப் பார்த்து வைக்கோல் சருகு மிகவும் வருத்தப்பட்டது.

கொஞ்ச நேரம் கழித்து அந்த வழியாக வந்த சேலை தைக்கிற செம்மானிடம் மிகவும் வேண்டித் தன் நண்பனின் கிழிந்த வயிற்றைத் தைத்து விடும்படி கேட்டுக் கொண்டது வைக்கோல் சருகு.

செம்மான் தன்னிடம் சாய நூல் இல்லையே என்று கூறிவிட்டு வெள்ளை நூலைப் போட்டே மொச்சைக் கொட்டையின் கிழிந்த வயிற்றை இளமூட்டித் தைத்தான்.

அந்த தையல்தான் இப்போதும் மொச்சைக் கொட்டைகளுக்குப் பரம்பரையான வெள்ளைத் தழும்பாக நிலைத்து விட்டதாம்!

◻

8. இரு சகோதரர்கள்

ஏக குடும்பமாக வாழ்ந்த அண்ணனும் தம்பியும் தங்கள் கல்யாணத்துக்குப் பின்பு பாகப் பிரிவினை செய்து கொண்டார்கள்.

மூத்தவன் மனைவி மிகவும் பேராசைகொண்டவள். மனைவி சொற்படி ஆடுபவன் மூத்த சகோதரன். எனவே சொத்து முழுவதையும் அமுக்கிக் கொண்டு இளையவனுக்கு ஒரு கூரை வீடும் கிழட்டுப் பசுவும் கொடுத்து முடுக்கி விட்டான். சில தினங்களில் அந்தக் கிழட்டுப் பசுவும் செத்து விட்டது.

சோற்றுக்கு வேறு வழியில்லாமல் செத்துப்போன பசுவின் தோலை விற்று ஏதாவது வாங்கி வரலாம் என்று புறப்பட்டான் தம்பி.

பல ஊர்களில் தெருவெல்லாம் கூவிக்கூவி விற்றான். வாங்குவார் யாருமில்லை; ஒரு ஊரை விட்டு நெடும் போக்கில் போய்க் கொண்டிருக்கும்போது இருட்டிவிட்டது. சுற்றுமுற்றும் பார்த்தான்; எங்கும் ஒரே இருள். ஆளரவமே கிடையாது. காட்டு ஜந்துக்கள், வண்டுகளின் விசித்திரமான குரல்கள் பயமூட்டும்படியாக இருந்தன. பூச்சிப் பொட்டுக் கடித்துவிடுமோ என்று பயந்து ஒரு மரத்திலேறிக் கொண்டான்.

அந்த மரத்தில் தாழ்ந்து படுக்கை வசத்தில் ஒரு கொப்பு ஆள் படுக்க வசதியாக நீண்டிருந்தது. மாட்டுத்தோலை மார்பில் அணைத்தபடி படுத்துக் கொண்டான்.

நாள் முழுவதும் நடந்து அலைந்த களைப்பு; அசந்து தூங்க ஆரம்பித்தான்.

நடுநிசி கடந்த வேளையில் நான்கு திருடர்கள் ஒரு மூட்டையுடன் அந்த மரத்தடிக்கு வந்தார்கள். கீழே ஒருவன் வேட்டியை விரிக்க மற்றவன் மூட்டையைப் பிரித்து கொட்டினான். 'கலகல' வென்று அவ்வளவும் வெள்ளி நாணயங்கள். அரண்மனைப் பொக்கிஷச் சாலையில் களவாடியவை. அந்தக் காசுகளை நான்கு கூறுகளாக வைத்தார்கள்.

அப்படி அவர்கள் கூறுபோட்டுக் கொண்டிருந்தபோது மரத்தின்

மீது அயர்ந்து தூங்கிக் கொண்டிருந்தவன் ஏதோ பயங்கரமான சொப்பனம் கண்டு அலறிப் புரண்டான்.

அவ்வளவுதான். வெடவெடத்து தோலுடன் அலறிக்கொண்டே கீழே விழுந்தவன் பொத்தென்று திருடர்கள் மீது விழவே, அவர்கள் திகிலடைந்து அலறிப் புடைத்து ஓடினார்கள். "பிசாசு... பேய்.... பூதம்...." என்று கூப்பாடு போட்டுக்கொண்டே தப்பித்தோம், பிழைத்தோம்' என்று ஒருவனை ஒருவன் இடித்துத் தள்ளிக் கொண்டே ஓட்டமெடுத்தார்கள்.

கொஞ்ச நேரம் கழித்து தம்பியானவன் பயம் தெளிந்து கண் விழித்துப் பார்த்தான். நிலைமை பிடிபட்டது. அந்த வெள்ளிக் காசுகளைத் திரட்டி ஒரே மூட்டையாகக் கட்டினான். திரும்பிப் பாராமல் ஒரே ஓட்டமாக ஊருக்கு வந்து சேர்ந்தான்.

கொண்டு வந்த ஒரு மூட்டை காசுகளையும் புருஷனும் பெண்சாதியும் எண்ணி எண்ணிப் பார்த்தார்கள்; எண்ணி எண்ணி முடியவில்லை. கடைசியில் இருவரும் 'அந்த வெள்ளிக் காசுகளை எண்ணுவது என்பது முடியாத காரியம்; நாழியால் அளந்து கணக்கிட்டுப் பத்திரப்படுத்துவது' என்று முடிவு செய்தனர்.

அவர்களிடம் நாழியில்லை. அளப்பதற்கு தானியம் தவசம் ஏதும் வைத்துப் பிழைத்திருந்தாலல்லவா நாழியிருக்கும்? எனவே இளையவன் மனைவி மூத்தவன் வீட்டில் போய் நாழி இரவல் கேட்டாள்.

மூத்தவனுக்கும் அவன் பெண்சாதிக்கும் ஆச்சரியமாக இருந்தது. 'அன்றாடம் காய்ச்சிக் குடிக்கவே இல்லாமல் பட்டினி கிடந்து வரும் இவர்களுக்கு நாழி எதுக்கு? நாழிபோட்டு அளக்கும்படி என்ன தவசம் தானியம் கிடைச்சது?'

சாமர்த்தியமும் வஞ்சனையும் நிறைந்த மூத்தவன் மனைவி நாழித்தூரில் கொஞ்சம் புளியை இளுகி விட்டு நாழியைக் கொடுத்தாள்.

தம்பியும் அவன் பெண்சாதியும் காசுகளை அளந்த பின்பு நாழியைத் திரும்பக் கொண்டுபோய்க் கொடுத்தாள். கொடுக்கும் போது நாழியின் தூரில் தடவிய புளியில் ஒரு வெள்ளிக்காசு ஒட்டிக் கொண்டிருந்ததை அவள் கவனிக்கவில்லை.

ஒட்டியிருந்த காசைப் பார்த்துக்கொண்டே மூத்தவன் மனைவி

தன் புருஷனிடம் விஷயத்தைச் சொன்னாள். அவனுக்கோ ஒன்றும் புரியவில்லை.

'தரித்திரம் பிடிச்ச பயலுக்கு நாழியால் அளக்கிறப்படிக்கு வெள்ளிக்காசு எப்படிக் கிடைத்தது?'

தம்பியிடம் நயமாகக் கேட்டுப்பார்த்தான். கொஞ்சிக் கெஞ்சினான்; தம்பி தனக்கு வெள்ளிக்காசுகள் கிடைத்த வழியைச் சொல்ல மறுத்துவிட்டான்.

கடைசியில் தேசத்து ராஜாவிடம் கோள்மூட்டி விடப் போவதாக அச்சுறுத்தினான். ராஜாவின் பேரைக் கேட்டதும் தம்பி நடுங்கி விட்டான், தான் தோல் விற்கப் போனது முதல் திருடர்களிடமிருந்து காசு மூட்டையை எடுத்துக்கொண்டு வந்தது முடிய நடந்தது எல்லாம் சொல்லிவிட்டான்.

மறுநாள் மூத்தவன் தன் பசுக்களில் நல்ல பசு ஒன்றை அடித்துக் கொன்றான். அதன் தோலை எடுத்துக்கொண்டு புறப்பட்டான்.

அதே இடம்; அதே நேரம். தம்பி செய்தபடியே தோலுடன் மரத்தில் ஏறிப் படுத்துக்கொண்டான். திருட்டுப்பயல்கள் வருகைக்காக 'பொட்டாம் பொட்டா' மென்று விழித்துக்கொண்டு காத்திருந்தான்.

வந்துவிட்டார்கள் திருடர்கள். திருடிக் கொண்டு வந்த பொருள்களைக் கூறுபோடத் தொடங்கியதும் மேலேயிருந்து அலறிக்கொண்டே குதித்தான் அண்ணன்.

திருடர்கள் முன்புமாதிரி இப்போது ஓடவில்லை. மாறாகப் பாய்ந்து அவனைப் பிடித்துக் கொண்டார்கள்.

'படவா மகனே.... நேத்து மாதிரி நாங்க ஏமாறுவம்னு பார்த்தாயா.....? கொல்லுங்கடா இவனை ....' என்று சொல்லிக் கொண்டே அவனை அடித்து நொறுக்கினார்கள். அடியும் உதையும் தொடர்ந்து விழுந்து கொண்டேயிருந்தன.

அவன் மூர்ச்சையடைந்து கீழே சாய்ந்தான்.

❑

9. அவரவர் வேலை

முன்னொரு காலத்தில் ஒரு ஜமீன்தாரர் இருந்தார். அவர் எங்காவது வெளியூர் செல்ல வேண்டுமானால் பல்லக்கில்தான் பயணம் செய்வார். அதற்காக நான்கு பல்லக்குத் தூக்கிகளை வேலைக்கு வைத்திருந்தார்.

ஒரு நாள் ஜமீன்தாருடைய பசுமாடு காணாமல் போய்விட்டது. அதைத் தேடிக் கண்டுபிடிக்கும்படி பல்லக்குத் தூக்கிகளைக் கேட்டுக் கொண்டார். ஆனால் அவர்களோ மறுத்து விட்டார்கள்.

“எசமானே, எங்களுடைய வேலை பசுவைத்தேடுவது அல்ல. பல்லக்கு சுமப்பதுதான்” என்று நாலுபேரும் திடமாக மறுத்துவிட்டனர்.

ஜமீன்தாருக்கு முகத்தில் அடித்தாற் போலாகி விட்டது. சிறிது நேரம் யோசனை செய்துவிட்டு பல்லக்குத்தூக்கிகளை அழைத்தார். “நான் பயணம் செய்வதற்குப் பல்லக்கைத் தயார் செய்யுங்கள்” என உத்தரவிட்டார்.

பல்லக்கு தயார் செய்யப்பட்டது. ஜமீன்தார் ஏறி உட்காந்ததும் நேரே கிழக்கே செல்லும்படி உத்தரவிட்டார். வெகுதூரம் சென்றபிறகு மீண்டும் மேற்கே திரும்பும்படி கூறினார். ஊர் வந்ததும் மறுபடியும் தெற்கே போகச்சொன்னார். இப்படி வெகுநேரம் அங்குமிங்கும் வீணாக அழைக்கழித்தார். பல்லக்குத் தூக்கிகள் எஜமானுடைய கட்டளைப்படி பல்லக்கைச் சுமந்து போய்க்கொண்டேயிருந்தனர்.

உச்சிவெயில் கொளுத்தியது. பசிக்களைப்பு வேறு. அவர்களால் முடியவில்லை. பல்லக்கை இறக்கி வைத்துவிட்டு ஜமீன்தாரிடம் “எங்களுக்குப் பசி மயக்கம். எங்களால் பல்லக்கைச் சுமக்க முடியவில்லை” என்று முறையிட்டனர்.

ஜமீன்தார் சிரித்துக்கொண்டே “நான் பசுமாட்டைத் தேடுகிறேன். அது என்னுடைய வேலை. உங்களுடைய வேலையோ பல்லக்குச் சுமப்பது. அவரவர் வேலையைச் செய்கிறோம்!” என்றார்.

பல்லக்குத் தூக்கிகளுக்கு ஜமீன்தாரின் தந்திரம் புரிந்தது. அவரிடம் மன்னிப்புக் கேட்டுவிட்டு உடனே நாலாதிக்குகளிலும் சென்று பசுவைத் தேடிக் கொண்டுவந்து கட்டிவிட்டு மறு சோலி பார்த்தார்கள்.

❑

10. குசவன் வளர்த்த கிடா...

ஒரு நாய், பூனை, ஆட்டுக்கிடா ஆகிய மூன்று பிராணிகளை வளர்த்து வந்தாள் ஒரு வயதான குயவனின் மனைவி.

ஒரு நாள் மூன்றையும் கூப்பிட்டு, "எனக்கோ வயசாகிவிட்டது. நீங்கபோய் ஏதாச்சும் சம்பாதிச்சுக்கொண்டு வாங்க" என்று கூறினாள். கிழவி. அதன்படி மூன்றும் வெவ்வேறு திசைகளில் போயின. நாய் அங்குமிங்கும் அலைந்துவிட்டு ஒரு எலும்புத் துண்டை கவ்விக்கொண்டு வந்து கிழவிக்கு முன் நின்றது. அவள் அருவருப்பு அடைந்து தடியால் அதை அடித்து விரட்டினாள்.

சிறிது நேரத்தில் பூனை ஒரு செத்த எலியை கொண்டுவந்து போட்டுவிட்டு கிழவியின் காலை வளைந்தது. கிழவியோ கோபத்தோடு பூனையை முறத்தால் அடித்து விரட்டினாள்.

ஆட்டுக்கிடா பொருள்தேட காட்டுவழியே வெகு தூரம் போய்க் கொண்டிருந்தது.

வழியில் ஒரு புலி உட்காந்து கொண்டு உறுமியது.

"யாரடா.......! கல்லாம் முள்ளாம் காட்டுக்குள்ளே கலகலன்னு போறது?" என்று கிடாயைப் பார்த்துச் சீறியது புலி.

கிடா சிறிதும் அஞ்சாமல் புலிக்கு பதில் சொன்னது.

"குசவன் வளர்த்தகிடா
குண்டக்க மண்டக்க பாயும் கிடா!
மலையேறிப்போய் மத்தாங்கப்புல்
மேயப் போறேன்!"

"வரும்போது எனக்கு என்ன கொண்டு வருவே....?" இது புலியின் கேள்வி.

"திரும்புகையில் ஒனக்கு வலத்தாங்கால் சப்பை தாரேன்..." என்று கிடா பதிலளித்ததும் புலி வழிவிட்டது.

கிடா கொஞ்ச தூரம்தான் போயிருக்கும்; அதற்குள் ஒரு நரி வந்து வழிமறித்தது.

"யாரடா..! கல்லாம் முள்ளாம் காட்டுக்குள்ளே கலகலன்னு போறது?" என்று அதட்டியது நரி. கிடா பயப்படவில்லை. தைரியமாக,

"குசவன் வளர்த்தகிடா
குண்டக்க மண்டக்க பாயும் கிடா!
மலையேறிப்போய் மத்தாங்கப்புல்
மேயப் போறேன்!"

என்று பதில் சொன்னது.

நரி மீண்டு வரும்போது எனக்கு என்ன கொண்டு வருவே? என்று கேட்டது.

"ஒனக்கு இடைக்கால் சப்பை தாரேன்..." என்று கிடாய் பதில் சொன்னதும் நரி வழிவிட்டது.

கிடா தன் பயணத்தைத் தொடர்ந்தது.

மலையோரத்தில் ஒரு குடிசை முற்றத்தில் கிழவி ஒருத்தி சோளம் இடித்துக் கொண்டிருந்தாள். அவளிடம் தாகத்துக்குத் தண்ணீர் கேட்டது கிடா. அவள் தண்ணீர் கொண்டுவர குடிசைக்குள் போனதும் கிடா உலக்கையை எடுத்துக்கொண்டு ஓடி விட்டது.

பின் கொஞ்ச தூரம் போனதும் ஒரு பாட்டி கம்பு நாவிக் கொண்டிருந்தாள். அவளிடமும் தண்ணீர் கேட்டது கிடா. அவள் தண்ணீர் கொண்டுவர உள்ளே போனதும் சுளகை 'அபேஸ்' செய்து கொண்டு ஓடி விட்டது கிடா.

பின்னும் கொஞ்சதூரம் போனதும் ஒரு பாட்டி குடிசை முற்றத்திலே பாசம்பிடித்த ரூபாய் நாணயங்களை ஒரு கோணிச்சாக்கு விரித்து நிறைய காயப்போட்டுக் கொண்டிருந்தாள்.

அவளிடம் "பாட்டி..... பாட்டி.... ரொம்பவும் தாகமாயிருக்கு, கொஞ்சம் தண்ணி கொடு" என்று கேட்டதும் அவளும் உள்ளே போனாள் தண்ணீர் கொண்டுவர.

உடனே கிடா, அந்த ரூபாய் நாணயங்கள் மீது விழுந்து புரண்டது. தன் அடர்த்தியான ரோமங்களுக்கு இடையில் நிறைய நாணயங்களை சிக்க வைத்துக்கொண்டு ஊரை நோக்கி விரைந்தது.

திரும்பும் வழியில் நரி இடைமறித்து, 'இடக்கால் சப்பை கொடு' என்று கேட்டது.

கிடா சீற்றத்தோடு, "அடே... போறயா... இல்லே, பீத்தச் சொளகு இருக்கு பிய்யப் பிய்ய அடிக்கட்டுமா?" என்று பாய்ந்தது. நரி பயந்து ஓடிவிட்டது!

பின்பு கொஞ்ச தூரம் வந்ததும் புலி மறித்துக் கொண்டது. "எங்கே எனக்கு வலதுகால் சப்பை?" என்று கேட்டது புலி.

கிடா தலையை ஒரு ஆட்டு ஆட்டிக்கொண்டு.... "டே...... போறயா... இல்லே கருங்காலி ஒலக்கை இருக்கு.... நொறுங்கப் பிடிச்சுருவேன்...." என்று பாவலாப் போடவும் புலி 'தப்பித்தேன்; பிழைத்தேன்' என்று நழுவியது!

ஆட்டுக்கிடா கிழவியின் முன்னாள் போய் நின்று கொண்டு பாயை விரிக்கச் சொன்னது.

பாட்டி பாயை விரித்தாள். பாட்டி விரித்த பாயின் நடுவில் நின்று கொண்டு ஒரு உலுக்கு உலுக்கியது உடம்பை. 'கலகலவென்று ரூபாய் நாணயங்கள் உதிர்ந்தன. கிழவி பிரமித்துப் போய் விட்டாள் ஒரு நிமிஷம். சந்தோசத்தோடு கிடாயைக் கட்டித் தழுவிக்கொண்டாள் கிழவி.

❏

11. புதையல்

முதுமையடைந்து விட்ட ஒரு விவசாயிக்கு இரண்டு புதல்வர்கள். அவர்கள் இருவரும் படு சோம்பேறிகள். பயிர்த் தொழிலிலோ வேறு தொழிலிலோ நாட்டமில்லாமல் தண்டச்சோறு தின்று வளர்ந்தவர்கள்.

ஒரு நாள் தனது அந்திம காலத்தை உணர்ந்து கொண்ட கிழ விவசாயி இரு புதல்வர்களையும் அழைத்து, "என் மக்களே! நான் இன்னும் இரண்டொரு தினங்களில் இறந்து போவேன். இதுவரை நான் கடும் உழைப்பினால் நமது நிலத்தில் பாடுபட்டு உங்களுக்குச் சோறுபோட்டேன். உழைப்பையே அறியாத நீங்கள் இனி எப்படிப் பிழைக்கப்போறீர்களோ?" என்று கவலையோடு கேட்டான்.

இதைக் கேட்டதும் அந்த இரு சோம்பேறிகளும் கண்ணீர் விட்டு அழுதனர். தகப்பன் சாகப்போவது பற்றிக்கூட அவர்கள் கவலைப்படவில்லை. இனிமேல் சாப்பாட்டுக்கு என்ன செய்வது என்கிற வருத்தம் அவர்களுக்கு.

அழுது கொண்டிக்கிற புதல்வர்களைத் தேற்றிய விவசாயி, "பயப்பட வேண்டாம். நீங்கள் வாழ் நாளெல்லாம் சந்தோஷமாக இருப்பதற்குப் போதுமான செல்வத்தைச் சேர்த்து வைத்திருக்கிறேன். அதை நமது மந்தைப் புஞ்சையில் ஒரு இடத்தில் ஓரடி ஆழத்தில் புதைத்து வைத்துள்ளேன். தோண்டி எடுத்துக் கொள்ளுங்கள். சந்தோசமாக வாழ்வீர்கள்" என்று சொல்லிவிட்டு மரணமடைந்தான்.

சோம்பேறி வாலிபர்கள் இருவரும் அடைந்த மகிழ்ச்சிக்கு அளவேயில்லை. மறுநாள் புதையலைத் தேடும் பணியில் மும்முரமாக ஈடுபட்டார்கள். இரவும் பகலும் ஓய்வில்லாமல் மண்வெட்டியால் நிலத்தை ஆழமாக வெட்டினார்கள். குறிப்பாக இந்த இடத்தில் என்று சொல்லப்படாததால் அவர்கள் புஞ்சை முழுவதும் தோண்டிப்பார்க்க வேண்டியதாகிவிட்டது.

தளர்ச்சியடையாமல் நிரை நிரையாகக் கிளறினார்கள். கையகல இடம் கூடப் பாக்கியில்லை. நிலம் முழுவதும் தோண்டிப் பார்த்தாகி விட்டது. ஊ..ஹூம்! புதையல் தென்படவேயில்லை.

ஏமாற்றம் அடைந்த அவர்களுக்குக் கிழவன் பேரில் கோபம் மூட்டியது. மனம் போனபடி தாறுமாறாகத் திட்டித் தீர்த்தார்கள்.

அந்தச்சமயம் திடீரென்று நல்ல மழை பெய்தது. ஊர் மந்தையில் நன்கு ஆழமாகக் கிளறிப்போடப்பட்டுள்ள அந்தக் கரிசல் நிலத்தைப் பார்த்த பக்கத்து நிலத்து விவசாயிகள் அந்த சோம்பேறி இளைஞர்களிடம் "தம்பிகளே, நல்ல பருவமழை பெய்திருக்கிறது; நிலமும் நன்கு கிளறிப் பக்குவப்பட்டுள்ளது. இதில் பருத்தி பயிர் செய்யுங்கள்" என்று விதைப் பண்டங்களைக் கொடுத்து வற்புறுத்தினார்கள். அவர்கள் இருவரும் அரைமனதுடன் விதைகளை ஊன்றினார்கள்.

பருத்திச் செடிகள் முளைத்து செழித்து வளர்ந்து காய்த்துக் குலுங்கின. வெடிக்கத் தொடங்கியது.

விளைச்சல் சக்கைப் போடு போட்டுவிட்டது. பருத்தியை விற்ற பணம் ஆயிரத்துக்குமேல் கிடைத்தது. மகிழ்ச்சி மிகுதியால் மறுபடியும் மறுபடியும் அந்தப்பணத்தை எண்ணிக் கொண்டிருந்தார்கள் மூத்தவனிடம் இளையவன் கேட்டான்:

"அண்ணாச்சி, நம்ம அப்பா சொன்ன புதையல் கிடைச்சுட்டது, இல்லையா?"

ருசிகண்ட அவர்கள் தொடர்ந்து உழைத்து 'பலன்' என்ற புதையலை சந்தோசமாக அனுபவித்து வாழ்ந்து வந்தார்கள்.

❑

12. எனக்கும் ஒரு 'டோக்'

ஒரு ஊரில் ஒரு அப்பா, அம்மா, மகன் இருந்தார்கள். அப்பா கத்தரிக்காய் பருமன் இருப்பார். அம்மா மிளகாய் பருமன் இருப்பாள். மகனோ சுண்டைக்காய்ப் பருமன் இருப்பான்.

அவர்களுக்கு உள்ளங்கை அகலப் புஞ்சை இருந்தது. அந்த நிலத்தில் தினைமகசூல் செய்திருந்தார்கள். அதில் குருவிகள் பட்டாளம் பட்டாளமாக விழுந்து அட்டூழியம் செய்தன.

சுண்டைக்காய்ப் பருமனுள்ள அந்த மகன் தினமும் குருவி விரட்டப் போவான் புஞ்சைக்கு. தொண்டை கிழியக் கத்தினாலும், கல், மண்ணை வீசினாலும் குருவிகள் சட்டை செய்யவில்லை. கதிர்களைக் கொத்தித்தின்று நாசம் செய்து கொண்டிருந்தன.

சுண்டைக்காய்ப் பருமனுள்ள அவன் மிகவும் வேதனைப்பட்டு மனம்நொந்து 'சாமி'யை நினைத்துத் தவம் செய்தான்.

சாமி மனமிரங்கி அவன் முன்பு தோன்றினார்.

"பயலே... உனக்கு என்ன வேண்டும்?" என்று கேட்டார்.

அவன் "இந்தக் குருவிகளின் தொல்லை பொறுக்க முடியவில்லை. அதற்கு ஒரு வழி சொல்ல வேணும்" என்று வேண்டினான்.

சுவாமி, "இனிமேல் உன் புஞ்சையில் குருவிகள் விழுந்தால் "இந்தக் குருவிகளுக்கு ஒருடோக்' என்று சொல்லு. அவை செத்துப் போகும்" என்று வரம் கொடுத்துவிட்டு மறைந்தார்.

புஞ்சையில் குருவிகள் படைபடையாக விழுந்து தினைக் கதிர்களை நச்சிக்கொண்டிருந்தன. அதைப் பார்த்த சுண்டைக்காய்ப் பயல் அலட்சியமாகச் சிரித்தான்.

மறு நிமிஷம் "என் புஞ்சையில் விழுகிற குருவிகளுக்கு ஒரு டோக்" என்று சத்தம் போட்டுச் சொன்னான். உடனே குருவிகள் யாவும், பொத் பொத்தென்று செத்து விழுந்தன. அவைகளைப் பொறுக்கிக் கூடையில் போட்டுத் தன் வீட்டுக்குக் கொண்டுபோனான் குழம்புவைக்க.

இரவில் குளித்து விட்டு குருவிக் குழம்பை மனசில் நினைத்துக் கொண்டே சாப்பிட ஆசையோடு உட்காந்தான் சுண்டைக்காய்ப் பயல். மிளகாய்ப் பருமனுள்ள அவன்தாய் அவனுக்கு ஒரு பருக்கைச் சோறுபோட்டு ஒரு பொட்டுக் குழம்பு ஊற்றினாள்.

மகனுக்கு அழுகை வந்துவிட்டது. "எனக்கு இம்புட்டுத்தானா?" என்று ஆத்திரமாகக் கேட்டான்.

"அம்புட்டுத்தான், குழம்பு ருசியாக இருந்தது. நானும் உங்கப்பனும் எல்லாத்தையும் தின்னுட்டோம்" என்றாள் தாயார்.

சுண்டைக்காய்ப் பயலுக்கு கோபம் சண்டாளமாக வந்துவிட்டது. "எனக்கில்லாமல் தின்ன அப்பனுக்கும் ஆத்தாளுக்கும் ஒரு டோக்" என்று கத்தினான்.

அவ்வளவுதான், கத்திரிக்காய்த் தண்டி அப்பனும், மிளகாய்த்தண்டி தாயாரும் செத்து விழுந்தார்கள்.

மகனுக்குப் பசி பொறுக்க முடியவில்லை. எங்காவது சாப்பாடு கிடைக்குமா என்று அலைந்தான். கடைசியில் ஒரு கல்யாண வீடு கிடைத்தது. அங்கே புகுந்து பந்தியில் உட்கார்ந்து கொண்டான்.

பரிமாறுபவர்கள் சோறு போடப்போட அவன் தின்று கொண்டே இருக்கிறான். திரும்பத்திரும்ப வாங்கிச் சாப்பிடுகிறான். பொங்கிய சாதத்தில் பாதி அருவாகி விட்டது. அவன் ஆள் சுண்டைக்காய்ப் பருமன் இருந்தாலும், கொள்ளையாய்ச் சாப்பிடுகிறான். போதும் என்று சொல்கிற வழியைக் காணோம்.

இதைக் கண்ட கல்யாண வீட்டுக்காரர்கள் கதிகலங்கிப் போய் அவனைப் பலவந்தமாக வெளியே தள்ளினார்கள். அவனுக்கு சினம் பொங்கியது. உடனே "இந்தக் கல்யாண வீட்டுக்காரர்களுக்கு ஒரு டோக்" என்று சொன்னான். மறுகணமே திருமண வீட்டார் எல்லோரும் மாண்டார்கள்.

வெளியே தெருவில் கல்யாணப் பொண்ணும் மாப்பிள்ளையும் பட்டணப் பிரவேசம் வந்து கொண்டிருந்தார்கள் குதிரைச் சாரட்டில். அதைப்பார்த்த சுண்டைக்காய்ப்பயலுக்கு எரிச்சல் வந்துவிட்டது. "இந்தப் பொண்ணுக்கும் மாப்பிள்ளைக்கும் ஒரு டோக்" என்று அவன் சொல்ல அவர்களும் செத்து விழுந்தார்கள்.

இதையெல்லாம் பார்த்த கிராமவாசிகளுக்குப் பெருங்கோபம்

மூண்டுவிட்டது. அனைவரும் சேர்ந்து தடிகளையும் வேல் கம்புகளையும் எடுத்துக் கொண்டு ஓடி வந்தார்கள், சுண்டைக்காய்ப் பயலைத் தாக்குவதற்கு. அவனோ கொஞ்சமும் அஞ்சவில்லை. அவர்களைப் பார்த்து "உங்க எல்லோருக்கும் ஒரு டோக்" என்று சொன்னான். எல்லோரும் மடிந்தார்கள்.

பழையபடியும் அவனுக்குப் பசியெடுக்கவே கல்யாண வீட்டுக்குப் போய் வயிறு முட்டச் சாப்பிட்டான். கனத்த வயிற்றைச் சுமக்க முடியாமல் திணறிக்கொண்டே காட்டு வழியே நடந்தான். 'அந்தக் கரிசல் காட்டில் ஒரு இடத்தில் வெடிப்போடிக் கிடந்தது. அதில் விழுந்து சிக்கிக் கொண்டான்.

சுள்ளென்று வெயில் ஏறஏற உடம்பெல்லாம் சுடுகிறது; யாரும் அந்த வழியில் காணோம்.

ரொம்ப நேரம் கழித்து ஏர்க்காரன் மாட்டைப் பத்திக்கொண்டு அவ்வழியே போனான்.

வெடிப்பில் அகப்பட்டுக் கொண்டே சுண்டைக்காய் ஏரோட்டியைச் சத்தம்போட்டுக் கூப்பிட்டான்.

அவனோ காது கேட்காத மாதிரி நகர்ந்து விட்டான். உழவனுடைய அலட்சியத்தைக் கண்ட சுண்டைக்காய்ப் பயலுக்கு கோபம் வந்துவிட்டது.

"அந்தக் குருவிகள் போனது போல,
எங்கப்பனும் ஆத்தாளும் போனதுபோல,
கல்யாண வீட்டுக்காரன் போனது போல,
பொண்ணு மாப்பிள்ளே போனது போல......
உனக்கும் ஒரு டோக்"

என்று உரக்கக் கூவினான். ஏரோட்டியும் விழுந்து செத்தான்!

நேரம் செல்லச் செல்ல வயிற்றுப்பாரம் குறையக் குறைய அவனுக்குத் தெம்பு வந்துவிட்டது. தக்கி முக்கி எழுந்து விட்டான். கொஞ்ச தூரம் நடந்ததும் அங்கே குளத்தாங்கரையில் ஒரு ஆலமரம் இருந்தது. காற்று சுகமாக வீசியது. மரத்தடியில் சாய்ந்து கொண்டே சிந்தித்தான்.

"அடேயப்பா எத்தனைப் பேரைக் கொன்று விட்டேன்!.... எனக்கு எதிரியே இல்லை" என்று பெருமை பீத்திக் கொள்ளும் போது

அவனுக்கு ஒரு சந்தேகம்.....! ......ஆமா இத்தனை பேருக்கு 'டோக்' சொன்னமாதிரி எனக்கும் 'டோக்' சொன்னா பலிக்குமா பலிக்காதா?

"அட சொல்லித்தான் பார்ப்போமே....!" அந்தச் சுண்டைக்காய்ப் பருமன் உள்ள மகன் சொன்னான்.

"எனக்கும் ஒரு டோக்!"

அவ்வளவுதான்! கீழேவிழுந்த அவன் வயிறு, 'படீர்' என்று வெடித்தது. ஆள் காலி!

❏

13. பணியார மழை

ஐந்து அண்ணன் தம்பிகள் இருந்தார்கள் ஒரு ஊரில். அவர்களில் எல்லோருக்கும் இளையவன் மிகவும் அப்பாவி. புத்திசாலித்தனம் கொஞ்சம் கூட இல்லை அவனிடம்.

அவர்கள் அனைவருக்கும் திருமணமாகி அவர்களுடைய சொத்துக்களை பாகம் பிரித்துக் கொண்டார்கள். புத்திசாலித்தன மில்லாத இளையவனை மற்ற நால்வரும் வ்கையாக ஏமாற்றி விட்டார்கள். அவன் பங்குக்கு ஒரு கிழட்டு எருமையை மட்டும் கொடுத்து அவனையும் அவன் மனைவியையும் விரட்டி விட்டார்கள்.

அவன் மனைவி மிகவும் துக்கத்துடன் கணவனிடம் கிழட்டு மாட்டை எங்காவது விற்றுப் பணம் கொண்டுவரும்படி அனுப்பினாள். அவன் ஊர் வழியே மாட்டைப் பத்திக்கொண்டே அலைந்தான். யாரும் வாங்கவில்லை. மாட்டைப்பற்றிக் கேட்டவர்களிடம் "ஐயா, இது கிழட்டுமாடு, பல் கிடையாது. இனிமேல் கன்றும் போடாது" என்று உண்மையே சொன்னால் யார்தான் மாட்டை வாங்குவார்கள்?

வழியில் களைத்துப்போய் ஒரு கருவேலமர நிழலில் ஒதுங்கினான். அந்த மரத்தூரில் ஒரு ஓணான் தலையை மேலும் கீழும் ஆட்டியது இவனைப் பார்த்து.

இவன் சிந்தனை முழுவதும் மாடு விற்பனையிலே இருந்ததால் ஓணான் மண்டையை ஆட்டுவது இவனுக்கு "மாடு விலைக்குக் கொடுக்கிறாயா?" என்று கேட்பது போலத் தோன்றியது.

இவன் "ஆமா விலைக்குத்தான் ஒனக்கு வேணுமா..?" என்று கேட்டான். ஓணான் மீண்டும் தலை ஆட்டியது.

தலையசைப்பை அது மாடு வாங்க சம்மதம் தெரிவிப்பதாகக் கொண்டு விலைபேச ஆரம்பித்தான்.

முதலில் நூறு ரூபாய் என்றான். அது மௌனம் சாதித்தது. அவன் மனைவி வீட்டைவிட்டுப் புறப்படும்போது மாடு விற்கிற முறையைச் சொல்லிக் கொடுத்திருக்கிறாள். அந்த முறைப்படி பத்து

ரூபாய் குறைத்தான். இன்னும் ஓணான் அசையாமல் இருந்தது. கொஞ்சம் கொஞ்சமாக ஐம்பது ரூபாய்க்கு வந்தான்.

இவன் ஐம்பது என்று சொல்லும் போது அது தலையை ஆட்டியது.

'சரி...... நாளைக்கு வந்து வாங்கிக் கொள்கிறேன்" என்று புறப்பட்டு வந்துவிட்டான் புத்திசாலித்தனமில்லாத இளையவன். மறுநாள் போனான். மரத்தில் கட்டிய மாட்டைக் காணோம். ஓணான் மட்டும் மரத்தூரில் தலையை ஆட்டிக்கொண்டு இருந்தது.

"என் பணத்தைக்கொடு...." என்று கேட்டான்.

அது 'கம்'மென்று அசையாமல் இருந்தது. இவனுக்கு கோபம் வந்து விட்டது.

"பணத்தை எடு..... இல்லாட்டா மாட்டைக் கொடு" என்று கத்திக்கொண்டே அதை நோக்கி நகர்ந்தான்.

ஓணான் பயந்து மரத்தில் ஏறியது. இவனும் விடவில்லை; விரட்டினான். உச்சிக் கிளைக்குப் போய்விட்டது. இவன் அந்தக் கொப்பைப்பற்றி உலுப்பினான். ஓணான் கீழே விழுந்தது. ஓடி தரையிலிருந்த ஒரு வெடிப்பில் மறைந்தது.

அவன் மரத்திலிருந்து இறங்கி வந்து அந்த ஓணானைப் பிடிக்கக் கையில் கிடைத்த காய்ந்த கருவேலங்கட்டையைக் கொண்டு வெடிப்பைத் தோண்ட ஆரம்பித்தான்.

தோண்டும் போது ஒரு மண் கலையம் தட்டுப்பட்டது. வெளியே எடுத்து மூடியைத் திறந்து பார்த்தான். பொற்காசுகள்!

கலையம் நிறையப் பொற்காசுகள்!

இப்போ அவனுக்கு ஓணான் பேரில் கோபம் இல்லை. அது தன்னுடைய கஜானாவைக் காட்டுவதற்குத்தான் இப்படி இழுத்தடித்தது என்று நினைத்துக் கொண்டான்.

கலையத்தைக் கொண்டுபோய் மனைவியிடம் கொடுத்தான். அவள் அப்படியே திகைத்துப்போய் விட்டாள். அவன் அவளிடம் மாடு விற்ற கதையைச் சொன்னான் அவளுக்கு ஆச்சரியமாகி விட்டது!

மனைவி புத்திசாலித்தனம் உள்ளவள். மூளையில்லாத தன் புருஷன் தனக்குக் கிடைத்த புதையலைப் பற்றி யாரிடமாவது உளறி விட்டால் இந்தக் காசுகள் அரசாங்கத்துக்குப் போய்ச்சேரும். தண்டனை வேறு கிடைக்கும் இதற்கு என்ன செய்வது என்று யோசித்தாள்.

இரவில் முற்றத்தில் படுத்து அசந்து தூங்கிக் கொண்டிருந்த கணவன் மீது பொட்டி பொட்டியாக பணியாரங்களை வீசினாள். அவன் திடுக்கிட்டு எழுந்தான். தன்மீது 'பொத் பொத்'தென்று விழுகிற பணியாரங்களை எடுத்துத் தின்று கொண்டே மனைவியைக் கூச்சலிட்டு அழைத்தான்.

"........பணியாரமழை! பணியாரமழை! என்று இருவரும் கூடை நிறைய பணியாரங்களை பொறுக்கி எடுத்துக்கொண்டு வீட்டுக்குள் போய் பணியார மழையைப் பற்றியே பேசி இரவைக் கழித்தார்கள்.

மனைவி பயந்தபடியே புதையல் விஷயம் வெளிவந்து விட்டது. அவள் புருஷன் அக்கம் பக்கம் உள்ளவர்களிடம் புதையலைப்பற்றி உளறி வைக்க, அது அரண்மனைக்கு எட்டிவிட்டது. நல்லவேளை முன்கூட்டியே அந்தப் பொற்காசுகளை யாருக்கும் தெரியாமல் மறைத்து வைத்துவிட்டாள் அவன் மனைவி.

கணவன் மனைவி இருவரையும் அரண்மனைக்கு இழுத்துக் கொண்ட போய் விசாரணை செய்தார்கள்.

மனைவி அரசனிடம் "மகாராஜாவே, இது யாரோ எங்களுடைய விரோதிகளின் சதி. என் புருஷன் ஒரு அரைப் பயித்தியம் அவர் உளறுவது எல்லாம் உண்மையல்ல. நீங்கள் அவரிடம் பொற்காசுகள் எப்படி. எப்போது கிடைத்தது என்று கேளுங்கள். நான் சொல்வது உண்மையென்று தெரியவரும்" என்றாள்.

அரசன் அவ்வாறே விசாரித்ததற்கு அந்த அப்பாவி பதில் சொன்னான்:

"ராத்திரியிலே பணியார மழை பெய்ததே அன்றைக்கு ஓணான் கொடுத்தது கலையம் நிறைய பொற்காசு."

அவனுடைய பதிலைக் கேட்டு அரசனுக்குச் சிரிப்பு பொங்கியது. பணியார மழையா? சபையிலிருந்தவர்களும் சிரித்தார்கள்.

புருஷனை அழைத்துக் கொண்டு வீசி வந்து சேர்ந்தாள் அவள். அந்தப் பொற்காசுகளை ஒருவருக்கும் தெரியாமல் கொஞ்சம் கொஞ்சமாக செலவாணியாக்கி தன் புருஷனுடன் சுகமாக நெடுங்காலம் வாழ்ந்தாள் அந்த புத்திசாலி மனைவி.

❏

14. கொக்கும் களியும் கக்கு

ஓர் ஊரில் ஒரு தங்கைக்கு ஏழு அண்ணன்மார் இருந்தார்கள். அவர்களில் கடைக்குட்டி அண்ணன் நொண்டி.

ஏழு பேரும் காட்டுக்கு உழவுக்குப் போனார்கள். தங்கையும் கூட வருவேனென்று பிடிவாதம் செய்தாள். அவளையும் அழைத்துக் கொண்டு போனார்கள்.

நொண்டி அண்ணன் மாடுகளைக் கட்டிவிட்டு கொக்கு பிடிக்கப் போய்விட்டான். தங்கையோ பக்கத்தில் உள்ள தோப்புக்கு நாவல் பழம் பொறுக்கப் போய்விட்டாள்.

அந்த வழியாகப்போன புலி தனியாக ஒரு பெண் இருப்பதைப் பார்த்தது. அதைக் கண்ட தங்கை பயந்துபோய் மரத்திலேறிக்கொண்டாள்.

புலி அவளிடம் நயமாகப் பேசி "பெண்ணே, எனக்கு ரொம்பப் பசியாக இருக்குது. நவ்வாப்பழம் ஒண்ணு உன் கையாலே போடு" என்று கேட்டது.

அவள் இரக்கப்பட்டு அவ்வாறே ஒரு பழம் பறித்துப் போட்டாள். அதைத் தின்றுவிட்டு மறுபடியும், "பெண்ணே ரொம்ப ருசியாக இருக்குது.... இன்னொரு பழம் உன் காலாலே போடேன்" என்று கேட்டது.

அவளும் அப்படியே போட்டாள். அதையும் தின்று விட்டு "ஆகா, என்ன ருசி! பெண்ணே, உன் தலைமுடியாலே ஒரு பழம் போடேன்" என்று கேட்டது.

தங்கையும் அவ்வாறே ஒரு பழத்தைப் பறித்து தன் தலைமுடியில் கட்டி கீழ் நோக்கிக் குனிந்து போட்டாள். அவளுடைய நீளமான கூந்தல் தரையை எட்டும் போது புலி எட்டி கூந்தலைப் பிடித்துக் கொண்டது.

தங்கை அழுது புலம்பினாள். பயனில்லை. புலி அவளை இழுத்துக் கொண்டு காட்டுக்குள் ஓடி விட்டது.

அண்ணன்மார் ஏழுபேரும் உழவு முடிந்து தங்கையைத்

தேடினார்கள். தோப்பில் இல்லாததால் வீட்டுக்குப் போயிருப்பாள் என்று நினைத்துக் கொண்டார்கள்.

வீட்டுக்குப் போய்ப் பார்த்தால் அங்கேயும் தங்கையைக் காணவில்லை. மிகவும் வருத்தம் அடைந்தனர்.

மறுநாள் விடிந்ததும் மூத்தவர்கள் ஆறுபேரும் கடைக்குட்டித் தம்பியிடம் “தம்பீ...நீ வீட்டில் இரு... நாங்கள் போய் தங்கையைத் தேடிக் கண்டுபிடித்து வருகிறோம்” என்று கூறினார்கள்.

கடைக்குட்டியான நொண்டியோ அதற்கு இணங்கவில்லை.

“அண்ணன்மாரே! எனக்குத் தனியாக இருக்கப் பயமாக இருக்குது....” என்று அழுதான். வேறு வழியில்லாமல் அவனையும் உடன் அழைத்துப் போக முடிவு செய்தனர் அண்ணன்மார் ஆறுபேர்களும்.

ஆறுபேறும் கட்டுச் சோறு கட்டிக்கொண்டார்கள். நொண்டி மட்டும் முதல் நாள் தான் பிடித்து வந்த கொக்கை குழம்பு வைத்து களி கிண்டி கையில் எடுத்துக் கொண்டான்.

தங்கையைத் தேடி வெகு தூரம் நடந்தபின் அவர்களுக்குப் பசி எடுத்தது. தங்களுடைய கட்டுச்சோற்றுப் பொட்டணங்களை அவிழ்த்தனர். நொண்டியும் கொக்குக் குழம்பும் களியும் இருந்த பொட்டணத்தைப் பிரித்தான்.

ஏதோ ஒரு பக்குவக் குறையினால் மூத்த அண்ணன்களுடைய கட்டுச் சோற்றுப் பொட்டணங்கள் கெட்டு ஊசிப்போய் விட்டன. களியும் கொக்குக் குழம்பும் மட்டும் நன்றாக இருந்தது.

கெட்டுப் போன சோற்றை வீசியெறிந்து விட்டு தம்பியிடம் களியும் கொக்குக் குழம்பும் கேட்டு வாங்கிச் சாப்பிட்டனர். மிகவும் ருசியாக இருந்ததால் எல்லோரும் நொண்டித் தம்பியை மெச்சிப் புகழ்ந்தனர்.

சாப்பிட்டபின், காட்டு வழியே போய்க் கொண்டிருக்கும் போது ஒரு கழுதை எதிரே வந்தது. நொண்டி தன் மூத்த அண்ணனிடம் “அண்ணே இந்தக் கழுதையைப் பிடித்துக் கொடு! என்று கேட்டான்.

“தம்பீ! வேண்டாம். நாம் போகிற சோலி என்ன.... இதைப் பிடிச்சா, வண்ணான் அடிப்பான்...” என்றான் அண்ணன்.

"ம்... அப்போ என் கொக்கும் களியும் கக்கு!" என்று முரண்டு பிடித்தான் நொண்டி.

வேறு வழியில்லாமல் கழுதையைப் பிடித்துக் கொடுத்தான். அதையும் இழுத்துக்கொண்டு இருவரும் போனார்கள்.

கொஞ்ச தூரம் போனதும் வழியில் ஒரு கட்டெறும்பு தென்பட்டது. நொண்டி அதையும் பிடித்துக் கொடுக்கும்படி கேட்டான். அண்ணன்மார். "வேண்டாம் தம்பீ! அது கடித்து விடும்" என்றார்கள்.

அதற்கு நொண்டி, "அப்போ என் கொக்கும் களியும் கக்கு" என்று அடம்பிடித்தான். அண்ணன்மார் கட்டெறும்பைப் பிடித்துக் கொடுத்தார்கள்.

இன்னும் சிறிது தூரத்தில் வண்ணான் வெள்ளாவி வைக்கிற இடத்தில் ஒரு பெரிய தாழி இருந்தது.

நொண்டி, "எனக்கு அந்தத் தாழி வேணும்" என்று கேட்டான்.

"அடே... அதை எடுத்தால் வண்ணான் அடிப்பானே..." என்று அண்ணன்மார் சொல்ல, உடனே நொண்டி, "அப்போ என் கொக்கும் களியும் கக்கு" என்று கூறினான்.

பாவம். என்ன செய்வார்கள் அண்ணன்மார்கள் இவன் உபத்திரவம் தாங்க முடியவில்லை. கக்க முடிந்தால் கொக்கும் களியும் கக்கி விடலாம். சாப்பிட்டுச் செரித்ததை எப்படிக் கக்குவது?

இவர்களும் வேறு வழியில்லாமல் வண்ணாந்தாழியை எடுத்துக் கொடுத்தனர்.

வழியில் ஒரு காட்டாறு. ஆற்றங்கரையில் தண்ணீர் அரித்து ஒரு பனை குப்புற வீழ்ந்து கிடந்தது. அதைப் பார்த்தான் நொண்டி.

"எனக்கு அந்த பனைமரம் வேணும்" என்று கேட்டான்.

அண்ணன்மார் மிகவும் வெறுப்படைந்து "அது வேண்டாம்... அதை எடுத்துக் கொண்டு காட்டுக்குள் எப்படி நடப்பது?" என்று கேட்டனர்.

"அதெல்லாம் எனக்குத் தெரியாது. அந்தப் பனையைப் புடுங்கிக் கொடுங்க. இல்லாட்டா என் கொக்கும் களியும் கக்குங்க! என்றான்.

மிகுந்த பிரயாசையுடன் பனையைப் பிடுங்கிக் கொடுத்தார்கள்.

அவர்கள் அந்த காட்டில் புலி அரக்கனின் இருப்பிடத்தைத் தேடி அலைந்தார்கள். காட்டுக்குள்ளே வீடு மாதிரி ஒரு குகை தென்பட்டது. அந்தக் குகைக்குள் எட்டிப் பார்த்தார்கள்.

அங்கே -

தங்கை கண்ணீர் வடித்துக்கொண்டு தலையை விரித்துப் போட்டு அழுது கொண்டிருந்தாள். தனது சகோதரர்களைக் கண்டதும் மகிழ்ச்சியடைந்தாள்.

மறுகணமே வருத்தத்தோடு "அண்ணன்மாரே! இந்தப் புலி மிகக் கொடியது. உங்களைக் கண்டால் கொன்று தின்றுவிடும். என்னை எப்படி நீங்கள் காப்பாற்றுவீர்கள்?" என்று அழுதாள்.

நொண்டி "கவலைப்படாதே. நான் எப்படியும் உன்னைக் காப்பாற்றி அழைத்துப் போவேன்" என்று கூறிக் கொண்டிருக்கும் போதே தூரத்தில் பயங்கரமான உறுமல் சத்தம் கேட்டது.

தங்கை மிகவும் பதறிக் கொண்டே "புலி சாப்பாட்டுக்கு வரும் நேரமாச்சு... நீங்கள் இந்தப் பரண்மேல் ஏறி மறைந்து கொள்ளுங்கள். அது போன பின்பு தப்புவதைப் பற்றி யோசிக்கலாம்" என்று பரணுக்கு வழி காட்டினாள்.

நொண்டி கழுதை மற்றும் கூடக் கொண்டுவந்த தாழி, பனைமரத்தையும் பரணியில் ஏற்ற வேண்டுமென்றான். அண்ணன்மார் "வேண்டாம் அதற்கெல்லாம் நேரமில்லை" என்று கூறி அவனை மட்டும் ஏறச் சொன்னதற்கு நொண்டி, "அப்போ என் கொக்கும் களியும் கக்கு" என்று முரண்டு பிடித்தான்.

வேறு வழியில்லாமல் எல்லாவற்றையும் பரணில் ஏற்றிவிட்டுத் தாங்களும் ஏறிக் கொண்டார்கள். புலி வந்தது.

வந்ததும் மூக்கை உறிஞ்சிக் கொண்டே "யாரோ வேற்றாள் வாசனை வருதே...." என்றது. தங்கை பதில் பேசாமல் வட்டிலை எடுத்து அதற்குச் சாப்பாடு போட்டாள். புலி சோற்றைப் பிசைந்தது.

பரணில் ஒளிந்திருந்த நொண்டி "அண்ணே, எனக்கு ஒண்ணுக்கு வருது" என்றான்.

“தம்பீ... கொஞ்சம் அடக்கிக் கொள்... நாம் இருப்பது தெரிஞ்சா நமக்கும் தங்கச்சிக்கும் ஆபத்து....” என்று மெதுவாகக் கூறினான் அண்ணன்.

“அப்போ என் கொக்கும் களியும் கக்கு....” என்றான் தம்பி.

“சரி, சரி மெதுவாகக் கொஞ்சம் போல ஒண்ணுக்கு இருந்து கொள்...” என்று அனுமதித்தான் மூத்தவன்.

இதுதான் சமயமென்று தடதடவென்று மூத்திரம் பெய்தான். அது பரணுக்குக் கீழே உட்கார்ந்து சாதம் பிசைந்து கொண்டிருந்த புலியின் வட்டிலில் போய் விழுந்தது. புலி தங்கையை அழைத்து “இது என்ன?” என்று கோபத்தோடு வினவியது. “வேறு ஒண்ணு மில்லே பழைய ரசம் மிச்சமிருந்தது.. பரண்மேலே வச்சிருந்தேன்... பூனை உருட்டிவிட்டது” என்று பதில் சொல்லி சமாளித்தாள்.

பின்பு சிறிது நேரம் கழித்து “அண்ணே, எனக்கு பாட்டு வருது....” என்றான் நொண்டி.

“வேண்டாமடா தம்பீ... புலி பொல்லாதது... நம்மைக் கண்டு கொண்டால்... உயிரோடு சமாதி வைத்து விடும்...” என்றனர் அண்ணன்மார்.

“அப்போ, என் கொக்கும் களியும் கக்குங்க....” என்றான் நொண்டி.

வேறு வழியில்லாமல் “கொஞ்சம் மெதுவாகப் பாடிக்கொள்...” என்று அனுமதி கொடுத்தார்கள்.

நொண்டி கழுதை காதில் கட்டெறும்மை விட்டான். காதுக்குள் கட்டெறும்பு போய்க் கடித்ததும் வலி தாங்காமல் கழுதை ‘காள் காள்....’ என்று பயங்கரமாகக் கத்தியது.

இதற்கு முன்பு புலி இப்பேர்ப்பட்ட குரலைக் கேட்டதில்லை. பீதியடைந்து “அது யார்?” என்று கேட்டது.

மேலேயிருந்த நொண்டி, தாழிக்குள் வாயை வைத்து விகாரமாக ஒலியெழுப்பி “நான் தான் கிலி. உன்னைக் கொன்று திங்க வந்திருக்கிறேன்” என்று சப்தம் போட்டுச் சொன்னான். இதற்கு முன் எப்போதும் கேளாத சத்தம் கேட்டு புலி நடுங்கி விட்டது.

"......அப்படியானால் உன் தலையை மட்டும் காட்டு பார்ப்போம்..." என்று புலி கேட்டது.

நொண்டி, வண்ணான் தாழியை எடுத்துக் காட்டினான். புலி உண்மையிலே பயந்து போனது. "இதோ, என் கையைப்பார்" என்று பனைமரத்தூரை புலியை நோக்கி நீட்டினான் நொண்டி. பயந்து நடுங்கிப் போனது புலி. அச்சமயத்தில் கழுதை செவியில் நுழைந்த கட்டெறும்பு மீண்டும் பலமாகக் கடித்தது. வலிதாளாமல் கழுதை கொடூரமாகக் காடே அலறும்படி கத்தியது.

அரண்டு போன புலி 'தப்பித்தோம் பிழைத்தோம்' என்று குகையை விட்டு ஓட்டம் பிடித்தது.

தங்கையை மீட்டுக் கொண்டு மிகவும் சந்தோஷமாக ஊர் வந்து சேர்ந்தார்கள் நொண்டியும் மற்ற அண்ணன்மாரும்.

❏

15. சுண்டைக்காயின் சாகசம்

ஒரு கிழவி குழம்புக்காகச் சுண்டைக்காய் நறுக்கிக் கொண்டிருந்தாள். திடீரென்று எதையோ நினைத்துக்கொண்டு துக்கத்துடன் கண்ணீர் உகுத்தாள்.

அப்போது சட்டியிலிருந்து நறுக்கப்படாத ஒரு சுண்டைக்காய் குதித்து உருண்டு வந்தது. எம்பிக் குதித்துக் கிழவியின் கண்ணீரைத் துடைத்துவிட்டு பேசத் தொடங்கியது.

"பாட்டி... பாட்டி! ஏன் அழறே?"

பாட்டிக்கு சுண்டைக்காய் பேசுவது அதிசயமாக இருந்தது.

"அப்பனே... என் கவலை தீராத கவலை... எனக்கொரு பிள்ளையில்லே... எம்புருஷன் தூரப் புஞ்சைக்கு உழவுக்குப் போயிருக்காரு... அவருக்கு கஞ்சி போகணும்... பிள்ளையிருந்தால் இப்போ கஞ்சிக்கொண்டு போவானே என்று நினைச்சு அழுதேன்" என்று பதில் சொன்னாள் பாட்டி.

அதைக் கேட்ட சுண்டைக்காய் "பாட்டி, கவலைப்படாதே. நான் இருக்கிறேன். கஞ்சியைக் கொடு. நான் கொண்டுப்போய்க் கொடுக்கிறேன்" என்றது.

கிழவியும் அப்படியே கஞ்சிக் கலயத்தைக் கொடுத்து புஞ்சைக்கு வழியும் சொல்லியனுப்பினாள்.

உழுதுகொண்டிருந்த கிழவன் பசி எடுத்ததும் ஏரை நிறுத்தி விட்டுப் பாதை நெடுகப் பார்த்தான். கிழவி கஞ்சி கொண்டுவரக் காணோம்.

கொஞ்ச நேரம் கழித்து "தாத்தா தாத்தா" என்ற குரலைக் கேட்டு திடுக்கிட்டார்.

ஒரு சுண்டைக்காய் கஞ்சிக் கலயத்தோடு நின்று கொண்டிருப் பதைக் கண்டதும் ஆச்சரியமாகப் போய் விட்டது.

சுண்டைக்காய் கிழவனிடம் நடந்த விஷயத்தைச் சொன்னது. கிழவனும் மகிழ்ந்து "இந்த மாடுகளைக் கொஞ்சம் பார்த்துக்கோ...

நான் இந்தக் கஞ்சியை சாப்பிட்டு விட்டு வருகிறேன்" என்று கூறிவிட்டு ஒரு கருவேலை மர நிழலுக்குப் போனான்.

வயிறு முட்டக் கஞ்சி குடித்ததும் கிழவனுக்குத் தூக்கம் கண்ணைச் சொருகியது. மரநிழலில் அயர்ந்து தூங்கி விட்டான்.

அந்த வழியாகப் போன திருடர்கள் ஆளில்லாமல் நடுப்புஞ்சையில் இரண்டு மாடுகள் மட்டும் இருப்பதைக் கண்டு அதைப் பிடித்துக் கொண்டு போய் விட்டார்கள்.

சுண்டைக்காய் கூச்சல் போட்டுப் பார்த்தது, விரட்டி ஓடியது. அவர்களைப் பிடிக்க முடியவில்லை. மரத்தடியில் தூங்கிக் கொண்டிருந்த கிழவனை எழுப்பி மாடுகளைக் கள்ளன் பிடித்துக் கொண்டு போய் விட்டதைச் சொன்னது.

கிழவன் அலறிக் கொண்டே எழுந்து கள்ளன் போன திசையில் ஓடினான். சுண்டைக்காய் சோர்வுடன் வீட்டுக்கு வந்து கிழவியிடம் நடந்ததைச் சொன்னது.

கிழவியும் சுண்டைக்காயும் மிகுந்த வருத்தத்துடன் வாசலிலேயே கிழவனுக்காகக் காத்துக் கொண்டிருந்தார்கள். கிழவன் வரவேயில்லை. தன் புருஷனை அந்தக் கள்ளர்கள் அடித்துக் கொன்று விட்டார்களோ என்று சந்தேகப்பட்டுக் கதிகலங்கிப் போய் விட்டாள் கிழவி.

துக்கம் தாளாமல் ஒப்பாரி வைக்கத் தொடங்கினாள்.

"எனக்கொரு பிள்ளையிருந்தால் காணாமல்போன மாடுகளைப் பிடித்துவரும். கள்ளனைப் பிடிக்கப் போன கிழவனையும் காணோமே" என்று புலம்பினாள்.

"பாட்டி...பாட்டி... அழாதே! புள்ளைக்குப் பதிலாக நான் இருக்கும்போது நீ ஏன் கவலைப்படணும்... எனக்குக் கொஞ்சம் காணப்பயறு வறுத்துக்கொடு... அதைத் தின்றுகொண்டே போய்க் காணாமல் போன மாட்டையும் தாத்தாவையும் தேடிக் கண்டுபிடித்துக் கொண்டு வருகிறேன்" என்றது.

கிழவியும் கொஞ்சம் காணப்பயறு வறுத்துக் கொடுத்து சுண்டைக்காயை வழியனுப்பினாள். காணப்பயிற்றைத் தின்றுகொண்டு கள்ளன் போன வழியே நடந்தது, சுண்டைக்காய். வழியில் கருவேலமரத்தில் ஓணான் ஒன்று தலையைத் தலையை ஆட்டி அழைத்தது.

"சுண்டைக்காய்... சுண்டைக்காய்! நீ எங்கே போறே?"

"காணாமல் போன காளைமாடுகளைத் தேடப்போறேன்" என்றது சுண்டைக்காய்.

"எனக்குக் கொஞ்சம் காணப்பயறு கொடு. நானும் வாறேன்," என்றது ஓணான்.

சரியென்று ஓணானைக் கூட அழைத்துக்கொண்டது சுண்டைக்காய்.

கொஞ்ச தூரம் போனதும் ஒரு தேள் தட்டுப்பட்டது.

"சுண்டைக்காய்! நீ எங்கே போறே?" என்று கேட்டது தேள்.

"கள்ளனைப் பிடிக்கப்போறேன்" என்றது சுண்டைக்காய்.

தேளும் "கொஞ்சம் பயறு கொடு; நானும் உன்னோட வாரேன் கள்ளனைப் பிடிக்க" என்று கேட்கவே சுண்டைக்காய் சம்மதித்து தேளையும் உடன் அழைத்துக் கொண்டது.

சிறிது தூரம் நடந்து சென்ற பிறகு "வழியில் ஒரு பாம்பு தென்பட்டது. ஓணான், தேள், சுண்டைக்காய் மூவரையும் பார்த்து, "எங்கே போகிறீர்கள்"? என்று கேட்டது.

அவை "நாங்க கள்ளனைப் பிடிக்கப் போறோம்" என்றன.

"எனக்குக் கொஞ்சம் காணப்பயறு கொடுங்கள் நானும் வாரேன்" என்றது பாம்பு, அதையும் சேர்த்துக் கொண்டன.

பிறகு சிறிது தூரத்தில் நட்டமாக குத்துக்கல் ஒன்று நிறுத்தப் பட்டிருந்தது. அது தானும் அவர்களுடன் வர விருப்பம் தெரிவித்துக் கொண்டது.

தேள் கள்ளன் வீட்டு மாடக்குழியில் தீப்பெட்டிக்கு அருகில் ஒளிந்து கொண்டது. பாம்பு வைக்கோற் படப்பிலும், குத்துக்கல் வாசலிலும் மறைந்து கொண்டன. ஓணான் வீட்டுக்கு முன்னால் இருந்த கருவேல மரத்தூரில் ஏறிக் கொண்டது.

கள்ளனுடைய மனைவி வீட்டு வாசலில் உரலில் மாவிடித்துக் கொண்டிருந்தாள்.

பக்கத்தில் கருவேலமரத்தூரிலிருந்த ஓணான் தலையை அசைத்து "கள்ளன் பொண்டாட்டி மாவிடிக்கிறாள்.. சோ!.... சோ....!

கள்ளன் பெண்டாட்டி மாவிடிக்கிறாள்... சோ... சோ" என்று வக்கணை காட்டியது. அவள் உலக்கையைப் போட்டு விட்டு ஓணானை விரட்டினாள். அது கருவேல மரத்தில் ஏறிக்கொண்டது.

விளக்கேற்றும் நேரம் ஆகிவிட்டது. இதற்குள் பாம்பு தன் கைவரிசையைக் காட்டிவிட்டது. கூளம் பிடுங்கப்போன கள்ளனைக் கடித்துவிட்டது.

கள்ளன் வலி தாளாமல் கூப்பாடு போட்டான். அவன் மனைவி கலவரத்துடன் விளக்குப் பொருத்த தீப்பெட்டி எடுக்க மாடக்குழியில் கை வைத்தாள். தேள் தன் கொடுக்கால் அவள் கையில் ஒரு போடு போட்டது. அவள் அலறிக் கொண்டே தெருவுக்கு ஓடினாள். மற்ற கள்ளர்களெல்லாம் அவள் கூக்குரலைக் கேட்டு ஓடி வந்தார்கள்.

அவர்கள் அனைவரையும் நன்றாகக் கவனிக்கத் தொடங்கியது குத்துக்கல். 'எகிறி எகிறி'த் தாக்கி எல்லோரையும் ஓட ஓட விரட்டியது.

கள்ளர்கள் எல்லோரும் ஓடிப்போன பின்னர் ஒரு மூலையில் கட்டிப்போடப்பட்டிருந்த கிழவரை 'விடுதலை' செய்தது சுண்டைக்காய். கள்ளர்கள் கொள்ளையடித்துச் சேர்த்து வைத்திருந்த நகைகளையும் பொருட்களையும் பொதியாகக்கட்டி மாடுகளின்மீது ஏற்றிக்கொண்டு வீடு வந்து சேர்ந்தார்கள் சுண்டைக்காயும் கிழவனும்.

கிழவிக்கு சந்தோசம் பொறுக்க முடியவில்லை. சுண்டைக்காயை வாரியணைத்துக் கொண்டாள்.

❑

16. விறகு வெட்டியின் மகன் (1)

ஏழை விறகு வெட்டிக்கு ஒரே மகன், அவன் படுசுட்டி.

ஒரு நாள் அவனுக்கு தின்பதற்கு பொரி கொடுத்து விட்டு காட்டுக்கு விறகு வெட்டப் போனார்கள் விறகு வெட்டியும் அவன் மனைவியும்.

மத்தியான நேரம். வீட்டில் மல்லாக்கப் படுத்துக் கொண்டே பொரியைக் கொரித்துக் கொண்டிருந்தான் மகன். கூரைமுகட்டில் ஒரு எலி இவனைப் பார்த்து 'கீச் கீச்' என்று கத்தியது. இவன் பொரி தின்பதை நிறுத்திவிட்டுக் கவனித்தான். எலி கம்மென்று இருந்தது. இவன் மீண்டும் பொரியைத் தின்னத் தொடங்கினான். எலி 'கீச் கீச்' என்று கத்தியது. இப்படியே ரெண்டு மூணு தடவை நடந்து விட்டது.

இவனுக்குக் கோபம் பொத்துக் கொண்டு வந்தது. 'என்னடா ஒரு எலி நம்மைப் பார்த்து வக்கணை காட்டுவதா' என்று விரட்டினான். எலி ஓடியது. நீண்ட மூங்கிலை எடுத்துக்கொண்டு விரட்டினான்.

கூரை இடைவெளியில் எங்கோ சொருகிக் கொண்டது. இவனுக்கு ஆத்திரம் அடங்கவில்லை. எப்படியாவது இந்த எலியை ஒழித்தே தீருவது என்று சபதம் செய்தான்.

ஒரு தீக்குச்சியை உரசி கூரையில் தீ வைத்தான். வீடு பற்றி எரிந்தது. 'ஆகா... எலியாரே எங்கே போவீர் இனி?" என்று கைகொட்டிச் சிரித்தான்.

நிச்சயம் எலி நெருப்பில் சிக்கி மாண்டுவிடும் என்ற திருப்தி அவனுக்கு.

மாலையில் வீடு திரும்பிய விறகு வெட்டியும் அவன் மனைவியும் எரிந்து சாம்பலாகிப் போன வீட்டைப் பார்த்து வாயிலும் வயிற்றிலும் அடித்துக்கொண்டு அழுதனர். வீடும் போச்சு அதிலுள்ள ஆயிரம் ரூபாய் மதிப்பாகும் பொருள்களும் போச்சே' என்று கலங்கினார்கள்.

சுட்டிப்பயல் குதித்துக்கொண்டே விறகு வெட்டிக்கு முன்வந்து "அப்பா, அப்பா ஒத்த எலி வந்து நான் பொரி திங்கறதை

வக்கணிச்சது. வெரட்டினேன், ஓடி ஒளிஞ்சது. விடுவேனா. சாம்பலாக்கிட்டேன்" என்று வீராப்புப் பேசினான்.

மகனுடைய அசட்டுத்தனம் கண்டு மேலும் வருத்தம் அடைந்தனர்.

'பயலை இப்படியே விடக்கூடாது. காட்டுக்கு விறகு வெட்ட அழைத்துப் போய் வேலையில் வசக்கினால்தான் உருப்படுவான்' என்று எண்ணி மறுநாள் அவனையும் காட்டுக்குக் கூட அழைத்துக் கொண்டு போனான் விறகுவெட்டி.

வரும்போது பெரிய தோண்டி நிறையக் கஞ்சி கொண்டு வந்து ஒரு மரத்தில் தூக்கியிருந்தான் மதிய ஆகாரத்திற்கு.

இருவரும் விறகு வெட்டினார்கள்.

சுட்டிப் பயலுக்குப் பசி எடுத்துவிட்டது. தகப்பனிடம் "அப்பா ரொம்ப பசிக்குது" என்றான் பையன். வேலை மும்முரத்தில் இருந்த விறகு வெட்டி மகனிடம் எனக்குக் "கொஞ்சம் வைத்துவிட்டு நீ போய்ச் சாப்பிடு" என்று சொல்லியனுப்பினான்.

கஞ்சிக்கலயம் எறும்பு, பூச்சி பொட்டு ஏறிவிடாதபடி உயர்ந்த கிளையில் தொங்கவிடப்பட்டிருந்தது.

சுட்டி மரத்திலேறி தோண்டியை எடுக்கச் சோம்பி கீழே இருந்து கொண்டே ஒரு சிறு கல்லால் 'நொட்'டென்று தோண்டியில் அடித்தான். பொத்துக்கொண்டு கஞ்சி ஒழுக ஆரம்பித்தது. சந்தோஷமாக இரு கைகளையும் சேர்த்து ஏந்தி, வழிகிற கஞ்சியை வயிறாரக் குடித்துவிட்டு 'போதும் போதும்' என்று தலையை அசைத்தான். கஞ்சி நிற்கவில்லை. மேலும் மேலும் ஒழுகிக் கொண்டேயிருந்தது. இவன் கத்தினான்:

"எனக்குப் போதும் எங்கப்பனுக்கு இருக்கட்டும். எனக்குப் போதும் எங்கப்பனுக்கு இருக்கட்டும்!" என்று.

கஞ்சியெல்லாம் கீழே சிந்திவிட்டது. வெறுங்கலயம் தான் மரத்தில் ஊசலாடியது. பசியோடு வந்த விறகு வெட்டி மகனைக் கோபத்தோடு பார்த்தான்.

"எம்மேலே தப்பே இல்லைப்பா. நா சொன்னேன் எனக்குப் போதும் எங்கப்பனுக்கு இருன்னு. கஞ்சி பூராவும் ஒழுகிவிட்டது" என்றான். மகனை என்ன செய்வது என்றே புரியவில்லை.

விறகு வெட்டிக்கு பசி காதடைத்தது. வேலை செய்ய முடியவில்லை. பக்கத்து ஊரில் அவனுடைய சகோதரி இருந்தாள்.

“சரி, அத்தை வீட்டுக்குப் போய் கொஞ்சம் நீச்சுத் தண்ணியாவது வாங்கிட்டுவா” என்று மகனை அனுப்பினான்.

மகன் அப்படியே அத்தை வீட்டுக்குப் போனான். அத்தை ஏகப்பட்ட உபசாரம் செய்தாள். அன்று அத்தை வீட்டில் கோழி அடித்து குழம்பு வைத்திருந்தாள். பயலுக்கு வயிறாரச் சோறு போட்டு தன் அண்ணனுக்கு ஒரு பாத்திரத்தில் கோழிக் குழம்பும் சோறும் வைத்துக் கொடுத்தாள்.

பையன் வாங்க மறுத்து அத்தையிடம் “அப்பா நீச்சுத்தண்ணிதான் வாங்கிட்டு வரச் சொன்னாரு.. இது வேண்டாம்” என்றான்.

“சும்மா, கொண்டு போடா...!” என்று சொல்லி சிரித்துக் கொண்டே கொடுத்தனுப்பினாள்.

பையனுக்கு தகப்பனார் ஏற்கனவே கோபமாயிருக்கிறார். அவர் சொன்னபடி நீச்சுத்தண்ணி வாங்கி வராமல் கோழிக் குழம்பும் சோறும் கொண்டு போனால் இன்னும் அதிகம் கோபிப்பாரே என்ற திகில் வந்து விட்டது.

வழி நெடுகக் கூவினான்!

“கோழிக் குழம்பு சோறு வாங்கிக்கொண்டு பதிலுக்கு நீச்சுத்தண்ணி கொடுப்பாருண்டோ” என்று.

எல்லோரும் அதிசயமாகப் பார்த்தார்கள். இதென்ன கூத்து! கோழிக்கறியும் சோற்றையும் விட நீச்சுத்தண்ணி உசத்தியா, சுத்தக் கிறுக்கனாயிருக்கிறானே என்று பரிகசித்தனர்.

ஒரு கிழவி அவனைக் கூப்பிட்டு அந்தக் கறியும் சோறும் வாங்கி வைத்துக்கொண்டு நீச்சுத்தண்ணியைக் கொடுத்தனுப்பினாள் அவனுக்கு.

தகப்பனிடம் நீச்சுத்தண்ணியைக் கொடுத்துக் கொண்டே சொன்னான்.

‘அப்போவ்! அத்தை... ஒங்கிட்ட எனக்கு அடி வாங்கித்தர நெனச்சுட்டா... நா விடுவேனா? தப்பிச்சுட்டேன்.

"என்னடா, என்ன சமாச்சாரம்?"

"நீ... நீச்சுத்தண்ணிதானே கேட்டே, அவ கோழிக் குழம்பும் சோறும் கொடுத்தனுப்பினா.. நா வேண்டாம்னேன். விட மாட்டேனுட்டாள்... நா சும்மா இருப்பேனா... வழியிலே அதை ஒரு கிழவிக்கு கொடுத்திட்டு நீச்சுத்தண்ணி வாங்கியாந்தேன்" என்று தன் கெட்டிக்காரத்தனத்தை உற்சாகமாகக் கூறினான் மகன். விறகு வெட்டி தலையில் அடித்துக் கொண்டான் வேதனையோடு. மும்முரமான வேலையில் ஈடுபட்டிருக்கும் போது இடையில் வந்து ஏதாவது தொந்தரவு செய்து கொண்டிருந்தான் சுட்டி.

அருகில் சலசல வென்று ஓடும் ஆற்றைப் பார்த்துத் தந்தையிடம் "அப்பா... இந்த ஆறு எங்கே போகுது?" என்று நச்சரித்தான். இவன் செயலாலும் நச்சரிப்புக் கேள்வியாலும் சலிப்படைந்தான் விறகு வெட்டி.

"இது ஓங்கப்பன் மச்சு வீட்டுக்குள்ளே போகுது. போடா... அங்கிட்டு" என்று கடுப்புடன் துரத்தினான் மகனை. சிறிது நேரத்தில் தகப்பன் வெட்டிப்போட்டிருந்த விறகு முழுவதையும் ஒவ்வொன்றாக எடுத்து ஆற்றுத் தண்ணீரில் போட்டுவிட்டான்.

விறகு வெட்டி வேலை முடிந்து வெட்டிப்போட்ட விறகுகளைக் கட்டாகக் கட்டுவதற்குத் தேடினான். ஒன்று கூடக் காணவில்லை.

மகன் ஓடிவந்து "அப்பா கவலைப்படாதே! நாம் வீட்டுக்குப் போவதற்குள் விறகு நம்ம மச்ச வீட்டுக்குப் போய்விடும்" என்றான்.

"எப்படிடா?" என்று கேட்டான் தகப்பன். "நீ தானே இந்த ஆறு ஓங்கப்பன் மச்சுவூட்டுக்குள்ளே போகுதுன்னு சொன்னே... அதனாலே நான் எல்லா வெறகையும் ஆற்றிலே போட்டு விட்டேன். அது தண்ணியிலே மிதந்து போதுகு..." என்றான்.

விறகு வெட்டிக்கு சினம் பொங்கியது. மகனைப் பிடித்து அலாக்காகத் தூக்கி ஆற்றில் எறிந்தான், "போடா... நீயும் நாசமாப்போ" என்று.

சுட்டிப்பயல் ஆற்றில் போய் பொத்தென்று விழுந்தான். வெள்ளம் அவனை அடித்துக் கொண்டு போனது.

◻

17. விறகு வெட்டியின் மகன் (2)

ஆற்று வெள்ளத்தில் போய்க் கொண்டிருந்த விறகு வெட்டியின் மகன் சும்மா போகவில்லை.

“எடுப்பார்க்குப் பிள்ளை உண்டு வளப்பார்க்குப் பிள்ளை உண்டு” என்று கத்திக் கொண்டே போனான்.

ஆற்றோரம் வெள்ளரித்தோட்டம் போட்டிருந்த தோட்டக்காரன் இந்தக் கூக்குரலைக் கேட்டான். அவனுக்குப் பிள்ளையில்லை, உடனே பாய்ந்து போய் சுட்டிப்பயலை எடுத்தான்.

அவனுக்குச் சோறு போட்டு “உன் பேரென்ன” என்று கேட்டான்.

சுட்டிப்பயல் “என்பேர் பூவிருக்கப் பிஞ்சு பொறுக்கி” என்று பதில் சொன்னான்.

வெள்ளரித் தோட்டத்தைக் காவல் காத்துக் கொண்டிருக்கும்படி சொல்லிவிட்டு அவன் ஊருக்குள் போனான்.

இவன் ஒவ்வொரு செடியாகப் புரட்டிப் பூவை விட்டுவிட்டுப் பிஞ்சுகளையெல்லாம் பறித்துத் தின்று விட்டான்.

சிறிது நேரம் கழித்துத் தோட்டக்காரன் வந்து தோட்டத்தைப் பார்த்தான். அவனுக்கு பகீரென்றது. ஒரு பிஞ்சைக் கூடக் காணோம். காவலுக்கு வைத்துவிட்டுப் போன சுட்டிப்பயல் மும்முரமாகப் பிஞ்சுகளைக் கடித்து தின்று கொண்டிருந்தான்.

“டேய்... என்னை மோசம் செய்து விட்டாயே” என்று அடிக்கக் கையை ஓங்கினான் தோட்டக்காரன்.

நான்தான் “சொன்னேனே என்பேரு ‘பூவிருக்கப் பிஞ்சு பொறுக்கி’ன்னு என்று சிரித்தான் விறகு வெட்டியின் மகன்.

கோபத்தோடு அவனைத் தூக்கி ஆற்றில் எறிந்தான் தோட்டக்காரன். தண்ணீரோடு அடித்துச் செல்லப்பட்டான் சுட்டி.

“எடுப்பார்க்குப் பிள்ளை உண்டு” என்று கூவிக்கொண்டே போனான்.

வெகுதூரம் சென்றதும் துணி துவைத்துக் கொண்டிருந்த வண்ணானும் வண்ணாத்தியும் அவனை எடுத்தார்கள்.

அவனுக்கு உணவு கொடுத்து ஆதரித்தார்கள். வண்ணானிடம் தன் பெயர் 'வந்தான்' என்று சொல்லிக் கொண்டான் சுட்டிப்பயல். வண்ணான் மனைவி கேட்டதற்கு 'என் பெயர் போனான்' என்று சொல்லிவிட்டான்.

ஒரு நாள் விலையுயர்ந்த பட்டுத்துணிகளை வெளுத்துக் காயப்போட்டிருந்தார்கள். அவனைக் காவல் நிறுத்திவிட்டு வண்ணானும் அவன் பெண்சாதியும் கஞ்சி குடிக்கப் போனார்கள்.

இதுதான் சமயமென்று இவன் பட்டுத் துணிகளையெல்லாம் மூட்டை கட்டிக்கொண்டு கிளம்பி விட்டான். சிறிது நேரத்தில் திரும்பி வந்த வண்ணானும் அவன் மனைவியும் இவன் வண்ணான் "ஏ....வந்தான்!" என்று கத்தினான்.

வண்ணாத்தியோ "ஏ....போனான்!" என்று கத்தினாள்.

வண்ணானுக்கு மனைவி பேரில் கோபம் வந்துவிட்டது. நான் 'வந்தான்' என்று கூவுவதைக் கேலி பண்ணத்தான் 'போனான்' என்று கத்துகிறாள் என்று நினைத்துக்கொண்டு வண்ணாத்தியை அடித்தான். அவளும் கோபத்தோடு நான் 'போனான்'னு அவன் பேரைச் சொல்லிக் கூப்பிட்டால் நீ பதிலுக்கு 'வந்தான்'னு இடக்குப் பண்ணுகிறாயே என்று சண்டை போட்டாள் புருஷனிடம்.

இப்படி இருவரும் சண்டை போட்டுக் கொண்டிருக்கும் போதே அவன் விலையுயர்ந்த பட்டுத்துணிகளுடன் மறைந்து விட்டான்.

வழியில் ஒரு பட்ட மரம் இருந்தது. சுட்டிப்பயல் கொண்டு வந்த பட்டுத் துணிகளையெல்லாம் அந்த மரக் கிளைகளில் கட்டித் தொங்க விட்டான்.

மரத்தைச் சுற்றி குழிபறித்துத் தண்ணீர் ஊற்றினான்.

அவ்வழியே வியாபாரி ஒருவன் குதிரை மீது சென்றான். மரத்தில் பட்டுத்துணிகள் தொங்குவதைப் பார்த்து இறங்கினான்.

தண்ணீர் ஊற்றிக் கொண்டிருந்த சுட்டியிடம் வந்து விசாரித்தான்.

"இது பட்டுத்துணி காய்க்கிற மரம்" என்றான் அவன்.

"இந்தக் குதிரையையும் இருபது வெள்ளி ரூபாய்களும் தருகிறேன். இம் மரத்தைக் கொடுக்கிறாயா எனக்கு" என்று கேட்டான் வியாபாரி.

சுட்டிப்பயல் சம்மதித்து குதிரையையும் வெள்ளிக் காசுகளையும் பெற்றுக் கொண்டு அந்த இடத்தை விட்டுக் கிளம்பினான். வரும் வழியில் ஒரு மரத்து நிழலில் குதிரையைக் கட்டிப் போட்டான். பையிலிருந்த வெள்ளிக் காசுகளை குதிரைபோட்ட சாணத்தில் பொதிந்து மறைத்து விட்டான். அவ்வழியே யாராவது வருகிறார்களா என்று பார்த்தான்.

ஒரு கொழுத்த பணக்காரன் வட்டிக்குக் கொடுத்து; வாங்குபவன் அந்த வழியாக வந்து கொண்டிருந்தான். அவன் அருகில் வரும்போது குதிரைச் சாணத்தை வாளியில் அள்ளிப்போட்டு தண்ணீர் விட்டுக் கரைக்க ஆரம்பித்தான்.

இதை வேடிக்கை பார்த்துக் கொண்டே நின்றான் பணக்காரன்.

சுட்டி மிகவும் கவனமாகக் கரைத்து சாணத்தில் ஏற்கெனவே பொதிந்து வைக்கப்பட்ட வெள்ளி ரூபாய்களை எடுத்து எண்ணினான்.

"தினமும் முப்பது ரூபாய் போடுவாயே இன்று மட்டும் உனக்கு என்ன வந்தது?" என்று குதிரையை நாலு மிதி மிதித்தான்.

இதையெல்லாம் பார்த்துக் கொண்டிருந்த பணக்காரனுக்கு ஆசையேற்பட்டது. குதிரையைப் பற்றி விசாரித்தான்.

எவ்வளவு பணம் கொடுத்தாலும் வெள்ளி ரூபாய்ச் சாணம் போடும் இக்குதிரையை விற்க முடியாது என்று கிராக்கி பண்ணினான் சுட்டிப் பயல்.

பணக்காரன் தன்னிடமுள்ள பணம், நகைகளையெல்லாம் மூட்டை கட்டிக் கொண்டு வந்து கொடுத்துக் கெஞ்சினான், குதிரையைத் தனக்குக் கொடுத்து விடும்படி.

சம்மதித்து, குதிரையைக் கொடுத்து விட்டு பணம், நகை மூட்டையுடன் ஊருக்குப் புறப்பட்டான் சுட்டிப்பயல்.

போகும்போது பணக்காரனை அழைத்து "குதிரை இடக்குப் பண்ணி வெறுஞ்சாணம் மட்டும் போடும் சிலசமயம்." ஏமாந்து விடாதே.... இரண்டு முரட்டு ஆட்களை இருபக்கமும் நிறுத்தி இரும்பு உலக்கைகளால் குதிரையை நெரித்து விடு. அப்போ வட்டி வாசியெல்லாம் சேர்த்து கிடைக்கும்!" என்று சொன்னான் சுட்டிப்பயல், கண்களைச் சிமிட்டிக் கொண்டே.

பாவம், பணக்காரன்!

❑

18. வால்போச்சு கத்தி வந்தது டும்.... டும்...

காகமும் நரியும் வெள்ளரித் தோட்டம் போட்டன. நரி, காகம் இல்லாத நேரத்தில் தோட்டத்தில் புகுந்து வெள்ளரிக் காய்களை 'அபேஸ்' செய்து வந்தது.

காகம் இதைக் கண்டு பிடிப்பதற்காகத் தோட்டத்தின் நடுவில் பல இடங்களில் கருவேல முட்களை நட்டு வைத்தது.

இது தெரியாமல் வழக்கம்போல திருடித் தின்பதற்குச் சென்றது நரி. தரையில் இழுபட்ட வாலில் வசமாக முள் தைத்து விட்டது.

அதை வெளியே சொல்ல வெட்கப்பட்டு அப்படியே விட்டு விட்டது. வாலில் முள் தைத்த இடம் புண்ணாகி வேதனையெடுக்கத் தொடங்கியது.

உடனே நாவிதனிடம் சென்று தன் வாலில் தைத்து விட்ட முள்ளை எடுக்கும்படி கெஞ்சியது. அவனும் இரக்கப்பட்டுக் கத்தியினால் வாலில் முள் தைத்த இடத்தை லேசாகக் கீறினான்.

கத்தியோ பதமானது. நரியின் வாலோ பல நாட்களாய் கவனியாமல் சீழ்பிடித்து அழுகிப் போயிருந்தது. எனவே கத்தி பட்டதும் வால் 'துணுக்' கென்று அறுபட்டு விழுந்தது.

உடனே நரி, நாவிதனிடம் "என் வாலை அறுத்து விட்டாயே... வாலைக் கொடு. இல்லாவிட்டால் பதிலுக்கு ஏதாவது கொடு" என்று கேட்டது.

அறுந்த வாலை ஒட்டவைக்க முடியுமா? எங்கிட்ட கத்தியைத் தவிர. வேறொண்ணுமில்லே" என்று கத்தியைக் கொடுத்து விட்டுப் போனான் அவன்.

நரி கத்தியை எடுத்துக் கொண்டு போகும் வழியில் ஒரு கிணற்றுக்கு அருகே ஒருவன் மாம்பழத்தைக் கடித்துத் தின்று கொண்டிருந்தான். அவனிடம் சென்று கத்தியைக் கொடுத்து "கத்தியால் மாம்பழத்தை அறுத்துச் சாப்பிடு" என்றது.

அவனும் அவ்வாறே பழத்தைச் சாப்பிடுவதற்கு நறுக்கும்போது கைதவறி கத்தி கிணற்றில் விழுந்து விட்டது.

நரி அவனை விடவில்லை. "என் கத்தியைக் கொடுக்கிறாயா, இல்லை உன் மாம்பழத்தைக் கொடுக்கிறாயா" என்று கேட்டது.

அவன் பேசாமல் மாம்பழத்தைக் கொடுத்து விட்டு நகர்ந்தான்.

சிறிது தூரம் சென்றதும் எதிரே ஒரு கல்யாணப் பொண்ணும் மாப்பிள்ளையும் வந்தனர். நரி மாப்பிள்ளைக்கு மாம்பழத்தைக் கொடுத்தது. மாப்பிள்ளை மாம்பழத்தின் மீது ஆசைப்பட்டவன் போலும். கொடுத்தவுடன் நாக்கைச் சப்புக்கொட்டிக் கொண்டு ருசித்துத் தின்று முடித்தான். தின்று முடித்ததும் நரி "என் மாம்பழத்தைக் கொடு; அல்லது உன் பொண்ணைக் கொடு" என்று அவனைப் பிடித்துக் கொண்டது.

அவன் "ஐயோ.... மாம்பழத்துக்கு எங்கே போவேன்... பொண்ணை வேண்டுமானால் கொண்டுபோ" என்று பொண்ணைக் கொடுத்துப் போய்விட்டான்.

நரி பெண்ணை அழைத்துக் கொண்டு சாலை வழியே செல்லும்போது எதிரே ஒரு வாணியச் செட்டியார் எண்ணெய் கொண்டு வந்தார் விற்பனைக்கு.

அவரிடம் நரி "செட்டியாரே செட்டியாரே இந்தப் பொண்ணை வைத்துக்கொண்டு எண்ணெய் கொடு" என்றது.

செட்டியாரும் அப்படியே பொண்ணுக்குப் பதில் எண்ணெய் கொடுத்தார்.

நரி எண்ணெயை எடுத்துக் கொண்டு போகும் வழியில் ஒரு பாட்டி தோசை சுட்டுக் கொண்டிருந்தாள். நரி அந்தப் பாட்டியருகே போய் உட்கார்ந்து கொண்டது.

"பாட்டி, பாட்டி! நீ எண்ணெய் ஊத்தி தோசை சுடுறயா, தண்ணி ஊத்தி சுடுறயா?" என்று வினவியது நரி.

"அப்பனே... நானோ ஏழை. எண்ணெய்க்கு எங்கே போவேன்? தண்ணியால் தான் தோசை சுடுகிறேன்" என்றாள் பாட்டி.

"இந்தா எண்ணெய்! இதை வைத்துகொள்! " என்று எண்ணெயைக் கிழவியிடம் கொடுத்தது நரி. பாட்டி உற்சாகமாக, எண்ணெய் தடவி தோசைகளைப் புரட்டி எடுத்தாள். தோசைகள், சட்டிநிறைந்து விட்டது. எண்ணெயும் காலியாகி விட்டது.

இந்த சமயத்தில் நரி "என் எண்ணெயைத் திருப்பித் தருகிறாயா, இல்லையென்றால் தோசைகளைக் கொடுக்கிறாயா?" என்று பாட்டியை நெருங்கியது. பாட்டி எங்கே போவாள் எண்ணெய்க்கு? வேறு வழியில்லாமல் தோசைகளைக் கொடுத்தனுப்பினாள்.

தோசைகளைக் கொண்டுபோன நரி வழியில் கொட்டு அடிப்பவன் ஒருவனைச் சந்தித்தது.

"கொட்டுக்காரா, ரொம்ப பசியோடு இருக்கிறாயே.... இதைச் சாப்பிடு" என்று தோசைகளை அவன் முன் வைத்தது நரி. கொட்டுக்காரனும் மூக்கு முட்ட ஒரு பிடி பிடித்தான் தோசைகளை.

அவன் தின்று முடித்ததும் "கொட்டுக்காரா, என் தோசையைக்கொடு என்று கேட்டது நரி.

அவன் தோசையைத் தின்று விட்டபிறகு எப்படித் தர முடியும்? விழித்தான்.

"தோசைக்குப்பதில் உன் கொட்டைக் கொடு." என்று அவனிடம் கொட்டைப் பிடுங்கிக் கொண்டது நரி.

நரி லேசாகத் தட்டிப் பார்த்தது. 'டும் டும்' என்று முழங்கியது கொட்டு. நரிக்கு சந்தோஷம் தாங்க முடியவில்லை. நரி ஒரு மலையின் மீது ஏறியது.

"வாலு போச்சு
கத்தி வந்தது
டும் டும் டும்

கத்தி போச்சு
மாம்பழம் வந்தது
டும் டும் டும்

மாம்பழம் போச்சு
பொண்ணு வந்தது
டும் டும் டும்

பொண்ணு போச்சு
எண்ணெய் வந்தது
டும் டும் டும்

எண்ணெய் போச்சு
தோசை வந்தது
டும் டும் டும்

தோசை போச்சு
கொட்டு வந்தது
டும் டும் டும்
டும் டும் டும்"

என்று பாடிக்கொண்டே நரி குதித்து ஆடியது, அப்போது கொஞ்சம் கால் தவறி விட்டது.

நரி கொட்டோடு உருண்டு விழுந்து செத்தது.

❑

19. புலியும் பூனையும்

முன் காலத்தில் புலி பசித்தால் புல்லைத்தான் தின்று கொண்டிருந்தது!

அதற்கு மிருகங்களைப் பாய்ந்து கொல்லவோ, கடித்து ருசிக்கவோ தெரியாது.

ஒரு நாள் தற்செயலாக பூனை எலியைப் பாய்ந்து பிடித்துக் கொன்று சுவைப்பதைப் பார்த்தது. அன்று முதல் பூனையைச் சிநேகம் பிடித்துக் கொண்டது.

கொஞ்ச நாட்களுக்குப்பின் பூனையிடம், தனக்கும் மாமிச பட்சணியாக ஆவல் இருப்பதால், பாய்ந்து கொல்வதையும் பிராணிகளின் உடலைக் கிழித்துச் சாப்பிடுவதையும் கற்றுத்தர வேண்டும் என்று கேட்டுக்கொண்டது.

பூனையும் சம்மதித்து அந்த வித்தையைச் சிறிது சிறிதாகச் சொல்லிக் கொடுக்கத் தொடங்கியது.

முதலில் கூரிய நகங்களை நீட்டுதல், பாய்ச்சல், கடித்துக் குதறுதல் இப்படி எல்லாவற்றையும் சொல்லிக் கொடுத்தது.

இதெல்லாம் கற்றுக் கொண்ட புலிக்கு அகம்பாவம் வந்து விட்டது. ஒருநாள் தான் தெரிந்து கொண்டதைச் சோதித்துப் பார்க்க எண்ணியது. மறுகணமே தனக்குக் 'குரு'வான பூனையைக் கொல்வதற்குப் பாய்ந்தது.

பூனை சுதாரித்துப் புலியின் பாய்ச்சலுக்குத் தப்பி அருகிலிருந்த மரத்தில் ஏறிக்கொண்டது.

புலியால் தாவி மரம் ஏற முடியவில்லை. அடடா அரைகுறையாய்ப் போய் விட்டதேயென்று வருந்தி பூனையை மீண்டும் அழைத்து "எனக்கும் மரம் ஏறக்கற்றுக்கொடு" என்று கெஞ்சியது.

"உனக்கு அதைச் சொல்லிக் கொடுக்காதது ரொம்ப நல்லது. அதைச் சொல்லித் தந்திருந்தால் இந்நேரம் நானே உனக்கு இரையாகியிருப்பேன்" என்று கூறிவிட்டு நகர்ந்தது.

அது மட்டுமல்ல; இரையைத் தின்ற பிறகு நாவினால் பற்களையும் சுத்தம் செய்கிறதையும் புலிக்குச் சொல்லிக் கொடுக்கவில்லையாம் பூனை.

'தீட்டிய மரத்தையே பதம் பார்க்கும் துர்புத்தியுடைய புலியிடமிருந்து சதா துர்வாசனை வந்து கொண்டிருக்கட்டும்' என்று பூனை எண்ணி விட்டது போலும்!

❏

20. ஒரு கஞ்சனின் கதை

ஒரு ஊரிலே ஒரு கிழவன் இருந்தான். அவன் படுகஞ்சன். அவனுடைய மனைவியோ அவனைக் காட்டிலும் கருமி. இருவருக்கும் பிள்ளையில்லை. கிழவன் தன்னுடைய கம்மங்காட்டில் குருவி விரட்டிக் கொண்டிருந்தான். கம்மங்கதிர் விளைந்து மணிபிடித்த பருவம். குருவிகள் நச்சிக் கொண்டிருந்தன.

அவ்வழியே போன ஒரு சாமியாருக்கு கம்மங்கதிர் மேல் ஆசை விழுந்து விட்டது.

கிழவனை அணுகி, "ஐயா எனக்குக் கசக்கித்திங்க நாலு கதிர் கொடுங்க" என்று கேட்டார் சாமியார்.

கிழவனுக்கு என்ன செய்வதென்று புரியவில்லை. பொதுவாக அவனுக்குச் சாமியார்களைக் கண்டாலே பயம். ஏதாவது தருமம் கேட்பார்கள்; இல்லையென்றால் சாபம் கொடுப்பார்கள் என்று.

கிழவன் பயபக்தியுடன், "சாமி! உங்களுக்கு இல்லாத கதிரா... ஆனால் அறுவடை ஆகாத புஞ்சையிலே வாய்வைக்கக் கூடாதுன்னு பெரியவங்க சொல்வாங்க... அடுத்த வெள்ளிக்கிழமை அறுப்பு ...நீங்க வந்தால் வேணுங்கிற மட்டும் திங்கலாம்" என்று கூறினான் சாமியாரிடம்.

சாமியார் சரியென்று போய்விட்டார்.

வெள்ளிக்கிழமை வந்தது. சாமியார் தயாராக புஞ்சையில் காத்திருந்தார் கிழவன் சாமியாரைக் கவனிக்காதது போல இங்குமங்கும் ஓடியாடி கம்மங்கதிர் அறுவடையைக் கவனித்துக் கொண்டிருந்த மாதிரி பாவலா செய்தான்.

சாமியார் விடவில்லை. கிழவனுக்கு முன்னால் போய் நின்றார்.

"ஐயா.... கசக்கித் தின்பதற்குக் கம்மங்கதிர்...." என்றார்.

கிழவன் மிகவும் கவனமாக "சாமி.... நீங்கள் என்ன சின்னப் புள்ளையா... கருது கசக்கித் தின்பதற்கு?.. களத்திலே கதிர் அடிக்கும்

போது வாங்க... ரெண்டுபடி கம்பப்புல் தர்றேன்..." என்று கூறினான்.

சாமியாரும் சம்மதித்துப் போய் விட்டார். சாமியாரை ஏமாற்றி அனுப்பி விட்டதுக்காக மிகவும் சந்தோஷப்பட்டான் கிழவன்.

மறுநாள் கதிரடித்து, களத்தில் பொலி குவிந்து கிடந்தது. கிழவன் தானியத்தை அளந்து போட்டுக் கொண்டிருந்தார். சாமியாரைப் பற்றிய ஞாபகமே இல்லை அவனுக்கு.

தானியத்தை வண்டியிலேற்றும்போது சாமியார் வந்து விட்டார்.

சாமியாரைப் பார்த்ததும் பகீரென்றது கிழவனுக்கு.

"ஐயா... கம்பம்புல் கொடுக்கிறதாச் சொன்னீங்களே...." என்று துண்டை விரித்தார் சாமியார். கிழவனுக்குக் கோபம் வந்து விட்டது.

"ஓய் சாமியாரே! களத்து வாசலிலே தானியம் கேட்கிறீரே... ஒமக்குக் கொடுத்தால் வழியிலே போறவன் வர்றவன் எல்லோரும் கேட்பார்களே... நாளைக்கு வீட்டுக்கு வாரும் தர்றேன்" என்று சொல்லி விரட்டினான்.

சாமியாரும் விடவில்லை. கிழவன் கொடாக்கண்டன் என்றால், சாமியார் விடாக்கண்டன் ஆக இருந்தார்.

மறுநாள் காலையில் வீட்டு வாசலில் போய் "ஐயா....!" என்று அழைத்தவாறே நின்றார் சாமியார்.

கிழவனுக்கு திகில் உண்டாகிவிட்டது. சாமியாரை ஏமாற்ற வழியில்லையா என்று யோசித்தான்.

சிறிது நேரம் கழித்து, மிகவும் பரிவோடு சாமியாரை அழைத்தான் கிழவன். அருகே உட்கார வைத்துக் கொண்டான்.

"சாமீ..! கம்பம்புல் வாங்கி என்ன செய்வீர்கள்....." என்று கேட்டான் சாமியாரிடம்.

சாமியார் "ஐயா....அதை வித்து அந்தக்காசுக்கு ஏதாவது வாங்கித் தின்பேன். இல்லாட்டா கஞ்சி காய்ச்சிக் குடிப்பேன்.... நீங்க நல்லாயிருக்கணும். ஏதாவது ரெண்டுபடி கம்பம்புல்..." என்று கெஞ்சினார்.

“யோவ்... சாமியாரே... நீர் எங்கிட்ட கம்பம்புல் வாங்கிட்டுப் போய் அதை இடித்துக் காய்ச்ச உமக்கு என்ன வீடா, குடும்பமா, என்ன இருக்கு? நீர் நாளைக்கு வாரும்... என் பெண்சாதி கம்பு இடித்துக் கஞ்சி காய்ச்சப் போறாள்.... உமக்கு மூணுவேளை வயிறாராக் கஞ்சி ஊத்தறேன்” என்று சொல்லி சாமர்த்தியமாகச் சாமியாரைக் கடத்தி விட்டான்.

அன்றிரவு கிழவனும் கிழவியும் ஒரு தந்திரம் செய்யத் திட்டமிட்டனர்:

‘சாமியார் வரும்போது கிழவன் செத்தது போலப் படுத்திருக்க வேண்டும். கிழவி ஒப்பாரி வைக்க வேண்டும். இதைப்பார்த்த சாமியார் இனிமேல் இங்கே ஒன்றும் கிடைக்காது என்று போய் விடுவார்.’

மறுநாள் பொழுது விடிந்தது. கிழவி அடிக்கடி வாசலுக்குப் போய் தெருவை எட்டிப்பார்த்தாள், சாமியார் வருகிறாரா என்று.

வந்துவிட்டார் சாமியார்! கிழவனைத் திண்ணையில் படுக்க வைத்துவிட்டு ஒப்பாரி வைக்கத் தொடங்கினாள்.

கிழவியின் அழுகையைக் கேட்டுத் திடுக்கிட்டுப் போன சாமியார் அப்படியே வாசலில் நின்று விட்டார் அசையாமல்.

கிழவி ஓரக்கண்ணால் சாமியாரைப் பார்த்து விட்டுத் தனது அழுகையை நிறுத்தாமல் தொடர்ந்தாள். கிழவன் கொஞ்சம் கூட அசையாமல் கிடந்தான். தன் மீது முட்டி மோதி அழும் போது ரகசியமாகக் “கிழவன், மெல்லக் கேட்டான் கிழவியிடம், சாமியார் போய்விட்டானா....” என்று.

கிழவியிடம் புலம்பலோடு புலம்பலாக ‘இருக்கானே.... பாவி... இருக்கானே’ என்று பதில் சொன்னாள்.

நேரம் ஆகிக்கொண்டே போகிறது. சாமியார் நகரவில்லை. ஊரே கூடிவிட்டது.

பிள்ளையில்லாத கிழவன் செத்துப்போனதால் பங்காளிகள் உற்சாகமாகப் பிணத்தைச் சுடுகாட்டிற்குக் கொண்டுபோக ஏற்பாடுகளைச் செய்ய ஆரம்பித்தார்கள்.

பிணம் குளிப்பாட்டப்பட்டு கோடி உடுத்தி சுடுகாட்டுக்குக் கொண்டுபோகத் தயாராக இருந்தது. கிழவன் தன் முகத்தருகே முகம் வைத்து அழுத கிழவியிடம் 'போயிட்டானா... போயிட்டானா' என்று மெல்லக் கேட்டான். கிழவி கதறியபடியே' இருக்கானே... பாவி இருக்கானே' என்று பதில் சொன்னாள்.

கிழவன் என்ன ஆனாலும் சரி சாமியாருக்கு மடங்குவதில்லை என்று தீர்மானித்துக் கொண்டான். கிழவியும் அப்படியே.

சுடுகாட்டுக்குப் போய் விட்டது பிணம். வாய்க்கரிசி போட்ட கிழவியிடம் மெல்லக் கேட்டான் கிழவன்:

'போயிட்டானா....'

'இருக்கானே பாவி - இருக்கானே.'

கிழவன் அசையவில்லை, அசல் பிணம் மாதிரிக் கிடந்தான்.

சிதையின் மேல் பிணத்தை வைத்துவிட்டார்கள். பிள்ளையில்லாததால் கிழவியே கொள்ளி போட்டாள்.

கொள்ளி போடப்போன கிழவி முட்டி முட்டி அழுதாள். அவளிடம் கிழவன் "அடியே - சாமியார் போயிட்டானா" என்று கேட்டான். கிழவி தலையில் 'மடீர்' என்று அடித்துக் கொண்டு "இருக்கானே - பாவி..... இருக்கானே!" என்று புலம்பியழுதபடியே கொள்ளி வைத்தாள்.

சிதை பற்றி எரியத் தொடங்கியது. அப்போதும் அசையவில்லை கிழவன்.

தன் புருஷன் மீது தீபரவத் தொடங்கியதைக் கண்டதும் "அய்யோ - என் புருஷன்!" என்று கதறிக் கொண்டே சிதையை நோக்கிப் பாய்ந்தாள் கிழவி.

அங்கு கூடியிருந்தவர்கள் புருஷன் மேல் வைத்த பிரியத்தால் அவன் செத்த பிறகும் பிரிய மனமில்லை கிழவிக்கு என்று நினைத்து கிழவியைப் பிடித்து இழுத்துக் கொண்டு போனார்கள்.

தீக்கங்குகள் தன் மேல் பட்டதும் சூடு பொறுக்காமல் துள்ளி எழுந்தான் கிழவன்.

வீர.வேலுச்சாமி படைப்புகள் ❑ 277

சில சமயம் சிதையில் வைத்த பிணம் எரியும் போது நரம்புகள் விடைத்து மேலே எழும் அப்போது பிணம் எரிப்பவர்கள் அருகில் இருந்து கழிகளால் அடித்து வீழ்த்துவது வழக்கம்.

கிழவன் எரிகிற சிதையிலிருந்து எழும்புவதைக் கண்ட பிணம் எரிப்பவர்கள் தயாராக வைத்திருந்த கழிகளால் மண்டையில் ஒரு போடு போட்டனர். 'தொப்'பென்று விழுந்த கிழவனின் பிணம் சிறிது நேரத்தில் சாம்பலானது.

இப்படியாக முடிந்தது அந்தக் கஞ்சம் பிடித்த கிழவனின் கதை!

❑

21. நரியும் பூனையும்

ஒரு நரியும் பூனையும் வெகுநாட்களாக நண்பர்களாக இருந்து வந்தன. காட்டில் வாழும் நரிக்கும் வீட்டில் வசிக்கும் பூனைக்கும் சிநேகம் ஏற்பட்டது அதிசயம் தான்!

ஒரு நாள் பூனை நரியைத் தனது வீட்டுக்கு விருந்துக்கு அழைத்தது. நரியும் சம்மதித்துப் புறப்பட்டது.

அப்போது மற்ற நரிகளெல்லாம் அதைத் தடுத்தன.

"நம்மைக் கண்டாலே மனிதர்களுக்குப் பிடிக்காது. பூனையின் பேச்சைக் கேட்டு அங்கேயெல்லாம் போகாதே" என்று புத்திமதிகளைக் கூறின. நரி செவி சாய்க்காமல் பூனையுடன் புறப்பட்டுப் போய்விட்டது.

பூனை, நரியை அந்த வீட்டு மொட்டைமாடியில் ஏற்றி மறைந்திருக்கச் சொல்லிவிட்டு ஆகார வகைகளைத் திருடிக் கொண்டு வந்து போட்டது.

நரி இரவு முழுவதும் பூனை கொண்டு வந்து போட்ட தீனியை வயிறுமுட்டத் தின்றது.

விடிகாலை நேரம். குளிர்ந்த காற்று சுகமாக வீசியது. மூக்குமுட்ட சாப்பிட்ட திருப்தியில் நரிக்கு பாட்டுப்பாட வேண்டும்போல குஷி ஏற்பட்டது. 'ஊ...ஊ...' என்று ஊளையிடத் தொடங்கியது.

ஊர்க்காரர்கள் விழித்துக் கொண்டார்கள். நரி ஊருக்குள் அகப்பட்டால் சும்மா விடுவார்களா?

கல்லாலும், தடிகளாலும் அடித்து நொறுக்கினார்கள். நரி தப்பித்தேன் பிழைத்தேன் என்று ஓட்டம் பிடித்தது காட்டை நோக்கி.

காட்டிலுள்ள நரிகளெல்லாம் காயங்களுடன் ஓடி வந்த அதனிடம் என்ன நடந்தது என்று விசாரித்தன. நரி தனக்குக் கிடைத்த கல்லெறிகளையும் தடியடிகளையும் பற்றிச் சொன்னது.

வீர.வேலுச்சாமி படைப்புகள்

அதைக் கேட்டதும் ஒரு நரிக்குப் பாட்டு வந்து விட்டது!

"கூடாத பேருடன்
கூடலாமா?
கூடாத பேருடன்
கூடினாலும்
கூடங்கள் மாடங்கள்
ஏறலாமா?
கூடங்கள் மாடங்கள்
ஏறினாலும்
நாதங்கள் கீதங்கள்
இசைக்கலாமா?
நாதங்கள் கீதங்கள்
இசைத்ததாலே
மேளங்கள் தாளங்கள்
கிடைத்தனவே!"

❏

22. நாலுக்கால் பட்ட மன்னா!
(குடல் இல்லாத அண்ணன்)

ஒருவன் தனது வளர்ப்புக் கிடாயைக் குளிப்பாட்டுவதற்கு கண்மாய்க்கு கொண்டு போனான். நல்ல வளர்ப்பினால் கொழுத்த அந்தக்கிடாய் சந்தோஷத்தினால் கண்மாயில் குதியாளம் போட்டது.

அப்போது தண்ணீருக்கருகே வளைக்குள்ளிருந்த நண்டு மெல்ல வெளியே எட்டிப் பார்த்தது: ஆடு தரையில் நிற்காமல் இங்குமங்கும் குதித்தோடியதில் நண்டுவளை மிதிபட்டு நாசமாகி விட்டது. நண்டுக்குக் கோபம் வந்துவிட்டது. கிடாயைப் பார்த்து.

"நாலுக்கால் பட்ட மன்னா!
உனக்கு
நாளைக்கு இன்னேரம்
சாவு..."

என்றது. நண்டு சொன்னதைக் கேட்டுத் திடுக்கிட்டது கிடாய்.

"மண்ணுக்குள்ளிருக்கும்
மகாராசா!
உனக்கு யார்
சொன்னார்?"

என்று நண்டை வினவியது. நண்டு சிரித்துக் கொண்டே,

"குடல் இல்லாத அண்ணன்
கூப்பிட்டுச் சொன்னான்"

என்றது, அந்நேரம் 'டும் டும்' என்று கொட்டு முழக்கம் கேட்டது. அன்றைக்கு அந்த ஊர் கிராம தேவதைக்குப் பொங்கல் திருவிழா.

கிடாய் நண்டு சொன்னதை மீண்டும் ஞாபகப்படுத்திப் பார்த்தது.

"குடல் இல்லாத அண்ணன்
கூப்பிட்டுச் சொன்னான்"

'குடல் இல்லாத' கொட்டு அண்ணன் பொங்கலையும் மறுநாள்

காலையில் இந்தக்கிடாயை கிராம தேவதைக்குப் பலியிட விருப்பதையும் 'டும் டும்' என்று கூப்பிட்டுச் சொல்கிறான்.

அந்தக் கொழுத்த கிடாய்க்கு பொருள் விளங்கியது. அதன் குதியாளம் அடங்கி ஒடுங்கி விட்டது.

◻

23. கிழவிக்கு வந்த கோபம்

முன் காலத்தில் ஆகாயம் ரொம்பத் தணிவாக இருந்தது மனிதர்கள் நடமாடக்கூட முடியாத அளவு கிட்டத்தில் இருந்தது. எல்லோரும் குனிந்து கொண்டும் தவழ்ந்து கொண்டும்தான் திரிந்தார்கள்.

அப்படி இருக்கும் போது ஒருநாள் ஒரு கிழவி வாசலைப் பெருக்கிக் கொண்டிருந்தாள். குனிந்து பெருக்கியதால் இடுப்பு கடுகடுத்தது. நிமிர்ந்தாள்! ஆகாயம் 'டொக்' கென்று தலையில் இடித்தது பலமாக.

கிழவிக்கு கோபம் சண்டாளமாக வந்தது. கையிலிருந்த விளக்குமாற்றால் ஆகாயத்தை நாலுபோடு போட்டாள்.

விளக்கு மாற்றுப் பூசைவாங்கிய ஆகாயத்துக்கு ரோஷம் பொத்துக் கொண்டு வந்தது. கோபித்துக் கொண்டு யாருக்கும் எட்டாத உயரத்திற்குப் போய் விட்டது.

போனது சும்மா போகக் கூடாதோ? கிழவியையும் சேர்த்து இழுத்துக் கொண்டு போய் விட்டது. கிழவி அங்கே போய் தனக்கொரு வீடு கட்டிக் கொண்டாள்.

அந்த வீடுதான் நிலா. அந்த நிலா வீட்டிலிருந்து கிழவி தான் வாழ்ந்த பூமியைக் குனிந்து எட்டிப் பார்த்துக் கொண்டேயிருக்கிறாள். இப்போதும்.

நிலாவை உற்றுப் பாருங்கள். உங்களுக்கும் தெரியும் அது!

❑

24. அக்காளும் தங்கையும்

வெகுகாலத்துக்கு முன்பு, ஒரு ஊரில் இரு சகோதரிகள் வசித்து வந்தார்கள். அவர்களில் மூத்தவள் பணக்காரி; இளையவள் ஏழை; அன்றாடம் கூலி வேலை செய்து பிழைப்பவள்.

ஒரு நாள் மூத்தவள் தங்கையை அழைத்துத் தன் தலையில் பேன் எடுக்கச் சொன்னாள்.

“தலையில் ஒரு பேன் கூட இல்லாமல் எடுத்து விட்டால் உனக்கு நாழி அரிசி கொடுக்கிறேன்” என்று கூறினாள் தங்கையிடம்.

தங்கையும் சம்மதித்து ஒருநாள் முழுவதும் கவனமாக அக்காவின் தலையில் பேன்பார்த்தாள். பேன் எடுத்தானதும் மூத்தவளும் சொன்ன வாக்குத் தவறாமல் ஒரு படி அரிசி தந்தாள்.

இளையவள் அதைக் கொண்டுபோய் உலையிலிட்டு கஞ்சி காய்ச்சினாள்.

கொஞ்ச நேரம் கழித்து மூத்தவளுக்கு தலை அரித்தது. பேன் சீப்பு எடுத்துத் தலையை வழித்தாள். எப்படியோ தப்பியிருந்த ஒரு பேன் சீப்புக்கு அகப்பட்டது.

உடனே அந்தப் பேனை எடுத்துக்கொண்டு தங்கையிடம் ஓடினாள்.

“ஒரு பேன் கூட இல்லாமல் எடுப்பதற்குத்தான் உனக்கு நாழி அரிசி கொடுத்தேன். இதோ ஒரு பேன்! - என் அரிசியைத் திருப்பிக் கொடு” என்று தங்கையிடம் கேட்டாள் மூத்தவள்.

தங்கை “அக்கா... நீ கொடுத்த அரிசியைக் கஞ்சி காய்ச்சி விட்டேன். வேறு அரிசி இல்லை. நாளைக்கு யாரிடமாவது வாங்கி உனக்கு அரிசியைக் கொடுத்து விடுகிறேன்” என்று கெஞ்சினாள்.

அக்காள் சம்மதிக்கவில்லை. கஞ்சியோடு அடுப்பில் இருந்த பானையைத் தூக்கிக் கொண்டு போய் விட்டாள்.

தங்கை, அக்கா செய்த கொடுமையை நினைத்து மனம் வருந்தினாள். வயிற்றுப்பசி வேறு அவளை வருத்தியது.

உணவுக்கு வழிதேடி காட்டு வழியே போனாள். அங்கே ஒரு கோவில் இருந்தது. கோவிலுக்கு அருகே நிறைய காட்டுக்கீரை முளைத்திருந்தது.

இதைப் பிடுங்கிக் கொண்டுபோய்த் தின்று இன்றையப் பொழுதைக் கழிப்போம் என்று எண்ணி அதைப் பறிக்கப்போனாள்.

"யாரது?"

கோவிலுக்குள்ளிருந்து ஒரு குரல் கேட்டது.

தங்கை எட்டிப் பார்த்தாள். அங்கே ஒரு தாடிச் சாமியார் அவளை உள்ளே வரும்படி அழைத்தார். பயந்து கொண்டே சென்றாள் அவள்.

"நீ யாரம்மா? எங்கே வந்தாய்?" என்று மிகவும் பரிவோடு கேட்டார் சாமியார்.

"நான் ஏழை. தினம் கூலிவேலை செய்து பிழைப்பவள். பணக்காரியான என் அக்காள் தன் தலையில் ஒரு பேன் இல்லாமல் எடுத்தால் ஒருபடி அரிசி கொடுப்பதாகச் சொன்னாள். நானும் அப்படியே எடுத்தேன். ஒருபடி அரிசி கொடுத்தாள். நான் அதைக் கஞ்சி காய்ச்சினேன். சிறிது நேரத்தில் என் அக்கா என்னிடம் வந்து ஒரு பேனைக் காட்டி ' நீ சரியாகப் பேன் எடுக்கவில்லை' என்று கூறி அரிசியைத் திரும்பக் கேட்டாள். நான் கஞ்சி காய்ச்சி விட்டேன் என்று சொன்னேன். அவள் கஞ்சிப் பானையைத் தூக்கிக் கொண்டு போய்விட்டாள் என் பசியைப் போக்க வழியில்லாமல் காட்டுக்கீரை பறித்து வேக வைத்துச் சாப்பிடலாம் என்று இங்கே வந்தேன்" என்று விபரமாகக் கூறினாள்.

உடனே சாமியார் இரக்கப்பட்டு அவளை கோவிலில் இருந்த பாதாள அறைக்கு அழைத்துப் போனார்.

அங்கே இரண்டு மரப்பெட்டிகள் இருந்தன. ஒன்று பெரியது; மற்றொன்று சிறியது. "இந்த ரெண்டு பெட்டிகளில் உனக்கு எது வேணுமோ அதை எடுத்துக்கொள்" என்று சாமியார் அவளிடம் கூறினார்.

"பெரிய பெட்டியை என்னால் சுமக்க முடியாது. சிறியதே போதும்" என்று சின்னப் பெட்டியைத் தூக்கிக் கொண்டாள்.

வீடு போய்ச் சேர்ந்ததும் பெட்டியைத் திறந்து பார்த்தாள். நிறையத் தங்கக் காசுகள் இருந்தன. அந்தக் காசுகளை வைத்து வறுமை நீங்கி சொகுசாக வாழ்ந்தாள் சின்னவள்.

சில நாட்கள் போயின. அக்காள் தனது தங்கை திடீர்ப் பணக்காரியாகிவிட்ட ரகசியத்தைத் தெரிந்துகொள்ள ஆசைப்பட்டாள். கெஞ்சிக் கூத்தாடி தங்கையிடம் அந்த ரகசியத்தைக் கேட்டு அறிந்து கொண்டாள்.

மறுநாளே அந்தக் காட்டுக் கோவிலுக்குப் போனாள். கீரை பறித்தாள், சாமியார் வெளியே வந்து "யாரது? எங்கே வந்தாய்" என்று கேட்டதும் அக்காள் பாசாங்கு செய்து பொய் சொன்னாள்.

"பல நாளாய் பட்டினி கிடக்கும் அனாதை நான். இந்தக் கீரை யைப்பிடுங்கி வேகவைத்து பசியாறலாம் என்று வந்தேன்" என்றாள்.

சாமியார் அவளை உள்ளே அழைத்துப் போய் இரண்டு பெட்டிகளைக் காட்டினார்.

"உனக்கு இஷ்டமான பெட்டியை எடுத்துக் கொள்" என்றார் அவளிடம்.

மூத்தவள் பேராசையுடன் பெரிய பெட்டியைத் தூக்க முடியாமல் தூக்கித் தலையில் வைத்துக் கொண்டாள். முக்கிமுனகி, கடுமையான பாரத்தைச் சுமந்து வீடு வந்து சேர்ந்தாள். பெட்டியை இறக்கியதும் வீட்டை உட்புறம் தாழிட்டாள்.,

ஆவலோடு பெட்டியைத் திறந்தாள்.

'அய்யோ....!'

பெட்டி நிறைய பாம்பும் தேளும், நட்டுவாக்கிளியும் ஊர்ந்து, நெளிந்து அவளைக் கவ்வின.

பேராசை பிடித்த அந்தப் பணக்காரி அலறிக் கூச்சலிட்டாள். கதவு உட்புறம் தாழ்ப்பாள் போட்டிருந்த படியால் யாராலும் அவளைக் காப்பாற்ற முடியவில்லை. பாவம்!

❏

25. ஒரு எறும்பின் மரணம்

ஒரு குழிநரியும் எறும்பும் சிநேகமாக இருந்தன. ஒரு நாள் எறும்பு இரை தேடப் போனது. ஒரு பெண் சோளம் இடித்துக் கொண்டிருந்தாள். தானிய நொறுங்கலை வாசனை பிடித்து உரலுக்கு அருகில் போய் நின்றது எறும்பு.

அந்நேரம் பார்த்து சோளம் இடித்த பெண் உலக்கையை கீழே வைத்தாள். எறும்பு உலக்கைக்கு அடியில் நசுங்கி மாண்டது.

வெகு நேரமாகியும் இரைதேடப் போன நண்பன் வராததால் அதைத் தேடிச் சென்றது குழிநரி. எறும்பு போன பாதையே குழிநரியும் போய் உரலை அடைந்தது. அங்கே எறும்பு செத்துக் கிடந்ததைக் கண்டு மனம் வருந்தி கண்ணீர் விட்டது.

பின்னர் எறும்பின் உடலை அடக்கம் செய்துவிட்டு கவலையோடு ஆற்றங்கரைக்குச் சென்றது குழிநரி.

அளவற்ற துயரத்துடன் அமர்ந்திருந்த குழிநரியைப் பார்த்த ஆறு "குழிநரியே, ரொம்ப வருத்தமாக இருக்கிறாயே ஏன்?" என்று கேட்டது.

"எனது உயிர் நண்பன் எறும்பு இரை தேடப் போனது. போன இடத்தில் உலக்கை நசுக்கி செத்து போனது. நாங்கள் இருவரும் இணைபிரிய மாட்டோம் எப்போதும். நண்பனைப் பறி கொடுத்துவிட்டு தவிக்கிறேன்...." என்று கண்ணீர் சிந்தியது குழிநரி.

குழிநரியின் ஆறாத் துயரத்தைக் கேட்டதும் ஆறு மனம் கலங்கிவிட்டது. தண்ணீரும் கலக்கம் அடைந்தது.

அப்போது அந்த ஆற்றுக்கு தண்ணீர் குடிக்க வந்த கோயில்

[குழிநரி : மூட்டைப்பூச்சி போன்ற வடிவத்தில் அதை விடக் கொஞ்சம் பருமனாகவும் இருக்கும். வெள்ளை, சாம்பல் நிறங்களில் காணப்படும். தரையில் சிறு சிறு குழிகள் பறித்து அதில் இருக்கும். நுண்ணிய மணலை வெளித் தள்ளி. அக் குழிகள் பூப்போல அமைந்திருக்கும் அக் குழிகளை தரைப்பூக்கள் என்றும், பல்லாங்குழிகள் என்றும் சிறுவர்கள் அழைப்பார்கள். குழிநரிக்கு உள்ளான் நரி என்றும் ஒரு பெரிய பெயர் உண்டு.]

யானை தண்ணீர் கலங்கலாக இருப்பதைக் கண்டது.

"ஆறே... எப்போதும் தெளிவாகவும் கல கலப்பாகவும் இருக்கிற உனக்கு என்ன நேர்ந்தது?" என்று ஆற்றைக் கேட்டது யானை.

"யானையே... உனக்கு சங்கதி தெரியாதா? குழிநரியும் எறும்பும் இணைபிரியாத நண்பர்கள். இரை தேடிப் போன எறும்பு உலக்கையால் நசுங்கிச் செத்துப் போனது. அதன் பிரிவு தாங்காமல் கண்ணீர் விட்டது குழிநரி. இதைப் பார்த்த நானும் கலங்கிவிட்டேன்" என்று பதில் சொன்னது ஆறு.

"அப்படியா... நானும் உங்கள் துக்கத்தில் பங்கு கொள் கிறேன்..." என்று சொல்லி யானை தனது இரு கொம்புகளில் ஒன்றை 'நொடுக்' கென்று ஒடித்துக் கொண்டது.

வழக்கமாக இளைப்பாறும் ஆலமரத்தடிக்குப் போனது யானை. ஒற்றைக் கொம்புடன் வந்த யானையைப் பார்த்த ஆலமரம் யானையிடம் கேட்டது:

"யானையே, உன் மற்றொரு கொம்பு என்ன ஆச்சு?"

"ஆலமரமே சங்கதி தெரியாதா உனக்கு? இரை தேடிப்போன எறும்பு உலக்கை நசுங்கிச் சாக, அதைக்கண்டு குழிநரி கண்ணீர்விட, குழிநரியின் துயரம் கண்டு ஆறு கலங்கியது. இத்தனை பேருடைய சோகத்தைக் கண்டு எனக்கு மனம் பொறுக்கவில்லை. என் கொம்பை ஒடித்து துக்கத்தை வெளிக்காட்டிக் கொண்டேன்" என்று பதிலளித்தது யானை.

இதைக் கேட்ட ஆலமரம் அதிர்ச்சியடைந்தது. அந்த அதிர்ச்சியால் உச்சி மரம் பட்டுப் போனது.

தினமும் ஆலமரத்தின் உச்சியில் ஒரு கொக்கு வந்து உட்காரும். அன்றும் அப்படியே வந்து அமர்ந்த கொக்கு உச்சிமரம் பட்டுப்போனதன் காரணத்தை ஆலமரத்திடம் கேட்டது.

அதற்கு ஆலமரம் சொன்னது, "கொக்காரே! உமக்குச்சங்கதி தெரியாதா? இரை தேடிப் போன எறும்பு செத்ததுக்காக குழிநரி வருந்திக் கண்ணீர் விட அதைக்கண்டு ஆறு கலங்க, ஆனை கொம்பு ஒடிக்க இதையெல்லாம் கேட்டுத் திடுக்கிட்ட அதிர்ச்சியில் எனது உச்சிக்கிளைகள் பட்டுப் போயின.

இதையெல்லாம் கேட்டதும் கொக்குக்கு மனம் இளகிவிட்டது. "நானும் இந்த துக்கத்தில் பங்கு கொள்கிறேன்" என்று சொல்லிக் கொண்டே தனது ஒரு கண்ணைக் குத்திக் குருடாக்கிக் கொண்டது.

ஒரு கண் குருடாகிப் போன கொக்கு வயல்வெளியில் புழுப்பூச்சிகளை மேய்ந்து கொண்டிருந்தது.

அதை ஒரு உழவன் பார்த்தான். கொக்கு தலையை கோணித்துக்கொண்டு ஒற்றைக் கண்ணால் பார்ப்பதைக் கண்டு கொக்கைக் கேட்டான்:

"கொக்காரே! ஏன் இப்படி தலையைச் சாய்த்துப் பார்க்கிறீர்? உமக்கு ஒரு கண் குருடா?"

"ஆமா... செத்துப்போன எறும்புக்காக குழிநரி கண்ணீர் விட, ஆறு கலங்க, ஆனை கொம்பொடிக்க ஆலமர உச்சி பட்டுப்போக நானும் ஒரு கண் குத்தி குருடானேன்" என்றது கொக்கு.

இதைக் கேட்ட உழவன் மிகவும் வருத்தம் அடைந்தான் மனம் சரியில்லாததால் உழவு சரியாக அமையவில்லை. நேராக இல்லாமல் கோணல் மாணலாகி விட்டது.

உழவன் பெண்சாதி அவனுக்குக் கஞ்சி கொண்டு வந்தாள். தன் புருஷன் கோணல் மாணலாக உழுவதைப் பார்த்து

"என்ன இப்படிக் கோணலாக உழுகிறீர்கள்?" என்று கேட்டாள்.

"உனக்கு சங்கதி தெரியாதா? இரைதேடப்போன எறும்பு சாக, குழிநரி கண்ணீர் சிந்த, ஆறுகலங்கி, யானை கொம்பு முறித்து, ஆலமரம் பட்டுப்போக, கொக்கு கண்ணைக்குத்திக் குருடாக, இதெல்லாம் கேட்ட என் நெஞ்சு வேதனைப் பட்டதில் உழவு கோணலாகி விட்டது" என்றான் உழவன்.

"அடடா... ஒரு எறும்பின் மரணம் இத்தனை பேரைக் கலங்கவைத்து விட்டதே... நமக்கு கஞ்சி வேணுமா...?" என்று கேட்டப்படியே தலையில் வைத்திருந்த கஞ்சிக் கலையத்தை 'டொப்' என்று கீழே போட்டு உடைத்தாள்.

கஞ்சி கொண்டு போனத் தாயாரைக் காணாமல் தவித்தான் மகன்.

தாயார் நேரம் கழித்து வந்தாள்.

“அம்மா... என்ன இவ்வளவு நேரம்? கலயம் எங்கே காணோம்?” என்று கேட்டான் மகன்.

“சங்கதி தெரியாதா? எறும்புசாக குழிநரி கண்ணீர் விட ஆறு கலங்க ஆனை கொம்பு ஓடிக்க ஆலமரம் பட்டுப்போக கொக்கு ஒரு கண்குத்தி குருடாக உங்கப்பன் உழவு கோணல் மாணலாக இத்தனை பேருடைய வருத்தத்தைக் கண்டு நானும் மனம் வருந்தி கஞ்சிக் கலையத்தைக் கீழே போட்டு உடைத்து விட்டேன்” என்று பதில்சொன்னாள் தாயார்.

பையனுக்கும் துக்கம் பொங்கியது. ஒரு எறும்பின் மரணம் எத்தனை பேருக்குத் துயரம் கொடுத்துவிட்டது என்று பரிதாபத்துடன் சிந்தித்தான். தானும் இத்தனை பேருடன் துக்கம் கொண்டாட வேண்டும் என்றெண்ணி தன் சிலேட்டைத் தரையில் போட்டு உடைத்தான்!.

அவன் பள்ளிக்கூடம் போனதும் ஆசிரியர் சிலேட்டு எங்கே?’ என்று கேட்டார்.

“ஐயா, எறும்பு சாக குழிநரி கண்ணீர் விட, ஆறு கலங்க ஆனை கொம்பொடிக்க, ஆலமரம் பட்டுப்போக கொக்கு கண்குத்திக் குருடாக எங்கப்பன் உழவு கோணலாகி ஆத்தாள் கஞ்சிக்கலையம் போட்டு உடைக்க நானும் மனம் வருந்தி சிலேட்டை உடைத்து விட்டேன்” என்று ஆசிரியரிடம் பதில் சொன்னான் பையன்.

ஆசிரியர் ஆச்சரியம் அடைந்தார். ‘ஒரு சின்னஞ்சிறு எறும்பு செத்துப் போனதற்கு இத்தனை பேர் மனம் நொந்து போனார்களே நாமும் ஏதாவது செய்ய வேண்டும்’ என்று யோசித்தார்.

மறுகணம் மாணவர்களை அழைத்தார்; அறிவிப்பு செய்தார்.

‘பிள்ளைகளே! இன்று முதல் சனிக்கிழமை தோறும் மதியத்துக்குமேல் பள்ளிக்கு விடுமுறை.’

❑

26. பெருவிரல் குள்ளன்

ஒரு பாட்டி பொரித்துச் சாப்பிடுவதற்காக முட்டையை உடைத்து கரண்டியில் ஊற்றப்போனாள். அந்த முட்டைக்குள்ளிருந்து ஒரு பெருவிரல் தண்டி மனுஷன் குதித்தான். பாட்டி வியப்போடு அந்தக் குள்ளனைப் பார்த்தாள்.

"என்னைக் குளிப்பாட்டி மாடக்குழியில் விடு, பாட்டி!" என்றான் குள்ளன்.

அந்த சின்ன உருவம் பேசுவதும் ஒரு அதிசயமாக இருந்தது பாட்டிக்கு: குள்ளன் சொற்படியே அவனைக் குளிப்பாட்டினாள். பிறகு மாடக்குழியில் எடுத்து வைத்தாள்.

தினம் தினம் அவனுக்கு சோறு ஊட்டி, குளிப்பாட்டி மாடக்குழியில் எடுத்து விட்டு விடுவாள் கிழவி.

நாட்கள் ஓடின. கிழவி முதுமையினால் மிகவும் தளர்ந்து போனாள். அவளால் ஒரு வேலையும் செய்ய முடியவில்லை. சாப்பாட்டுக்கே திண்டாட்டமாகிவிட்டது. இந்த நிலையை எண்ணி ஒரு நாள் கண்ணீர் விட்டு வருந்தினாள் கிழவி.

நமக்கு ஒரு பிள்ளையிருந்தால் சம்பாதித்துப் போடுவான். உட்கார்ந்து சாப்பிடலாம்... என்று தனக்குள் முனகிக்கொண்டே அழுதாள்.

இதைக் கேட்டு பெருவிரல் குள்ளன் மாடக்குழியை விட்டுக் கீழே குதித்து ஓடிவந்து பாட்டியின் கண்ணீரைத் துடைத்தான்.

"பாட்டி, எனக்கு ஒரு அரிவாள் மட்டும் கொடு, நான் கதிர் அறுப்புக்குப்போய் நிறைய கூலி கொண்டு வருகிறேன்," என்றான் குள்ளன்.

கிழவியோ அவன் பேச்சை சட்டை செய்யவில்லை. "உன்னால் என்ன வேலை செய்ய முடியும்? வழியில் யாராவது மிதித்து நசுக்கி விடுவார்கள்" என்று சொல்லி விட்டாள். குள்ளன் பிடிவாதத்துடன் ஒரு பன்னரிவாளுடன் கிளம்பி விட்டான்.

வீர.வேலுச்சாமி படைப்புகள்

அங்கே, புஞ்சையில் கதிர் அறுப்பு நடந்து கொண்டிருந்தது. வேலையாட்களிடம் "நானும் அறுப்பு வேலைக்கு வருகிறேன்" என்று கேட்டான்.

அவர்கள் சிரித்தார்கள். "நீ இருக்கிற இடமே தெரியவில்லை. விரல் தண்டிப் பயல் என்ன அறுப்பு வேலை செய்வாய்....?" என்று கேலி பேசினார்கள்.

"நான் உங்களைப்போல் ரெண்டு பங்கு நிரை அறுவடை செய்வேன். எனக்குக் கூலி என் மூக்குத் துவாரம் பிடிக்கிற அளவு தானியம் கொடுத்தால் போதும்" என்றான் குள்ளன்.

புஞ்சைக்காரனும் வேலையாட்களும் அதற்குச் சம்மதித்தனர். அறுவடை முடிந்தது. சொன்னபடியே குள்ளன் இருமடங்கு வேலை செய்திருந்தான்.

களத்தில் தானியம் அம்பாரமாகக் குவித்துக் கிடந்தது. புஞ்சைக் காரன் எல்லோருக்கும் கூலி அளந்து கொடுத்தான். குள்ளனைக் கூப்பிட்டான். குள்ளன் மூக்குத்துவாரத்தைக் காட்டினான்.

இத்துனூண்டுப் பயல், 'இவன் மூக்குத்துவாரம் எவ்வளவு தானியம் கொள்ளும்' என்று அலட்சியமாக ஒரு பிடி தானியம் எடுத்துக் குள்ளன் மூக்கு வழியாகப் போட்டான் புஞ்சைக்காரன்.

தானியம் போன இடம் தெரியவில்லை. மேலும் ஒரு பிடி போட்டான். துவாரம் காலியாகத்தான் இருந்தது. வேலைக்காரர்களை அழைத்து குள்ளனின் மூக்குத்துவாரத்தில் கொள்ளும் அளவுக்கு தானியத்தைக் கொட்டும்படி உத்தரவிட்டான்.

என்ன அதிசயம்! வேலையாட்கள் மூட்டை மூட்டையாய் தானியத்தைக் குள்ளனின் நாசித் துவாரங்களில் கொட்டிக் கொண்டே இருந்தார்கள். நிரம்பவே இல்லை. தானியக் குவியல் முழுவதும் காலி. குள்ளன் மூக்கு நிறையவில்லை. புஞ்சைக்காரன் தலையில் கையை வைத்துக்கொண்டு உட்கார்ந்து விட்டான்.

குள்ளன் வீடு போய்ச்சேர்ந்து பாட்டிக்கு முன்னால் மூக்கைச் சிந்தினான். தானியம்! மூடை மூடையாகத் தானியம்! பாட்டி அளவற்ற மகிழ்ச்சி அடைந்தாள்.

சில நாட்கள் கழிந்தன. குள்ளனுக்கு கல்யாண ஆசை வந்து விட்டது.

"பாட்டி எனக்குக் கல்யாணம் பண்ணணும். ராஜா மகளைப் பெண் கேட்டு வா" என்று பாட்டியிடம் சொன்னான் குள்ளன்.

"ராஜாவிடமா?.... நானா?.... அவ்வளவுதான் என்னைக் கொல்லாமல் விடமாட்டார் ராஜா...." என்று கூறி மறுத்துவிட்டாள். பாட்டி சொன்னதும் சரிதானே, குள்ளப்பயலுக்கு நாடாளும் மகாராஜா மகளைத் தருவாரா?

குள்ளன் தானே போய் ராஜாவிடம் பெண் கேட்கப் புறப்பட்டான்.

போகிற வழியில் எறும்புக் கூட்டம் ஒன்று எதிர்ப்பட்டது. "குள்ளா, எங்கே போறே?" என்று கேட்டது.

"ராசா மகளைப் பெண் கேட்கப்போறேன்...." என்றான் குள்ளன்.

"நாங்களும் வருகிறோம்" என்றன எறும்புகள்.

"சரி"யென்று அவைகளை வலதுகாதில் அடைத்துக் கொண்டு நடந்தான் குள்ளன்.

கொஞ்ச தூரம் போனதும் நரிக் கூட்டம் தென்பட்டது.

"குள்ளண்ணே எங்கே போறே?" என்று கேட்டன நரிகள்.

"ராசா மகளைப் பெண் கேட்கப் போறேன்"

"அப்போ நாங்களும் வருகிறோம்" என்றன நரிகள்.

நரிகளை இடது காதில் அடைத்துக் கொண்டான். வழியில் ஒரு சமுத்திரம் குறுக்கிட்டது. சமுத்திரத்துத் தண்ணீரையெல்லாம் மூக்கில் உறிஞ்சிக் கொண்டான்.

அரண்மனைக்குச் சென்று ராஜாவைப் பார்த்தான்.

"ராஜாவே! உம் மகளை எனக்குக் கல்யாணம் செய்து தாரும்...." என்று உரக்க கேட்டான்.

ராஜா அக்கம் பக்கம் பார்த்தார். யாரும் ஆள் தெரியவில்லை. சப்தம் எங்கிருந்து வருகிறது?

குள்ளன் மீண்டும் ஆரம்பித்தான். "ராஜாவே... உம் மகளை..." ராஜா குனிந்து பார்த்தார். ஒரு பெருவிரல் பருமன் உள்ளவன் பேசுகிறான். அதுவும் தன்னிடம் வந்து தைரியமாகப் பெண் கேட்கிறான்!

திடீரென்று அரசனுக்குக் கோபம் வந்துவிட்டது. காவலர்களை அழைத்தான். "இந்தக் குள்ளனைப் பிடித்து யானைக்கு முன்னால் போடுங்கள் யானை மிதித்து நசுக்கட்டும்" என்று உத்தரவிட்டான். சேவுகர்கள் அப்படியே செய்தார்கள்.

யானை காலைத்தூக்கி குள்ளனை மிதிக்க வந்தது. இவன் வலது காதுக்குள்ளிருந்த எறும்புக் கூட்டத்தை வெளியே விட்டான்.

எறும்புகள் யானையை மொய்த்துக் கடித்தன. யானையின் கண்கள், தும்பிக்கை, காதுகள் எல்லாம் எறும்புகள். எறும்புக்கடி பொறுக்காமல் துடித்தது யானை. எறும்புகளும் கொஞ்சம் கொஞ்சமாக யானையின் கண்களை அரித்து விட்டன. அவ்வழியாக உடலுக்குள் புகுந்து அரிக்கத் தொடங்கின. கடைசியில் யானை செத்துப்போய் விட்டது.

மறுநாள், ராஜா யானைக் கொட்டிக்கு வந்து பார்த்தார். யானை மாண்டு கிடக்க குள்ளன் நன்றாக இருந்தான்.

ராஜா கோபம் அடைந்தார். அவரிடம் சேவல் சண்டைக்கான சேவல்கள் இருந்தன, குள்ளனைப் பிடித்து அந்தப் போர்ச் சேவல்களுக்கு முன்னால் போடும்படி உத்தரவு போட்டார். சேவுகர்களும் அப்படியே செய்தனர்.

கூண்டில் விடப்பட்ட குள்ளனை நோக்கி ஆக்ரோஷமாக கொக்கரித்துக் கொண்டு வருகின்றன சேவல்கள். குள்ளன் அஞ்சவில்லை. இடது காதில் உள்ள நரிகளை வெளியே விட்டான். அவ்வளவு தான்! சேவல்களையெல்லாம் நரிகள் தின்று விட்டன.

குள்ளன் செத்து விட்டானா என்று பார்க்க வந்த ராஜாவுக்கு ஏமாற்றம்தான் காத்திருந்தது. போர்ச் சேவல்களுக்குப் பதில் ஓரிரண்டு எலும்புத் துண்டுகள்தாம் கிடந்தன. குள்ளன் பத்திரமாக இருந்தான்.

குள்ளன் அரசனிடம் எனக்கு பெண் கொடுக்கிறாயா, இல்லையா? என்று மிரட்டிக் கொண்டே மூக்கைச் சிந்தினான்.

சமுத்திரம் வெளியே வந்தது. ராஜாவை கடல் நீர் சூழ்ந்தது.

கொஞ்சம் கொஞ்சமாக ராஜா மூழ்க ஆரம்பித்தார். தண்ணீர் மூக்குவரை வந்ததும் ராஜா பயந்து கத்தினார்.

"குள்ளா என்னைக் காப்பாற்று! உனக்கு பெண் தருகிறேன்" என்று அலறினார் ராஜா.

குள்ளன் சமுத்திரத்தை திரும்ப உறிஞ்சி மூக்கில் அடைத்துக் கொண்டான். ராஜாவும் பிழைத்தார்!

பிறகு, என்ன?

குள்ளனுக்கும் ராஜகுமாரிக்கும் கல்யாணம் விமரிசையாக நடந்ததாம்.

❏